अभिप्राय

'अनुभवाची शिदोरी.'

– महाराष्ट्र टाइम्स, २६ नोव्हेंबर २००६

'समाजमनाची गमतीदार निरीक्षणे.'

– दैनिक सामना, १३ मे २००७

'संवेदनशील मनाची प्रचिती.'

– दैनिक ऐक्य, २७ मे २००७

अनुभवांची इंद्रधनुषी शब्द आलेख

– लोकसत्ता, लोकरंग, २८ फेब्रुवारी २००९

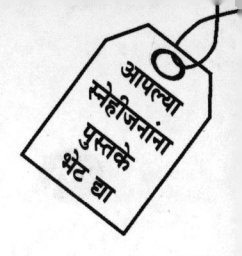

पुण्यभूमी भारत

लेखक

सुधा मूर्ती

अनुवाद

लीना सोहोनी

मेहता पब्लिशिंग हाऊस

THE OLD MAN & HIS GOD (Discovering The Spirit of India)
by SUDHA MURTY
© Sudha Murty
Translated into Marathi Language by Leena Sohoni

पुण्यभूमी भारत / ललितगद्य

अनुवाद : लीना सोहोनी

Email : author@mehtapublishinghouse.com

मराठी अनुवादाचे व प्रकाशनाचे हक्क : मेहता पब्लिशिंग हाऊस प्रा. लि., पुणे

संस्थापक : सुनील अनिल मेहता

प्रकाशक : मेहता पब्लिशिंग हाऊस प्रा. लि.,
१९४१, सदाशिव पेठ, माडीवाले कॉलनी, पुणे – ४११०३०.

मुद्रक : श्री मुद्रा

मुखपृष्ठ : चंद्रमोहन कुलकर्णी

प्रकाशनकाल : ऑक्टोबर, २००६ / डिसेंबर, २००६ / मार्च, २००७ /
ऑगस्ट, २००७ / फेब्रुवारी, २००८ / नोव्हेंबर, २००८ /
नोव्हेंबर, २००९ / नोव्हेंबर, २०१० / जानेवारी, २०१२ /
मार्च, २०१३ / जून, २०१४ / एप्रिल, २०१६ /
मे, २०१८ / सप्टेंबर, २०२० / ऑक्टोबर, २०२२ /
पुनर्मुद्रण : मार्च, २०२४

किंमत : ₹ १९०

P Book ISBN 9788177667608
E Book ISBN 9788184989649

E Books available on :  amazonkindle   Apple Books    Google Play Books

ज्यानं मला क्षितिजापलीकडचं जग दाखवलं,
त्या **इन्फोसिस फौंडेशनला**
कृतज्ञतापूर्वक अर्पण!

— **सुधा मूर्ती**

प्रस्तावना

मला आयुष्यात जे काही अनुभव आले, त्या अनुभवांचं वास्तव चित्रण मी माझ्या या पूर्वी प्रसिद्ध झालेल्या दोन संग्रहांमधून वाचकांसमोर मांडलं. त्यांना जे यश मिळालं, त्यानंतर माझ्या या तिसऱ्या पुस्तकातून असेच आणखी काही अनुभव तुमच्यासमोर ठेवण्यासाठी मी उत्सुक आहे. मी या पुस्तकांमधून जे काही सांगितलं आहे, ते सर्वच्या सर्व खरंखुरं आहे. मी ते प्रामाणिकपणे, जसंच्या तसं लिहिलं आहे. काही लोकांना त्याचमुळे ते भावलं आहे. परंतु काही लोकांना मात्र एका गोष्टीचं नवल वाटलं, की सगळ्याच्या सगळ्या जगावेगळ्या गोष्टी नेमक्या माझ्याच बाबतीत कशा काय घडतात!

प्रत्येकाच्या आयुष्यात अनेक गोष्टी घडत असतात, अनेक अनुभवांना आपण सर्वजण सामोरं जातो. पण माझ्यासारखीचा गरीब, श्रीमंत अशा विविध वर्गांतील लोकांशी सतत संबंध येत असतो. त्यामुळे माझ्या अनुभवाची क्षितिजं विस्तारित झालेली आहेत. आपलं मन जर संवेदनाक्षम असेल, आपल्याला आपले विचार स्पष्टपणे, निःपक्षपाती वृत्तीनं मांडता येत असतील, आपल्या अंगी सूक्ष्म निरीक्षण-शक्ती असेल तर आपल्यापैकी कोणालाही लिहिता येऊ शकतं. मीही केवळ तेवढंच केलेलं आहे.

माझं काम ज्या प्रकारचं आहे, त्यामुळे मला विविध सामाजिक कार्यक्रमांमधून वावरण्याची संधी मिळते. या पुस्तकातील 'मातृत्व' या कथेतील मीरा, 'फाळणी' या कथेतील रूपा कपूर, 'परदेशी' या कथेतील तक्षशीला या स्थळाला मी दिलेली भेट, 'स्वार्थ' या कथेतील सुनामीग्रस्तांबद्दल आलेले अनुभव... या आणि अशा काही गोष्टी फारच थोड्या व्यक्तींच्या आयुष्यात घडत असतील.

मी एका गोष्टीची खबरदारी नेहमीच घेत आले आहे. मी जर एखाद्या व्यक्तीविषयी लिहिणार असेन, तर त्यापूर्वी मी त्या व्यक्तीची पूर्वपरवानगी नेहमीच घेत असते. आयुष्यानं मला खूप काही शिकवलेलं आहे, कारण मी एक आई, एक शिक्षक, एक लेखिका आणि एक समाजसेविकाही आहे.

माझ्या अभिव्यक्तीमध्ये, लेखनामध्ये जर काही त्रुटी असतीलच, तर त्या मला माझे विचार याहून जास्त चांगल्या प्रकारे व्यक्त न करता येत असल्यामुळेच आहेत!

बऱ्याच लोकांच्या दृष्टीनं 'इन्फोसिस फौंडेशन' ही एक धर्मादाय काम करणारी संस्था आहे. 'इन्फोसिस टेक्नॉलॉजीज' नावाच्या एका श्रीमंत कंपनीची एक शाखा! पण माझ्यासाठी त्याचं स्थान खूप काही वेगळं आहे.

'इन्फोसिस फौंडेशन'च्या स्थापनेच्या पहिल्या दिवसापासून मी येथे काम करत आहे. सुरुवातीला मी आई होते आणि ते माझं बाळ होतं. पण आता फौंडेशन हीच माझी आई झाली आहे. तिचा हात पकडून मी आयुष्याचा कधी सुखकर तर कधी खडतर प्रवास केला आहे, स्तुतिसुमनं झेलली आहेत, टीकेची झोड सोसली आहे, पावसाच्या धारा झेलल्या आहेत, ढगांचा गडगडाट ऐकला आहे. फौंडेशन हा माझ्या आयुष्याचा अविभाज्य घटक आहे. आम्ही परस्परांची साथसंगत कधीच सोडलेली नाही; ना दुःखात, ना सुखात. माझ्या जीवनात माझ्या वैयक्तिक सुखापेक्षा इन्फोसिस फौंडेशनचं स्थान नेहमीच वरचं राहिलेलं आहे.

माझ्या या सगळ्या अनुभवांना वाचकांकडून एवढी मागणी कशी काय... या अनुभवांचं एकवीस भारतीय भाषांमध्ये भाषांतर कसं काय झालं... या गोष्टीचं मला स्वतःलाच कधीतरी आश्चर्य वाटल्यावाचून राहात नाही. मग त्या प्रश्नाचं एकच उत्तर मला सापडतं– माझं हे लेखन खूप सरळ-साधं आहे आणि सगळ्यात महत्त्वाचं म्हणजे हे सगळेच्या सगळे अनुभव खरेखुरे आहेत. कोणीही कितीही उच्चाधिकाराच्या पदी विराजमान असो, समाजातील स्थान काहीही असो, कितीही यश, कीर्ती, मानसन्मानांचे धनी असो, प्रत्येकाला सच्चेपणा नेहमीच मोहवून टाकतो. म्हणूनच आपल्या वाडवडिलांनी म्हटलंय– 'सत्यम् शिवम् सुंदरम्!'

हे पुस्तक प्रसिद्ध होऊन वाचकांच्या हाती येण्यापर्यंतचा जो काही प्रदीर्घ प्रवास आहे, त्यासाठी मी अनेकांची ऋणी आहे. मला प्रकाशकांचे आणि या अनुवादिकेचे आभार मानावेसे वाटतात. त्यांच्या अथक प्रयत्नांशिवाय हे पुस्तक निर्माण झालं नसतं.

माझ्या सर्वच लेखनाप्रमाणे या लेखनापोटी मला मिळणाऱ्या मानधनाचा वापर समाजोपयोगी कामासाठी करण्यात येईल!

सुधा मूर्ती

अनुक्रमणिका

१

मातृत्व

मध्यंतरी मी एका चर्चासत्राला गेले होते. चर्चासत्राचा विषय होता 'मातृत्व.' समाजाच्या विविध क्षेत्रांमधील लोक त्यात सहभागी झाले होते. श्रोत्यांची उपस्थिती पण भरपूर होती. वैद्यकीय क्षेत्रातील लोक तिथे होते. अनाथाश्रमातील लोक होते. बालकांना दत्तक देण्याची व्यवस्था करणाऱ्या ॲडॉप्शन एजन्सीज, बिगरसरकारी सेवाभावी संस्था यांचे प्रतिनिधी, धार्मिक नेते इ. तेथे उपस्थित होते. काही यशस्वी मातांनाही तेथे खास निमंत्रण होतं. (संयोजकांनी यशस्वी माता या संकल्पनेचा जो अर्थ लावला होता, तो असा होता : ज्यांची मुलं आयुष्यात खूप यशस्वी झालेली असून ज्यांनी समाजात मानाचं स्थान आणि मुबलक धन मिळवलं आहे, अशा स्त्रिया) काही तरुण माताही तिथे आल्या होत्या.

बाहेरच्या आवारात भरपूर स्टॉल्स लावण्यात आले होते. खास लहान बाळांसाठी असलेली उत्पादनं, मातृत्वासाठी उपयुक्त पुस्तकं, 'पौगंडावस्थेतील मुलांना कसे हाताळावे?–' या विषयावरील पुस्तकं इत्यादीची विक्री तेथे चालू होती.

चर्चासत्रासाठी जे वक्ते बोलावण्यात आले होते, ते या विषयावर कळकळीनं बोलत होते, मनापासून बोलत होते, आणि आपले स्वत:चे अनुभव सांगत होते.

विविध क्षेत्रांतील मान्यवरांचे फोटो घेण्यात टी.व्ही. आणि वृत्तपत्रांचे प्रतिनिधी गुंग होते. याची व्यवस्था समाजशास्त्र विभागाकडून पाहण्यात येत होती. बरेच सरकारी उच्चपदस्थ अधिकारी तसंच खूप मोठ्या संख्येने विद्यार्थीसुद्धा तेथे आले होते.

मी जेव्हा भाषणासाठी उभी राहिले तेव्हा मी स्वत: पाहिलेली एक सत्यघटना कथन केली.

"... डॉ. आरतीच्या घरी मंजुळा ही स्वयंपाकाचं काम करत असे. तिचा नवरा खुशालचेंडू होता. काही कामधंदा करत नसे. तिला मुळात पाच मुलं होती. तशात आता परत सहाव्यांदा दिवस गेले होते. ते मूल ठेवायचं नाही, गर्भपात करून घ्यायचा असं तिनं ठरवलं. आधीच ती अतिशय अशक्त झाली होती आणि त्यातून मातृत्वाचं ओझं शिरावर वागवताना थकून गेली होती. तिला मुलगे

आणि मुली होत्याच. त्यामुळे या खेपेचं हे गर्भारपण तिला नको होतं. तिची संततिप्रतिबंधक शस्त्रक्रिया करून घ्यायची इच्छा होती.

पण डॉ. आरतीच्या मनात काही वेगळंच होतं. तिची बहीण खूप श्रीमंत होती; पण तिला मूलबाळ नव्हतं. तिला अगदी नवजात बालक दत्तक घ्यायचं होतं. त्यासाठी तिचा जारीनं शोध चालला होता. मग आरतीनं मंजुळापुढे एक प्रस्ताव ठेवला.

"मंजुळा, तू या बाळाला जन्म दे. मग तो मुलगा असो किंवा मुलगी, माझी बहीण त्या बाळाला दत्तक घेईल. ती काही इथे राहत नाही. त्यामुळे तुला परत त्या बाळाचा चेहरासुद्धा पाहावा लागणार नाही. शिवाय तुझ्या बाकीच्या मुलांच्या शिक्षणाला उपयोग व्हावा म्हणून ती तुला आर्थिक मदतसुद्धा करेल. नाहीतरी तुला हे बाळ नकोच आहे. तेव्हा तू असं समज, की हे बाळ तुझ्या पोटी जन्माला आलेलंच नाही; पण अर्थात काय तो निर्णय तू घ्यायचा आहेस. मी काही तुला आग्रह करणार नाही."

मंजुळानं त्या प्रस्तावावर काही दिवस विचार केला आणि मग ती तयार झाली. तिला रोज प्यायला दूध, खायला फळं आणि पोटभर जेवण मिळू लागलं. कारण येणारं बाळ चांगलं सशक्त, तंदुरुस्त जन्मायला हवं ना! अखेर तिनं एका मुलीला जन्म दिला. डॉ. आरतीची बहीणसुद्धा त्याच दिवशी आली. लगेच दुसऱ्याच दिवशी ती त्या बाळाला घेऊन जाणार, असं ठरलेलं होतं; पण जेव्हा प्रत्यक्ष ते बाळ तिच्या हाती सोपवण्याची वेळ आली, तेव्हा मंजुळा काही केल्या त्या गोष्टीला तयार होईना. तिला पान्हा फुटला होता आणि ते बाळ दूध पिऊ लागलं होतं. मंजुळामधील मातृत्व जागृत झालं. तिची समजूत पटेना. तर्कशास्त्रानं तिच्यापुढे हात टेकले. तिनं बाळाला घट्ट जवळ धरलं, अगदी आपल्या छातीशी धरलं आणि रडू लागली. "मॅडम, मी खूप गरीब आहे, हे मला मान्य आहे; मला जरी मूठभर भात मिळाला तरी मी तो माझ्या बाळाबराबेर वाटून खाईन; पण मी या बाळाला अंतर नाही देऊ शकणार. बघाना, केवढीशी आहे ही... माझ्यावर पूर्णपणे अवलंबून आहे. मी माझं वचन मोडलंय, हे खरं आहे; पण या बाळावाचून जगणं मला शक्य नाही. मला क्षमा करा."

मंजुळाला आधीची पाच मुलं होती; पण तरीही अचानक हे बाळ तिला इतकं काळजाचा तुकडा वाटू लागलं. आरती आणि तिची बहीण, या दोघीही नाराज झाल्या. त्यांनी या बाळासाठी खूप तयारी करून ठेवली होती. कितीतरी स्वप्नं पाहिली होती. या बाळाची केवढ्या आशेनं त्या वाट पाहत होत्या; पण मातृत्व काही वेगळंच असतं, हे त्यांनाही कळून चुकलं. माता ही नाजुक, अशक्त वेलीसारखी असते; पण नाजुक वेलसुद्धा कितीतरी मोठे भोपळे वागवतेच ना..."

भाषणाच्या अखेरीस समारोप करताना मी म्हणाले, ''माझ्या इतके वर्षांच्या कामाच्या अनुभवावरून एक गोष्ट आता माझ्या लक्षात आलेली आहे; एक आई आपल्या मुलांसाठी कितीही मोठा त्याग करायला तयार असते. कारण मातृत्व ही निसर्गदत्त देणगी आहे. तिथे जात, धर्म, वंश... कशाकशाचा संबंध नसतो. आपल्या भारतीय संस्कृतीनं मातृत्वाला शिरोधार्य मानलं आहे. म्हणूनच मातेला सर्वोच्च आदराचं स्थान मिळतं. मातृदेवो भव!''

माझ्या भाषणानंतर टाळ्यांचा कडकडाट झाला. मी माझं भाषण थेट हृदयापासून केलं होतं आणि जे असं हृदयापासून थेट आलेलं असतं, ते पचायला नेहमी सोपं जातं.

मी भाषणानंतर परत माझ्या ऑफिसात जायला निघाले. तेवढ्यात मला मीरा दिसली. मीरा अंध आहे. ती एका अंधशाळेत, अनाथ मुलांना शिकवते. ती तिच्या शाळेची प्रतिनिधी म्हणून या चर्चासत्रात सहभागी होण्यासाठी आली होती. माझा अनेक अंधशाळांशी संबंध येतो, त्यामुळे मी मीराला चांगली ओळखते. मी तिच्याजवळ जाऊन म्हणाले, ''मीरा, कशी आहेस?'' ती क्षणभर काहीच बोलली नाही, मग म्हणाली, ''बरी आहे. मॅडम, मला जरा मदत हवी होती.''

''काय मदत? सांग ना.''

''अहमद इस्माईल मला इथे न्यायला येणार होता. तोच मला शाळेत सोडणार होता; पण आत्ताच त्याचा माझ्या मोबाईलवर फोन आला. तो वाटेत ट्रॅफिक जॅममध्ये अडकलाय. त्यामुळे त्याला यायला बराच वेळ लागेल. तुम्ही मला शाळेत सोडू शकाल का?'' अहमद इस्माईल हा शाळेच्या विश्वस्त मंडळावर होता. तो बरंच समाजकार्य करत असे.

मीराची शाळा माझ्या ऑफिसच्या वाटेवरच होती, त्यामुळे मी लगेच 'हो' म्हटलं. गाडीतून आम्ही निघालो. मीरा गप्प होती. चेहऱ्यावरून जराशी अस्वस्थ दिसत होती. मग मीच उगीच काहीतरी बोलायचं म्हणून म्हणाले,

''मीरा, आजचं चर्चासत्र कसं होतं? माझं भाषण आवडलं का तुला?''

मला अर्थातच मीराचा होकार अपेक्षित होता. मला वाटलं, ती म्हणेल, ''हो, खूप आवडलं.''

पण तसं झालं नाही. मीरा म्हणाली, ''खरं सांगू, मॅडम? मला नाही पटलं तुमचं भाषण. इतकं मोकळेपणे बोलते आहे त्याबद्दल सॉरी; पण आयुष्य हे असं नसतं.''

तिचं बोलणं ऐकून मला धक्का बसला. तिला माझं भाषण न पटल्याबद्दल मला काहीही वाटलं नाही; पण तिचं जे विधान होतं, ते ऐकून धक्का बसला. तिच्या त्या बोलण्यामागे काय खरं कारण असावं, याची मला उत्सुकता लागली.

मी तिच्याकडून खरं काय ते वदवून घेतलं.

"खरं सांग, मीरा. तू असं का म्हणालीस? माझ्या भाषणात मी सांगितलेली घटना खरीच घडलेली आहे. माझ्या मनची नाही आहे ती. कधीतरी सत्य हे कल्पितापेक्षाही विचित्र असतं."

मीरानं निःश्वास सोडला. "खरं आहे, मॅडम. सत्य हे खरोखरच कल्पितापेक्षा चमत्कारिक असतं, हेच तर मला तुम्हाला सांगायचं होतं. मी तुम्हाला एक खरी घडलेली हकीकत सांगते." तिनं सांगण्यास सुरुवात केली. "एक पाच वर्षांची मुलगी होती. ती अगदी पूर्ण दृष्टिहीन नव्हती; पण तिला फारच कमी दिसायचं. तिचे आईवडील मजुरीचं काम करत. आपल्याला डोळ्यानं नीट दिसत नसल्याची तक्रार ती मुलगी आपल्या आईवडिलांपाशी वारंवार करे. त्यावर ते तिला सांगत, 'तू नीट जेवत जा, म्हणजे तुला नीट दिसायला लागेल आणि आपल्याकडे जरा पैसे आले की, तुला आपण डॉक्टरांकडे नेऊ हं.' अखेर एक दिवस ते आईवडील त्या मुलीच्या रोजच्या तक्रारीला कंटाळले आणि तिला डॉक्टरांकडे घेऊन गेले. डॉक्टरांनी सांगितलं, 'हिच्या डोळ्यांचं ऑपरेशन केलं तर ही बरी होऊ शकेल; पण नाही केलं, तर जसं हिचं वय वाढेल, तशी हिची दृष्टी अधिकाधिक क्षीण होत जाईल.' ऑपरेशनच्या खर्चाचा त्यांनी जो आकडा सांगितला तो खूपच मोठा होता. आईवडिलांनी आपापसांत काहीतरी चर्चा केली आणि नंतर ते तिला बस स्टँडपाशी घेऊन आले. तिला स्टँडवर उभं करून त्यांनी तिच्या हातात एक बिस्किटांचा पुडा ठेवला आणि म्हणाले, 'बाळ, बिस्किटं खा हं. आम्ही पाच मिनिटांत येतोच.'

एक आख्खा बिस्किटांचा पुडा आपल्याला एकटीला मिळाला, हे पाहून ती मुलगी हरखली. आयुष्यात प्रथमच असं झालं होतं. ती आनंदानं उड्या मारू लागली. तिच्या क्षीण दृष्टीला आपल्या आईच्या साडीचा फाटका लाल रंगाचा पदर दूर जाताना दिसत होता. असा काही वेळ गेला. वातावरणातली थंडी वाढली. हळूहळू अंधारही पडू लागला. ते तिला जाणवलं; पण तिचे आईवडील आलेच नाहीत. बिस्किटाचा पुडा तर कधीच संपून गेला होता. ती तिथे एकटीच उभी होती; असहाय, घाबरलेली. तिनं आपल्या आईवडिलांना हाका मारायला सुरुवात केली. आईच्या साडीच्या फाटक्या लाल पदराच्या शोधात ती इतस्ततः भटकत राहिली; पण त्यांनी तिच्या हाकांना 'ओ' दिलीच नाही."

"मग पुढे काय झालं?" मी विचारलं.

"थोड्या वेळानं कुठेतरी एका जागी ती मुलगी झोपून गेली. दुसऱ्या दिवशी उठून परत आईवडिलांच्या शोधात वणवण फिरली; पण आईवडिलांचा पत्ताच नव्हता. लाल साडी नेसलेली कोणीही बाई तिला दिसली नाही. कुण्या एका

कनवाळू माणसाच्या दृष्टीला ती मुलगी पडली. त्याच्या सगळी परिस्थिती लक्षात आली आणि तो तिला अंधशाळेत घेऊन गेला. त्यानं त्या मुलीपाशी सगळी चौकशी केली; पण तिनं दिलेल्या माहितीवरून तिच्या आईवडिलांचा तपास लागू शकला नाही. अखेर त्यानं अंधशाळेच्या मुख्याध्यापिकेला सांगितलं, 'हिचे आईवडील हिला शोधत जर आलेच, तर त्यांची सगळी नीट चौकशी करा आणि मगच हिला त्यांच्या ताब्यात द्या.' ती मुलगी वाट बघत राहिली... दिवस गेले, महिने गेले, वर्षे गेली... दररोज सायंकाळी ती वाट बघायची. फाटक्या लाल पदराची साडी नेसलेल्या बाईची; पण कुणीच आलं नाही."

मी मीराकडे पाहिलं. ती रडत होती. तिच्या तोंडून त्या मुलीची कहाणी ऐकत असताना नकळत माझे डोळेसुद्धा पाणावले होते. कदाचित आसवं संसर्गजन्य असतील. "मीरा; पण त्या मुलीविषयी तुला इतकी सगळी माहिती कुठून मिळाली?"

ती हुंदके देत म्हणाली, "कारण ती मुलगी मीच आहे. आता तुम्हीच मला सांगा मॅडम, मला असं कसं सोडून गेली असेल माझी आई? एका बिस्किटाच्या पुड्याचं आमीष दाखवून माझी फसवणूक करण्यात आली. तुम्ही ज्या मातृत्वाची महती सांगत होता, त्याचं काय झालं? माझ्या आईच्या बाबतीत कुठे लुप्त झालं होतं ते मातृत्व? गरिबी ही मातृत्वापेक्षाही जास्त मोठी असते का? सांगा ना, मॅडम."

माझ्याकडे या प्रश्नाला काहीही उत्तर नव्हतं. मी फक्त प्रेमानं तिचा हात हातात घेतला आणि म्हणाले, "मीरा, सत्य हे खरोखरच कल्पितापेक्षाही चमत्कारिक असतं."

आजही फाटक्या लाल पदराची साडी नेसलेली कोणीही बाई नजरेस पडली, की मला मीराची आठवण येते.

■

२

स्वर्गाची निर्मिती

'एखाद्या मोठ्या उद्योगसमूहाची किंवा सॉफ्टवेअर कंपनीची सामाजिक बांधीलकी, जबाबदारी' या विषयावर भाषण देण्यासाठी मी एकदा गेले होते. बंगलोरला 'पूर्वेकडील सिलिकॉन व्हॅली' असं नाव पडलं आहे, कारण कितीतरी सॉफ्टवेअर कंपन्या बंगलोरच्या दक्षिण भागात उदयाला आल्या आहेत. त्यातल्या बऱ्याचशा कंपन्यांची ऑफिसं तर एखाद्या अत्याधुनिक पंचतारांकित हॉटेलांसारखी दिसतात... ग्रॅनाईट नाहीतर मार्बलच्या फरशा, झुंबरं, चमकणारे शोभिवंत दिवे, भिंतीवरील आधुनिक तैलचित्रे, टेबलांवर जागोजागी पुष्परचना, आधीच गुळगुळीत असलेल्या फरशा सतत पुसून अजूनच चमकत असलेल्या, गोड गोड बोलणारी काउंटरवरची माणसं...

आमच्या या कार्यक्रमात भाषणानंतर प्रश्नोत्तरांचा तास ठेवला होता. माझा असा एक सिद्धान्त आहे : एखाद्या वक्त्याचं भाषण ऐकल्यानंतर जर लोकांनी एकही प्रश्न विचारला नाही, तर त्याचा अर्थ एकतर भाषण इतकं सुंदर झालं की श्रोत्यांच्या मनात काहीच शंका उरली नाही किंवा दुसरं म्हणजे ते भाषण श्रोत्यांच्या पूर्णपणे डोक्यावरून गेलं.

तर असा प्रश्नोत्तरांचा तास चालू असताना मी व्यासपीठावरून शांतीला पाहिलं. ती श्रोत्यांमध्ये बसली होती. मी तिच्याकडे पाहिल्यावर तिनं पण माझ्याकडे पाहून हात हलवला. तिला पाहून मला खूप आनंद झाला. आपल्या आजूबाजूला आनंदी स्वभावाची माणसं असली म्हणजे आपलं शरीर जरी म्हातारं झालं, तरी आपलं मन तरुण राहतं.

शांती ही अशीच मनमोकळ्या स्वभावाची, हसतमुख मुलगी होती. नेहमी उत्साहानं सळसळत असे. बोलायला कायम तयारच असे. तिला नोकरी लागल्यानंतरच्या तिच्या पहिल्या पगारातील काही भाग तिनं दानधर्मावर खर्च केला व तेव्हापासून ती असं करत आली होती. ती याच कंपनीत नोकरीला असणार, असा मी तर्क केला.

माझं भाषण संपताच मी व्यासपीठावरून खाली उतरले. ती घाईघाईनं मला

भेटायला आली.

"ए, शांती... तुला पाहून मला किती बरं वाटलं, सांगू?"

पण माझ्या या उत्साहाला मात्र शांतीकडून नेहमीसारखा प्रतिसाद मिळाला नाही. ती आज नेहमीसारखी बडबडत नव्हती.

"शांती, काय झालं गं? नवऱ्याशी भांडण झालं वाटतं? काळजी नको करू. अगं भांडले नाहीत, तर ते नवराबायको कसले? ते पॅकेज डील असतं. कम् ऑन... चिअर अप!" मी मुद्दाम तिच्या मनावरचा ताण घालवण्यासाठी हास्यविनोद करण्याचा प्रयत्न केला.

पण अगदी हळू आवाजात शांती म्हणाली, "नाही, मॅडम, तसं काहीच झालेलं नाही."

"मग तुझा प्रोजेक्ट तयार व्हायला हवा आहे... आणि वेळ संपत आलीय आहे... असं काही झालंय का? शांती... त्याचं काय आहे, कोणत्याही सॉफ्टवेअर कंपनीमध्ये हातात घेतलेलं काम अगदी वेळेत करून देणं फार महत्त्वाचं असतं. त्यासाठी फार चांगल्या व्यवस्थापनाची गरज असते, असं मी नेहमी सांगत असते; पण तुला तर 'प्रोजेक्ट मॅनेजमेंट' या विषयात सर्वांत जास्त गुण मिळाले होते, हे मला चांगलं आठवतंय. मग तू त्याचा वापर करत नाहीस वाटतं?"

बरेचदा असं घडतं– मीच कोणालातरी प्रश्न विचारते आणि त्यांची उत्तरंही मीच देऊन टाकते. इथे शांतीच्या बाबतीतही तसंच घडलं.

"तसं काही एक झालेलं नाही. मी माझं काम अगदी वेळेत पूर्ण केलं आहे."

"मग तुला एवढी चिंता कशाची वाटते आहे?"

शांती त्यावर काहीच बोलली नाही; पण तिनं मला तिच्या केबिनमध्ये नेलं. आम्ही केबिनकडे जात असताना अनेक लोक शांतीकडे पाहून हसून तिला हात करत होते. त्या ऑफिसातील वातावरण एकदम चांगलं होतं. आम्ही शांतीच्या केबिनमध्ये शिरलो. या एवढ्या मोठ्या ऑफिसात आपली विद्यार्थिनी बॉस आहे, हे पाहून मला खूप अभिमान वाटला. ते ऑफिस फारच अत्याधुनिक होतं. त्याची सजावटसुद्धा अभिरुचिपूर्ण होती. शांतीचं केबिन काचेचं होतं. बाहेर काम करत असलेले लोक आतून दिसत होते. बसण्याआधी तिनं व्हेनेशियन ब्लाईंड्स खाली ओढले. आता आम्ही निवांतपणे खुर्च्यांवर बसलो. आता बाहेरील लोकांना आतलं काही दिसत नव्हतं. मग शांतीनं हळू आवाजात बोलायला सुरुवात केली.

"मॅडम, मी इथे खूपच नाखूष आहे. दुरून बघणाऱ्याला वाटेल, काय सुंदर नोकरी आहे. किती चांगलं चाललंय माझं. मला भरपूर पगार आहे. वेळेचंही बंधन नाही. माझ्या मर्जीप्रमाणे येऊन काम पूर्ण करण्याची मला सवलत आहे. माझं घरही या ऑफिसपासून अगदी जवळ आहे. त्यामुळे माझा जाण्या-येण्याचा

वेळ तर वाचतोच; पण बराचसा ताणही कमी झालाय. माझ्या बरोबर काम करणारे माझे सहकारी फार चांगले आहेत. आमची टीम छान आहे. फक्त माझ्या ज्या बॉस आहेत, त्या मात्र फार भयंकर आहेत. त्यांचं बोलणं फार लागट आहे. ते माझ्या वर्मी लागतं; पण हे त्या कधी लक्षातच घेत नाहीत. गेल्या तीन वर्षांत मी त्यांच्या तोंडून कधी एकदाही कौतुकाचा शब्द ऐकलेला नाही. मी एखादं काम कितीही चांगलं केलं, तरी त्या म्हणतात, 'मालिनीनं हेच काम निम्म्या वेळात करून दाखवलं असतं.' कधी तरी असं होतं, की माझी काही चूक नसते; पण कारणंच अशी घडतात, की माझ्यावर सोपवलेलं काम मी दिलेल्या वेळेत पार नाही पाडू शकत. म्हणजे सगळ्या गोष्टी काही माझ्या हातात नसतात. मग त्या माझ्यावर त्याबद्दल इतका दबाव आणतात आणि आपलं असमाधान व्यक्त करतात.''

''उदाहरणार्थ?''

''उदाहरणार्थ कधीतरी मी मुंबईहून विमानानं येणार असते. विमान बंगलोरला दहाला पोहोचणार असलं, तर त्या मुद्दाम बरोबर साडेदहाला ऑफिसात मीटिंग ठेवतात. बंगलोरच्या या ट्रॅफिकमधून मी साडेदहाला त्या मीटिंगला पोहोचूच शकत नाही. मी तिथे पोहोचेपर्यंत सर्व महत्त्वाच्या विषयांवर चर्चा करून झालेली असते. माझ्यावर कामाचा इतका ताण असतो, की काम पुरं करण्यासाठी कधी कधी मी रात्रभर ऑफिसात थांबते. आणि तरी त्या म्हणतात, 'तू याहून चांगलं करू शकली असतीस.' मॅडम, एखादी व्यक्ती जर इतकी असमाधानी असेल, तर तिला आपण खूष कसं काय करणार? त्यांच्या अपेक्षा इतक्या जास्त आहेत.''

''शांत हो बरं तू आधी. अगं, जो माणूस स्वत: असमाधानी असतो, तो दुसऱ्याला कधीच आनंद देऊ शकत नाही. कदाचित त्यांचं व्यक्तिमत्त्वच तसं असेल; पण एक लक्षात घे, आपल्या भोवतालच्या व्यक्ती जशा असतात, तसाच आपल्याला त्यांचा स्वीकार करावा लागतो. त्या कशा असाव्यात, याविषयी आपल्या भावना काय आहेत, याला काही महत्त्व नसतं. तुझ्या बॉसना निवडणं जरी तुझ्या हातात नसलं, तरी तुझ्या हाताखालच्या लोकांना तर तू तुझ्या पसंतीनं निवडून घेऊ शकतेस.''

''मॅडम, तुमचं म्हणणं जरी खरं असलं, तरी या अशा व्यक्तीच्या हाताखाली काम करताना मुळीच बरं वाटत नाही. कधी कधी तर मनात येतं, सरळ सोडून द्यावी ही नोकरी. माझ्या अनुभवाचा विचार करता मला दुसरी नोकरी मिळणं काही कठीण नाही; पण मला ही कंपनी आवडते. माझ्या हाताखाली काम करणारे माझे सहकारी आवडतात. मी खूप चांगलं काम करते. केवळ एका व्यक्तीच्या वागण्याखातर आपण ही नोकरी सोडावी, हेही मनाला पटत नाही.''

"तू तुझ्या बॉसच्या वरिष्ठांकडे या गोष्टीविषयी बोललीस?"

"हो; पण माझ्या बॉसचं हे पद फारच महत्त्वाचं आहे. त्यांच्या हातात खूप काही आहे. त्यामुळे कंपनी त्यांना गमावू इच्छित नाही."

"कदाचित जसे आणखी दिवस जातील, तसं तुझं आणि तुझ्या कामाचं महत्त्व त्यांच्या लक्षात येईल आणि त्या आपलं वागणं बदलतील."

मी तिचा निरोप घेऊन निघाले. एखादी असमाधानी व्यक्ती आपल्या भोवतीचं वातावरण किती गढूळ करू शकते, या विचारांनी मी थक्क झाले होते.

त्यानंतर वर्ष-दोन वर्षांचा कालावधी गेला असेल. अशीच मी एकदा जयनगरमध्ये भाजी घेत होते. पूर्वी याच जयनगर भागात मध्यमवर्गीय आणि कनिष्ठ मध्यमवर्गीयांची खूप वर्दळ असायची; पण आता हा भाग फारच महागडा झाला आहे. सर्व वस्तूंच्या किमती तर भरमसाठ वाढल्या आहेतच; पण घासाघीस करायचीही सोय राहिलेली नाही. एखादी स्त्री जर घासाघीस करू लागलीच, तर भाजीवाले आणि फळवाले तिला आपल्या मालाला हातही लावून देत नाहीत. आपण मालाची किंमत कितीही लावली तरी आपल्याला शेकडो इतर गिऱ्हाईके मिळतील अशी त्यांना जणू खात्रीच असते.

त्या दिवशी मी काकड्या घेत होते. भाजीवाल्यानं दहा रुपयांना एक काकडी, अशी किंमत सांगितली. मला ती किंमत फार जास्त वाटली म्हणून मी त्याच्याशी घासाघीस करत होते. त्यानं फारसे काही पैसे वाचतील असा मनात विचार नव्हता; पण हे तरुण भाजीवाले आपल्या तोंडाचा आणि विक्रीच्या कौशल्याचा वापर कसा करतात, हे मला बघायचं होतं. तो मुलगा एक पैसाही कमी करायला तयार नव्हता आणि मीही माझं म्हणणं सोडायला तयार नव्हते.

इतक्यात मागून आवाज आला, "मॅडम, कशा आहात तुम्ही?"

ती शांती होती. तिच्या कडेवर छोटा मुलगा होता आणि हातात भाजी व फळांनी भरलेली पिशवी होती. तिचं वजन थोडं वाढलेलं होतं. चेहरा पूर्वीसारखा बाळसेदार झाला होता. ती विद्यार्थिनी असताना जशी गोड हसायची, तशीच हसत होती.

"अरे... हे बाळ कधी झालं?"

"एक वर्षापूर्वी."

"तू खूष दिसते आहेस, शांती, मला बरं वाटलं तुला असं आनंदात पाहून."

"मॅडम, मी खूप सुखात आहे. घरी, ऑफिसमध्ये... सगळीकडे सगळं छान चाललंय आणि हे सगळं तुमच्या आशीर्वादामुळे."

"अगं शांती... मी फक्त चांगली इच्छा केली एवढचं; पण हो, तुझ्या त्या बॉस कशा आहेत? त्यांचा स्वभाव बदलला की काय?"

शांतीनं मला हाताला धरून रस्त्याच्या कडेला नेलं आणि ती सांगू लागली, "अखेर त्यांची बदली झाली. मला आता नवीन बॉस आले आहेत. ते फार चांगले आहेत. रोज सकाळ उजाडली, की कधी एकदा ऑफिसला जाईन, असं होतं मला. आता काम वेळेत पुरं करण्याचं मला अजिबात दडपण येत नाही. ते स्वभावानं एकदम मनमोकळे आहेत. त्यांना माझी एखादी गोष्ट पटली नाही, तर ते सरळ तसं येऊन सांगतात. सगळं तिथल्या तिथेच स्पष्ट होऊन गैरसमज काही राहातच नाही. शिवाय ते आम्हा सर्वांचं तोंड भरून कौतुक करतात. त्यामुळे आम्हालाही काम करायला उत्साह वाटतो. कधी कधी तर आमच्याबरोबर ते स्वत: रात्री कामासाठी थांबतात. त्यांनी आमची इतकी सुरेख टीम केली आहे. मॅडम, मला जेव्हा दिवस होते ना, तेव्हा ते मला नेहमी घरी राहून काम करायला सांगायचे; पण मी मात्र अगदी शेवटच्या दिवसापर्यंत ऑफिसला जात होते."

"शांती, तुझं ऐकून मला त्या गाण्याची आठवण होते आहे, मन वही... दर्पन वही... ना जाने ये क्या हो गया... के सब कुछ लागे नया नया..."

"मॅडम, तुमची ती जुनी सवय अजून गेली नाही वाटतं?"

मी जोरात हसले. शांती पुढे म्हणाली,

"मॅडम, आम्ही सगळेच ऑफिसात इतके खूष असतो. असं वाटतं, आम्ही सगळी एकाच कुटुंबातली माणसं आहोत. आणि हे केवळ आमच्या या नव्या बॉसमुळे. त्यांचा बघण्याचा दृष्टिकोनच मुळी इतका वेगळा आहे."

"खरं आहे, शांती. तुमचा दृष्टिकोन जर चांगला असेल तर तुम्ही स्वत:भोवती स्वर्ग निर्माण करू शकता... तुम्ही कुठेही असलात तरी!"

३

मर्यादा

वृंदा ही माझी सहकारी. ती वरिष्ठ मध्यमवर्गातली होती. ती एक चांगली शिक्षिका होती. तिला दोन मुलं– माया आणि महेश. तिचा पती एका नावाजलेल्या मेकॅनिकल इंजिनिअरिंग कंपनीत सीनियर मॅनेजर होता. लोकांच्या दृष्टीनं तिचं कुटुंब एक आदर्श कुटुंब होतं.

कॉलेजात टीचर्स रूममध्ये वृंदाची आणि माझी कधीही गाठ पडली तर आम्ही दोघी बसून गप्पा मारायचो. वृंदाची आणि माझी ओळख ती कॉलेजात असल्यापासूनची होती. त्यामुळेच ती माझ्याशी मनमोकळेपणे बोलत असे. तिला जे काही वाटत असेल, ते जराही आडपडदा न ठेवता मला सांगायची. हा गुण खरं तर फार कमी लोकांमध्ये आढळतो.

एक दिवस वृंदा उदास होती. मी तिला कारण विचारलं,

''तुला नाही कळायचं, आज मला किती वाईट वाटलं असेल ते!''

''घरी काही अडचण आहे का?''

''तशी माझ्या घरात काहीही अडचण वगैरे नाहीये; पण मला मात्र खूप वाईट वाटतंय.''

''पण का?''

''तुला माझी चुलत बहीण माहिती आहे ना, माला... तिनं कोरामंगल भागात साठ बाय चाळीसची जमीन घेऊन त्यावर घरही बांधलं आणि मी बघ... तीस बाय चाळीसच्या प्लॉटवर आमचं घर... ते सुद्धा राजाजीनगरमध्ये...''

''पण तुझं घर किती छान आहे. तीन बेडरूम्स आहेत, शिवाय बाग आणि बसस्टॉप किती जवळ आहे. बाजारपेठ तर चालण्याच्या अंतरावर आहे. एवढी वर्षं या घरात किती आनंदात राहिलीस ना तू? मग मालानं साठ बाय चाळीसच्या प्लॉटवर घर बांधलं काय, नाहीतर गीतानं ऐंशी बाय एकशेवीसचा प्लॉट विकत घेतला काय... तुला त्यानं काय फरक पडतो?''

''मी तुला काही एक सांगणार नव्हते ना, ते याचसाठी. तुला नाही कळणार. आता बघ... आमच्या नातेवाइकांमध्ये मालाची मान ताठ होणार, तिला जास्त

मान मिळणार.''

मला खरंच हे कळणं शक्य नव्हतं. एवढ्यात घंटा झाली आणि वृंदा नाइलाजानं उठून तासावर गेली.

तिची मन:स्थिती एवढी उदास असताना ती तासाला कशी काय शिकवणार... असा मला प्रश्न पडला.

काही दिवसांनी वृंदा परत भेटली. आता मात्र ती आनंदात होती. मी तिला काही विचारायच्या आतच ती म्हणाली, ''तुला माहिती आहे... माझी मुलगी आहे ना... माया... तिला दहावीच्या परीक्षेत गौतमपेक्षा जास्त मार्क्स मिळाले.''

ती काय बोलते आहे, मला काहीच कळेना. मी आपलं सहज विचारलं, ''कोण गौतम?''

''गौतम हा मालाचा मुलगा. एवढं मोठं साठ बाय चाळीसच्या प्लॉटवर घर बांधलं... पण काय उपयोग झाला? त्यापेक्षा आमच्या मायानं लहान घरात राहून त्याच्यापेक्षा चांगला अभ्यास केला.''

''मायाला किती मार्क्स मिळाले?''

''ऐंशी टक्के; पण गौतमला मात्र एकोणऐंशी टक्केच मिळाले.''

या एका टक्क्याचा वृंदाला एवढा कसला आनंद झाला होता, ते मला समजेना. शिवाय मार्कांचा आणि घर लहान किंवा मोठं असण्याचा संबंध तरी काय?

वृंदा कधी आनंदी असे तर कधी वैतागलेली. ती आनंदात दिसली की मी ओळखायची... आज हिची मान कोणापेक्षातरी जास्त वर दिसते आहे. तर ती दु:खात दिसली, की समजावं– कोणाचं तरी हिच्यापेक्षा काहीतरी चांगलं झालेलं दिसतंय. मग ती कितीही क्षुल्लक बाब असेना.

एक दिवस ती पेढ्यांचा बॉक्स घेऊन आली. माझ्या हातात पेढा ठेवत म्हणाली, ''माझ्या मिस्टरांना बढती मिळाली. आता त्यांना 'टेक होम सॅलरी' चाळीस हजार मिळणार.''

ती खरंच खूप आनंदात होती; पण दुसऱ्याच दिवशी परत तिच्या चेहऱ्यावर असमाधान दिसलं.

''इतकी वर्षे या मेकॅनिकल इंजिनिअरिंगच्या इंडस्ट्रीत गाढवासारखं राब राब राबून त्याचा काय फायदा? बालूचा मुलगा राजन माहीत आहे ना? तो म्हणे सॉफ्टवेअर इंजिनिअर आहे. तो आत्ताशी सत्तावीस वर्षांचा आहे आणि त्याला सत्तर हजार पगार आहे.'' बालू हा तिचा शेजारी.

एव्हाना मला एक गोष्ट कळून चुकली होती. वृंदाला आनंद होण्यासाठी बराच वेळ लागे पण दु:ख मात्र एका क्षणात होत असे. आपली चुलत भावंडे, सख्खी भावंडे, शेजारी– जो कोणी आसपास असेल त्याच्याशी ती सतत स्वत:ची तुलना

करत दु:ख करत बसायची. कधी कधी तर ती स्वत:च्या विद्यार्थ्यांबद्दलही असे उद्गार काढायची. ''जरा या तरुण मुलांकडे बघ. आत्ता कॉलेजात आहेत, तोपर्यंत कशी आज्ञाधारक आहेत; पण एकदा बाहेर पडून चांगली नोकरी मिळाली ना, की आपल्याशी बोलत सुद्धा नाहीत. त्याचं कारण काय, माहीत आहे? त्यांना आपल्यापेक्षा जास्त पैसे मिळतात ना!''

तिच्या दृष्टीनं ती स्वत: सोडून बाकी सर्वांचं आयुष्य कसं सुंदर होतं. एकदा तिनं तिच्या मनात खोलवर सलत असलेलं दु:ख माझ्यापाशी उघडं केलं.

''तुला माहीत आहे... माझी बहीण माझ्यापेक्षा दिसायला चांगली आहे ना, म्हणून माझी आई कायम आमच्यात भेदभाव करते आणि माझी सासू माझा रागराग करते, कारण मी माझ्या नणंदेपेक्षा दिसायला जास्त चांगली आहे. मला माझ्या आईच्या घरी पण सुख नाही आणि सासरी पण सुख नाही.''

त्यावर मी नुसती हसले. मी काय उत्तर दिल्यानं तिचं समाधान होईल, हे काही मला कळेना.

दिवसांमागून दिवस पिसांसारखे भुर्रकन उडून गेले. मुलं मोठी झाली. आता आपल्या मुलांविषयी बोलताना वृंदा तिचं ते नेहमीचं तत्त्वज्ञान सांगे.

''मला महेशच्या भविष्याची ना... फार काळजी वाटते.''

''अगं; पण तू महेशची कशाला चिंता करतेस? तो किती हुशार आणि अभ्यासू आहे. त्याला नक्की एखाद्या चांगल्या इंजिनिअरिंग कॉलेजात प्रवेश मिळेल, माझी खात्री आहे. त्याच्यासमोर काही नकारात्मक बोलू नको आणि त्याच्यावर दडपण तर मुळीच आणू नको. त्याला जबाबदारीची जाणीव आहे.''

महेश खूप हुशार होता. तो बारावीत होता. त्याची सीईटी (कॉमन एन्ट्रन्स टेस्ट) ला बसण्याची तयारी चालू होती. इतर सर्वच मुलांप्रमाणे त्याच्याही मनावर त्या परीक्षेचा प्रचंड ताण होता. मला वाटलं, वृंदा तिच्या त्या तसल्या वागण्यानं त्याचा ताण आणखी वाढवत असेल.

मला राहवेना. मी तिला उपदेशाचे चार डोस पाजले; पण त्याचा काहीही उपयोग होणार नव्हता, हे मला माहीत होतं; पण काही वेळा आपल्यालाही उपदेश केल्याशिवाय राहवत नाही, हेच खरं.

माझं बोलणं ऐकून वृंदा अधिकच अस्वस्थ झाली. चिडली.

''तुला व्यवहारातलं काही कळत नाही. महेशला एखाद्या रीजनल इंजिनिअरिंग कॉलेजात, नाहीतर बंगलोरच्या उत्कृष्ट कॉलेजात प्रवेश मिळावा, अशी माझी इच्छा आहे. खरं तर त्याला कॉम्प्युटर सायन्स किंवा इन्फर्मेशन टेक्नॉलॉजीला प्रवेश नाही मिळाला ना, तर मला माझ्या नातेवाइकांपुढे तोंड काढायला जागा उरणार नाही.''

''का बरं?''

"माझ्या दिराचा मुलगा आय.आय.टी. मद्रासला आहे. माझ्या नणंदेची मुलगी सुरत्कलच्या इंजिनिअरिंग कॉलेजात आहे. माझ्या बहिणीची मुलगी सिंगापूरला शिकायला गेली आहे, तीही स्कॉलरशिप मिळवून. आता जर महेशचं असंच काही चांगलं झालं नाही, तर मग आमचं काय राहिलं? त्याच्या भविष्याचं काय? कदाचित त्यामुळे त्याच्या मनात न्यूनगंड निर्माण होईल. आज मी खूप उदास आहे. त्याचं हे असं आणि मायाचं ते तसं..."

"आता मायाला काय झालं?"

"माझ्या भावाची मुलगी आणि माया एकाच वयाच्या आहेत; पण माया काही तिच्याइतकी गोरी नाही ना? उद्या जर एखादा चांगला मुलगा असला, तर तो मायापेक्षा आधी तिलाच पसंत करणार ना..."

वृंदाचं हे अलीकडे अतीच झालं होतं. सारखं आपलं रडगाणं गायचं... खरं तर तिच्या आयुष्यात सगळं इतकं चांगलं चाललेलं असताना ही केवळ दुसऱ्यांशी स्वतःची तुलना करून दुःखी व्हायची.

एखादा माणूस बुद्धिमान असला तरी त्याच्याहूनही आणखी कोणीतरी हुशार असतोच की. एखादी व्यक्ती खूप सुंदर असली, तरी तिच्याहून सुंदर कोणीतरी असतेच की. एखादा कितीही श्रीमंत असला तरी त्याच्यावर बिल गेट्ससारखा दुसरा कोणीतरी असतोच. या असल्या बाबतीत तुलना करायचीच कशाला? तुलना करून दुसऱ्याचा मत्सर करत बसण्यापेक्षा स्वतःत सुधारणा करणं कितीतरी चांगलं. आपल्या देशातील लोकांच्या या असल्या मनोवृत्तीमुळेच आपण कितीतरी लढाया हरलो. आपलं स्वातंत्र्यसुद्धा गमावून बसलो, हे आपल्या इतिहासानंच आपल्याला दाखवून दिलंय. एखादी व्यक्ती आपल्यापेक्षा सरस असेल, वरचढ असेल तर त्या व्यक्तीची आणि आपली ओळख आहे, याचा आपल्याला आनंद वाटला पाहिजे. वृंदा मात्र तिच्या स्वभावामुळे जिकडे जाईल तिकडे असमाधान आणि दुःख पसरवत असे.

"हे बघ, वृंदा. प्रत्येक फुलाचं स्वतःचं असं खास सौंदर्य असतं. म्हणूनच आपल्याला दोन फुलांमध्ये कधी तुलना करता येत नाही. निसर्ग हा फार मोठा कलावंत, चित्रकार आहे. त्याचमुळे प्रत्येक व्यक्तीचं स्वतःचं खास वेगळेपण असतं. प्रत्येकाचे स्वतःचे गुण असतात, वैशिष्ट्ये असतात, तसेच काही दोषही असतात, प्रत्येकाला आपापल्या मर्यादा असतात. प्रयत्न करणं आपलं काम आहे; पण म्हणून काही प्रत्येकाला हिमालय सर करता येणार नाही. एक लक्षात ठेव, एखाद्या व्यक्तीच्या काही मर्यादा असतील, तर तो काही त्या व्यक्तीचा दोष नसतो."

■

४

दृष्टिकोन

बऱ्याच दिवसांनी एम.जी. रोडवर मला माझा जुना वर्गमित्र भेटला– श्रीकांत देशपांडे. जुन्या मित्रमंडळींना भेटणं हा नेहमीच आनंदाचा क्षण असतो. जसजसं वय वाढत जातं, तसे बोलण्याचे विषय बदलतात. आपले जुने मित्र भेटले, की याची प्रचीती येते. आम्ही जेव्हा तरुण होतो, तेव्हा बोलण्याचा विषय असायचा "तुला किती मार्क्स मिळाले?" त्यानंतर काही वर्षांनी– "कुणाचं लग्न कुणाशी झालं?" आणि त्यानंतर आपली मुलं, त्यांचं शिक्षण इत्यादी. आता जसं वय झालं, तसं आम्ही एकमेकांच्या शारीरिक व्याधींविषयी बोलतो, नाहीतर मुलांच्या लग्नाविषयी.

आयुष्य ही सतत बदलत असणाऱ्या घटनांची मालिका असते. काळ कोणासाठी थांबत नाही. आपल्याला लोक भेटतात आणि पुन्हा दूर जातात. एखादा नशीबवान असलाच तर त्याच्या मृत्यूनंतरही जग त्याची आठवण काढतं.

मी आणि श्रीकांतनं भेटल्यावर थोडावेळ नेहमीसारख्या गप्पा मारल्या. अचानक काहीतरी आठवल्यासारखा तो म्हणाला,

"तुझ्या एका 'अतिरिक्त' नामक कादंबरीचा नायक श्रीकांत देशपांडे आहे, असं ऐकलं. खरं आहे का ते?"

"हो, खरं आहे; पण त्यात काय विशेष! जगात कितीतरी श्रीकांत असतात आणि कितीतरी देशपांडे असतात. तूच काही एकटा नाहीस."

"तू नाव वापरलंस, त्याबद्दल मला काहीच म्हणायचं नाहीये गं; पण तुला पुस्तकाची जी काही रॉयल्टी मिळाली असेल त्यातली अर्धी मला पाहिजे!"

"माझ्या कादंबरीच्या नायकाचं नाव श्रीकांत देशपांडे आहे, ही गोष्ट तुझ्या ध्यानात येईल आणि तू त्याबद्दल माझ्याकडे अर्ध्या रॉयल्टीची मागणी करशील, असं जर माझ्या स्वप्नात जरी आलं असतं ना, तर मी माझ्या नायकाचं नाव काहीतरी वेगळं ठेवलं असतं. एनी वे, आता तुझं नाव माझ्या पुस्तकामुळे एवढं प्रसिद्ध झालंय, कारण माझ्या त्या कादंबरीचा पाच भाषांमध्ये अनुवाद झालाय. मी कशाला तुला रॉयल्टी देऊ? उलट तूच मला पैसे द्यायला हवेस त्याबद्दल."

उत्तर कर्नाटकात आम्ही सगळे एकमेकांशी असंच मनमोकळेपणे बोलतो. आत्तासुद्धा आम्ही खळखळून हसलो आणि एकमेकांचा निरोप घेतला.

खरं सांगायचं तर लेखक व्यक्तिरेखेचं नामकरण जेव्हा करतात, तेव्हा त्यामागे त्यांचा जर काही विशिष्ट हेतू नसेल, तर ते त्या नावाबद्दल फारसा काही विचार करत नाहीत. त्या गोष्टीला इतकं महत्त्वही देत नाहीत. त्यांचं सगळं लक्ष असतं ते ती व्यक्तिरेखा विकसित करण्याकडे.

काही दिवसांनंतर एका लग्नात मला अपर्णा भेटली. ती आणि मी कॉलेजात एकत्र होतो; पण आज मात्र मला पाहून तिनं एकदम मान फिरवली आणि ती निघून गेली. सुमारे महिन्याभरापूर्वीच माझी आणि तिची गाठ पडली होती आणि तेव्हा तर ती माझ्याशी प्रेमानं बोलली होती. आज अचानक असं काय झालं हिला? मला काही कळेना. मग मी मुद्दामच तिच्यापाशी गेले आणि म्हणाले,

"काय झालं गं, अपर्णा? तुला बरं नाही का?"

त्यावर ती चिडून म्हणाली, "तू तुझ्या लेखात खुशाल माझं नाव वापरलंस, तेही माझ्या परवानगीशिवाय? असं कसं केलंस तू?"

ती कशाविषयी बोलते आहे, ते काही माझ्या लक्षात येईना. मी वेगवगळ्या वृत्तपत्रांसाठी स्तंभलेखन करत असते. तिच्या बोलण्याचा संदर्भ मला लागेना.

"तू कोणत्या लेखाविषयी बोलते आहेस, ते तरी सांगशील का?"

"'संयुक्त कर्नाटका'मध्ये तुझा तो लेख आला होता ना... 'इजिओडू' नावाचा."

मला आठवलं. त्या कथेतील नायिका खूप सुंदर असते, बुद्धिमान असते; पण तिचा पती खूप सनातन विचारसरणीचा, पुराणमतवादी असतो. त्या दोघांच्या संघर्षाची ती कथा होती. ती बरीच लोकप्रिय झाली होती.

"अगं; पण त्यातल्या नायिकेचं नाव पार्वती आहे, अपर्णा नाही."

अपर्णानं स्पष्टीकरण दिलं. "मी अमरकोश वाचलाय. त्यात सर्व देवदेवतांच्या नावांची यादी आहे. पार्वतीची पुष्कळ नावं आहेत. उमा, कात्यायनी, गौरी, शैलजा, रुद्राणी. अपर्णा हे सुद्धा पार्वतीचंच नाव आहे. मी आणि माझे पती अत्यंत सुखात आहोत. तुला काय गरज होती, माझं नाव वापरून असली कथा लिहायची?"

"कम ऑन अपर्णा, असं म्हटलं तर मग मला कुठलंच नाव वापरायला नको. अगं, कथा जेव्हा लिहिल्या जातात, तेव्हा जीवनात प्रत्यक्ष घडलेल्या गोष्टींपासून प्रेरणा घेऊनच ना? प्रत्येक स्वयंपाकघरात तांदूळ, तेल, गहू सगळंच असतं. तरीही प्रत्येक घरच्या स्वयंपाकाची रुची वेगळी असते ना? त्याचप्रमाणे आयुष्यात प्रेम, संघर्ष, जन्म, मृत्यू याचं गाठोडं असतंच. लेखक म्हणून आम्ही त्यातूनच काहीतरी उचलतो आणि त्यावर लिहितो. अगदी खरं सांगते, मी

आजतागायत एखाद्या व्यक्तीची परवानगी घेतल्यावाचून त्या व्यक्तीच्या जीवनाविषयी कधीही लिहिलेलं नाही.''

पण माझा सगळा युक्तिवाद व्यर्थ होता. ती माझं काही ऐकून घ्यायला तयारच नव्हती. श्रीकांतनं हीच गोष्ट किती हसतखेळत, विनोदानं व्यक्त केली होती आणि या अपर्णानं उगीचच, कारण नसताना राईचा पर्वत केला होता.

अशीच एकदा मी माझ्या एका मैत्रिणीबरोबर एका झोपडपट्टीला भेट द्यायला गेले होते. झोपडपट्टीमधील दारिद्र्य तर मनाला भिडतंच; पण त्याहीपेक्षा जास्त वाईट वाटतं ते या गोष्टीचं, की स्वच्छतागृहासारख्या मूलभूत सुविधा सुद्धा तिथे उपलब्ध नसतात. खरंतर स्वच्छतागृहाची सोय ही माणसाची मूलभूत गरज आहे. विशेषत: शहरी वस्तीत राहणाऱ्या स्त्रियांचे तर त्या अभावी फारच हाल होतात. ग्रामीण भागातील माणसांना निदान निसर्ग आडोसा देतो; पण शहरात मात्र माणसांची परिस्थिती फारच बिकट होऊन बसते.

आपल्या देशात लोकांना मंदिरे, मशिदी, चर्च आणि गुरुद्वारा बांधण्याचा खूप उत्साह असतो. परंतु स्वच्छतागृहे आणि शौचालये बांधावीत, असं मात्र कोणालाच सुचत नाही. अशी पवित्र धर्मस्थळे बांधल्यानं पुण्यप्राप्ती होते अशी लोकांची समजूत असते; पण स्वच्छतागृहासारख्या मूलभूत गरजेच्या गोष्टी बांधल्यानं पुण्य मिळतं, असं बहुधा कोणाला वाटत नसावं.

बंगलोरमधील काही गर्दीच्या, महत्त्वपूर्ण ठिकाणी स्वच्छतागृहे बांधण्याचा उपक्रम मी हाती घेतला होता; पण या स्वच्छतागृहांचा वापर करण्यासाठी माफक शुल्क आकारण्याची योजना होती. स्वच्छतागृहांची स्वच्छता राखण्यासाठी हे शुल्क आकारणं आवश्यक होतं. स्वच्छतागृहेच जर अस्वच्छ असतील, तर त्यात पाऊलही टाकावंसं वाटत नाही. अशा शुल्क आकारणीमुळे अनेक लोक नाराज होते, त्यांना पैसे भरून स्वच्छतागृहाचा वापर करण्याची कल्पना पटली नव्हती; पण तेथील स्वच्छता राखण्याचा खर्च भागवण्यासाठी ते करणं आवश्यक होतं.

या उपक्रमातील पहिलं स्वच्छतागृह शिवाजीनगर बस स्टँडजवळ बांधण्यात आलं. ते जनतेसाठी खुलं झाल्यानंतर एक दिवस अचानक काही न कळवता मी त्या ठिकाणी गेले. दोन तरुण स्त्रिया प्रसाधनगृहाचा वापर करण्यासाठी रांगेत उभ्या होत्या. त्या नोकरी करणाऱ्या स्त्रिया असाव्या व शिवाजीनगर बसस्टँडमधून बस घेऊन दररोज ये-जा करत असाव्यात, असं त्यांच्या संभाषणावरून वाटत होतं. त्या फारशा शिकलेल्या नसाव्या, तरीपण बंगलोरच्या दैनंदिन घडामोडींची त्यांना व्यवस्थित माहिती होती. त्यांच्या संभाषणात अचानक माझं नाव आलं. त्या मला प्रत्यक्ष ओळखत नव्हत्या, त्यामुळे मी त्यांचं बोलणं ऐकू शकले.

"या सुधा मूर्ती किती कोत्या मनाच्या आहेत. एवढे पैसे खर्च करून त्यांनी हे टॉयलेट बांधलं आणि आता आपल्याला त्याचा वापर करण्यासाठी पैसे का मोजायला लावतात? आपल्या नैसर्गिक गोष्टींसाठीपण आता आपण पैसे मोजायचे?"

त्यावर दुसरी म्हणाली, "खरं आहे तुझं म्हणणं. तुला त्यांच्याविषयी काहीच माहिती नाही. मी तर बऱ्याच लोकांकडून ऐकलंय, की त्यांनी बंगलोरमध्ये अशी पुष्कळ स्वच्छतागृहे बांधली आहेत आणि त्यातून मिळणाऱ्या पैशामधून त्या म्हणे कुठलासा ट्रस्टही चालवतात. त्यांना भरपूर फायदा होत असणार त्यातून."

मला नवल वाटलं. लोकांची अशी कशी मनोवृत्ती असते. आपण सामान्य लोकांचं आयुष्य जरा सुधारावं म्हणून आपल्या परीनं काही करायला जावं, तर अर्थाचा असा अनर्थ केला जातो. हे फक्त माझ्याच बाबतीत घडलं असं नाही, तर कोणीही व्यक्ती समाजसेवेचं व्रत घेऊन लेकांसाठी काही कार्य करत असली, तर त्याचा नेहमीच असा विपर्यास करण्यात येतो. खरं पाहायचं झालं, तर ही स्वच्छतागृहे बांधून पूर्ण झाल्यानंतर त्यांची स्वच्छता राखण्याचं कायमस्वरूपी काम एका कंत्राटदाराला देण्यात आलेलं असून, तोच त्यातून मिळणारं शुल्क जमा करतो व त्या पैशातून हा सगळा खर्च भागवतो. एकदा हा उपक्रम पूर्ण होऊन सर्व स्वच्छतागृहे बांधून लोकांच्या वापरासाठी खुली केल्यानंतर माझा स्वत:चा, इन्फोसिस कंपनीचा किंवा इन्फोसिस फौंडेशनचा त्यांच्याशी आर्थिक बाबतीत कोणताही संबंध उरत नाही, की त्यातून एक पैसाही आमच्यापर्यंत येण्याचा प्रश्न राहात नाही.

त्या स्त्रियांचं बोलणं ऐकून मी क्षणभर अस्वस्थ झाले; पण तात्काळ शांतही झाले. मी आयुष्यात एक गोष्ट शिकले आहे. तुम्ही माणसांवर प्रेम करा, त्यांच्या कल्याणासाठी जरूर झटा; मात्र लोक बोलणारच, त्यांच्या जे मनाला येईल ते बोलणार... विशेषत: ज्या व्यक्ती दानशूर असतील त्यांच्याविषयी तर बोलणारच; पण तरीही आपण आपलं काम करतच राहायचं... का? तर आपल्याला ते आवडतं, म्हणून.

अखेर आयुष्याकडे आपण ज्या नजरेनं पाहू, तसं आपल्याला जग दिसतं.

५

स्वार्थ

इन्फोसिस फौंडेशनतर्फे गेल्या दहा वर्षांत आम्ही विविध प्रकारच्या आपत्तींनी ग्रस्त झालेल्या व्यक्तींच्या पुनर्वसनाचं काम केलं आहे. यात पूर, भूकंप, वादळ, आग अशा वेगवेगळ्या संकटांत सापडलेल्या व्यक्तींचा समावेश आहे.

असंच एकदा मी आणि माझ्या टीममधील सहकारी आपद्ग्रस्त भागात मदतकार्यासाठी गेलो होतो. माझ्या टीममधील सर्वच्या सर्व लोक हे आमच्या इन्फोसिस कंपनीचे कर्मचारी होते. या कामासाठी ते सर्वजण खास रजा घेऊन आले होते. ते सर्वजण तरुण होते, उत्साही होते. मदतकार्यासाठी आम्ही ज्या भागात गेलो होतो, तेथपर्यंत जाण्याचा तिकिटाचा खर्चसुद्धा त्यांनी स्वतःच्या खिशातून स्वखुषीनं केला होता. सर्वजण सकाळी सहा वाजल्यापासून मध्यरात्री बारा वाजेपर्यंत अतोनात मेहनत करत. त्यांना जमिनीवर झोपावं लागे. दिवसातून एकदाच जेवायला मिळे; पण त्यांचं जीनवविषयक तत्त्वज्ञान साधं, सोपं होतं. 'आमचं आमच्या बांधवांवर प्रेम आहे आणि अशा कठीण परिस्थितीत त्यांच्या मदतीला धावून जाणं हे आमचं कर्तव्यच आहे.' आमच्या मदतीमागचा मुख्य उद्देश होता आपद्ग्रस्तांचं पुनर्वसन लवकरात लवकर करणं. यातील बऱ्याच लोकांच्या कुटुंबाची वाताहात झाली होती. नातेवाइकांची एकमेकांपासून ताटातूट झाली होती. घरदार, संसार, सामानसुमान नाहीसं झालं होतं.

त्यावेळी रोजच्या रोज आमच्या ऑफिसात विविध ठिकाणांहून प्रचंड सामानसुमान येऊन दाखल होत होतं. धनधान्य, औषधं, जुने आणि नवे कपडे, चपला, घरगुती वापराच्या वस्तू, खाण्याचे पदार्थ इत्यादी वस्तूंचा ओघ लागला होता, कारण आम्ही मदतकार्याचा उपक्रम हाती घेतल्याचं लोकांना माहीत झालं होतं. या विविध वस्तूंचं वर्गीकरण करण्याचं काम एकीकडे चालू होतं. याशिवाय त्या आपद्ग्रस्तांना पुरवण्यासाठी आम्हीसुद्धा विविध वस्तू विकत आणल्या होत्या, त्याची पाकिटे बनवण्यात येत होती. आम्हाला या सर्वांचं तिकडे नेऊन वाटप करायचं होतं.

कधीही एखाद्या भूप्रदेशावर संकट आलं की हां हां म्हणता त्या प्रदेशाची

लोकसंख्या दुप्पट हेते, हे मी स्वत: अनुभवलं आहे. भिकारी आणि त्या भागाच्या आसपास राहणारे इतर लोक, इतकंच नव्हे तर अगदी दूरदूरच्या प्रदेशांतील लोक सुद्धा फुकटचं अन्नधान्य आणि सामानसुमान पदरात पाडण्यासाठी येतात आणि निर्वासितांसाठी उभारलेल्या छावण्यांमध्ये मुक्काम ठोकून राहतात. अनेकदा हे असे लोक खुद्द आपद्‌ग्रस्तांपेक्षाही जास्त सामानसुमान फुकटचं पदरात पाडून घेतात. कधीकधी आपद्‌ग्रस्तांच्या जवळ जरुरीपेक्षा जास्त सामान जमा झालं तर ते त्याची विक्री करून पैसे मिळवतात. त्यामुळे अशा ठिकाणी जाऊन मदतकार्य करायचं असेल, तेथील परिस्थिती व्यवस्थित हाताळायची असेल, तर त्यासाठी खरोखरच अशा कामाचा अनुभव गाठीशी असावा लागतो.

आता माझ्या एक गोष्ट लक्षात आलेली आहे. जेव्हा कधीही आपल्या देशाच्या एखाद्या भागात अशी आपत्ती कोसळते, तेव्हा देशभर कार्यरत असणाऱ्या अनेक बिगरसरकारी, सेवाभावी संस्थांकडे लोक आपद्‌ग्रस्तांच्या मदतीसाठी पैसे आणि वस्तू पाठवून देतात. त्यामागे त्यांना वाटणारी सहानुभूती असते, अनुकंपा असते आणि त्यांची दानशूर वृत्ती असते. थोडक्यात काय, दात्यांची चणचण कधी पडत नाही. वानवा असते ती व्यवस्थापनाची, काम करणाऱ्या यंत्रणेची. त्यामुळेच अशा प्रकारे मदत करायची वेळ आली, की ते काम आम्ही स्वत:च करतो.

सरकारी अधिकाऱ्यांच्या साहाय्याने, तसंच सरकारी दप्तरात असणाऱ्या नोंदींच्या साहाय्यानं आम्ही आधी आपद्‌ग्रस्त भागाचा सर्व्हे, निरीक्षण इत्यादी करतो. हानी कुठे, किती प्रमाणात झाली आहे, याचा अंदाज घेतो. त्यानंतर सामानसुमान घेऊन आम्ही त्या ठिकाणी जातो; परंतु आम्ही आपदग्रस्तांना सामानसुमान कधी नुसतं नेऊन देत नाही. तत्पूर्वी आम्ही त्यांना कूपन्सचं वाटप करतो. असं करत असताना एकाच व्यक्तीला पुन्हा पुन्हा कूपन मिळणार नाही, तसंच भामटे लोक खोटेच आपद्‌ग्रस्त बनून मदतीचा लाभ घ्यायला येणार नाहीत, याचीही आम्ही काळजी घेतो. बरेच वेळा हे काम खूप किचकट, वेळखाऊ होतं. परंतु आम्ही नेलेलं सामान हे खरोखरच्या संकटग्रस्त, गरजू लोकांच्याच हातात पडावं, यासाठी हे करणं आवश्यक असतं.

पावसाळ्याचे दिवस होते. सामानाचं वितरण करणं मुळीच सोपं नव्हतं; पण आमची कामाची पद्धत अत्यंत शिस्तबद्ध असल्यामुळे त्यात कोणताही गैरप्रकार घडू शकत नाही.

या ठिकाणी आम्ही त्या गावात जाऊन गावाचे प्रमुख जे सरपंच होते त्यांची आधी भेट घेतली. त्यावेळी त्यांच्या पंचायतीचे इतर सदस्य, तसेच खुद्द संकटग्रस्तही उपस्थित होते. आम्हाला नक्की कोणती मदत करणं शक्य आहे आणि त्या लोकांच्या नक्की काय गरजा आहेत हे जाणून घेण्यासाठी ही मीटिंग होती. त्यानंतर

नक्की कोणतं सामान आपल्याला आणावं लागणार आहे, हे आम्हाला ठरवता आलं. त्याचप्रमाणे जी गरजू कुटुंबे होती त्यांची आम्ही एक यादी तयार केली. या यादीत नाव असलेल्या प्रत्येक कुटुंबाला आमच्याकडून मदत मिळणार होती.

पण दुसऱ्यादिवशी आम्ही जेव्हा सामानसुमान घेऊन ठरल्याप्रमाणे तिकडे गेलो, तेव्हा एक अनपेक्षित अडचण तिकडे उद्‌भवली. रांगेत उभे असलेले काही लोक आणखी सामान मिळावं यासाठी भांडणं करू लागले, काही लोक एकदा सामान मिळाल्यावर परत परत येऊन रांगेत उभे राहू लागले. आम्ही यादीनुसार जेवढं लागणार होतं, तेवढं सामान आणलं होतं व त्याशिवाय त्यापेक्षा पंधरा टक्के जास्त सामानसुद्धा बरोबर घेतलं होतं; पण लोकांची मागणी यापेक्षा कितीतरी जास्त वाढत चालली होती. जवळपास शंभर टक्क्याहून अधिक सामान लागलं असतं. हे आयत्यावेळी शक्यच नव्हतं. आम्हाला काय करावं ते कळेना.

मी लोकांशी बोलून त्यांना समजावण्याचा प्रयत्न करत होते. काहीतरी मोठी चूक होत आहे, हे त्यांना पटवून देत होते. तेवढ्यात एक मध्यमवयीन माणूस अचानक उठून उभा राहिला आणि कर्कश्श्य स्वरात ओरडून म्हणाला, "आज इथे थोडे जास्तीचे लोक आहेत. त्यांना जर सामान मिळालं नाही, तर त्यांना कसं वाटेल? आणि नाहीतरी तुम्ही आम्हाला हे सामान वाटताय, म्हणजे काही उपकार करत नाही आहात आमच्यावर! तुमच्याजवळ हे सामान देण्यात आलंय, ते आम्हाला वाटण्यासाठीच. खरं म्हणजे ते आमच्याच मालकीचं आहे. तुम्ही लोक इथे येऊन आमच्यासाठी काम करतोय असं दाखवून नावलौकिक मिळवता. नाहीतर तुम्ही लोक तुमची ऑफिसे, तुमची कामे सोडून कशाला हो याल इथे? तुम्ही सगळे स्वार्थी आहात, कारण तुम्ही हे जे काम करताय ना, ते तुम्हाला आवडतं. आम्हाला मदत करताना मोठा आनंद होतो तुम्हाला. आम्हाला मदत करण्याची संधी तुम्हाला मिळाली आहे; पण ते सामान मिळणं हा आमचा हक्क आहे. आम्हाला किती हवं हे आम्ही ठरवणार. तुम्ही नाही ते ठरवायचं. आणि आम्हाला जेवढ्या सामानाची गरज आहे, तेवढं जर तुम्ही आम्हाला देणार नसलात, तर चालू लागा इथून. आम्हाला नको तुमची मदत. घेऊन जा सगळं परत."

माझ्या टीममधले सहकारी तरुण होते. हे ऐकून ते फार अस्वस्थ झाले, चिडले. त्यांचं चिडणंही योग्य होतं. कारण ते काही या अशा उद्देशानं इथे आले नव्हते. उलट आपल्या कामातून रजा काढून स्वखुषीनं सगळे इथे मदतकार्यासाठी आले होते. आणि इतके कष्ट केल्यानंतर इथे आल्यावर त्याचं हे फळ मिळणार असलं, हे असलं बोलणं ऐकावं लागणार असलं, तर कोणालाही राग येणारच; पण माझ्या पांढऱ्या केसांनी मला शांत राहायला शिकवलंय. दोन्ही पक्षांत वादावादी चालूच होती. आता ते निर्वासित हळूहळू मारामारी करण्याच्या मन:स्थितीला

येऊन पोहोचले आहेत, हे मला जाणवलं. अखेर मला हस्तक्षेप करणं भाग पडलं.

मी माझ्या नेहमीच्या शांत स्वरात म्हणाले, "आम्ही काल इथे मुद्दाम तुमच्या गावाची पाहणी करण्यासाठी आलो होतो. तुमच्या गावात दोनशे कुटुंबं आहेत, अशी माहिती तुमच्या सरपंचांनीच आम्हाला दिली. त्या मीटिंगला तुम्ही सर्वजण उपस्थित होतात. तुम्ही सर्वांनी आपापल्या कुटुंबाच्या नावांची आमच्याकडील यादीत नोंद करून त्या नावांपुढे आपापल्या स्वाक्षऱ्याही केल्यात. हे सगळं कशासाठी तर सामानाच्या वाटपाच्या वेळी भलतेसलते लोक येऊन गैरफायदा घेऊ नयेत, यासाठीच होतं. जरा जास्तच असावं, म्हणून आम्ही आज इथे येताना दोनशेतीस कुटुंबांना पुरेल एवढं सामान घेऊन आलो. आता अचानकपणे जर इथे जास्तीची माणसं उपस्थित असतील, तर आम्ही त्यांना सामानसुमान पुरवलंच पाहिजे असं कसं म्हणू शकता तुम्ही? इथे संकट उद्भवलं म्हणून आम्ही मदतीला आलो; पण तुमच्या पाहुण्यांना आणि नातेवाइकांना सामानसुमान नाही पुरवू शकत आम्ही. आम्ही काय इथे जादूटोणा करून जास्तीचं सामान निर्माण करू शकतो का? तुम्हाला असं वाटतंय ना, की तुम्हाला मदत करण्यामागे आमचा स्वार्थ आहे; पण एक सांगू, आपल्याकडे असलेलं आपल्यापाशी ठेवण्यापेक्षा हा असला स्वार्थ बरा आमचा; पण आम्ही आमच्या टीमच्या मदतीनं इथे जे काम करायला आलो आहोत, त्याविषयी तुम्ही आदर दाखवू शकत नसाल, आम्ही तुमच्या सगळ्या अटी पाळाव्या असा जर तुमचा हट्ट असेल, तर आम्ही परत गेलेलंच बरं. तुम्ही आमच्या सामानाचा स्वीकार करणार नाही, अशी धमकी देताय? आम्हाला ते मंजूर आहे. आयुष्यात माणसाच्या मनात कृतज्ञता असणं फार महत्त्वाचं आहे. तुमच्यावर जेव्हा संकट कोसळतं, तेव्हा कुणीतरी तुम्हाला मदतीचा हात पुढे करतं. त्या मदतीची परतफेड कशी करायची माहीत आहे? दुसरा कुणी जेव्हा संकटात असेल, तेव्हा तुम्ही पुढे होऊन त्याला मदत करायची. आज तुम्ही हे असं बोलू शकताय, कारण आत्ता लोक आपण होऊन पुढे होऊन तुम्हाला देत आहेत. या संकटाला एक महिना उलटून गेला, की जग तुम्हाला विसरून जाईल. सगळे आपापल्या कामाला लागतील. इथे तुमच्याशी बोलायलाही कोणी येणार नाही. तुमच्यापर्यंत येऊन पोहोचलेला प्रेमाचा हा सेतू तुम्हीच जाळून टाकताय, याची फार मोठी शिक्षा तुम्हाला भोगावी लागेल. एक गोष्ट लक्षात ठेवा– तुमची नजर जशी असेल, तसं तुम्हाला जग दिसतं."

माझे शब्द ऐकून त्या माणसानं मान खाली घातली.

■

६

"चप्पल घालून चाल..."

आजकाल आपण कुठे जावं, हे सुद्धा रिक्षावाल्याच्या मर्जीवर अवलंबून असतं. आपल्याला कुठे जायचंय, हे महत्त्वाचं नसतं आणि समजा आपल्याला जिथे जायचं असेल, तिथे घेऊन जायला तो तयार झालाच, तरी तिथे सुखरूप पोहोचेपर्यंत आपल्याला जीव मुठीत धरूनच बसावं लागतं. जर एखाद्याला रिक्षावाल्याच्या त्या साहसी वाहन चालवण्याचा किंवा चुकीच्या मीटरचा अनुभव अजूनपर्यंत आला नसेल, तर तो माणूस नशीबवानच म्हणायचा.

असंच एक दिवस मला रिक्षानं जाण्याची वेळ आली. दुसरा काही पर्यायच नव्हता. रस्त्यावर रिक्षांची रांग लागली होती; पण मला न्यायला कोणीच तयार नव्हतं.

अचानक मी जिथे उभी होते तिथून थोड्या अंतरावर पुढे एक गाडी थांबली. कोणीतरी गाडीच्या गडद काचा खाली करून जोराजोरात हात हलवून मला खुणावत होतं. ती माझी मैत्रीण होती- सरोजा. ती मला खुणेनं तिच्या गाडीकडे बोलावत होती; पण तिला त्रास द्यायला नको वाटलं मला. मी म्हणाले, "मी विमानतळावर निघाले आहे. तो येथून खूप दूर आहे."

"लवकर आधी आत ये बघू. इथे गाडी पार्क नाही करता येत. नाहीतरी मी तिकडेच चालले आहे, माझ्या हॉस्पिटलकडे. माझा ड्रायव्हर सोडेल तुला."

आपलं मन जर स्वच्छ, नितळ असेल, तर चांगली मैत्री होऊ शकते. सरोजा पण अशीच मोकळ्या मनाची, बडबडी होती. आता तिची आणि माझी मतं काही बाबतीत फारच भिन्न होती, ही गोष्ट वेगळी. त्यामुळे कधीतरी आमचे वाद होत; पण मोकळेपणे बोलून आम्ही ते वाद विसरतही असू.

"सुधा... नवलच आहे... आज तू गाडी न घेता कशी आलीस? आणि रिक्षा स्टँडपाशी तू काय करत होतीस?" मला रिक्षा स्टँडपाशी उभं असलेलं पाहून सरोजाला खरोखरच आश्चर्याचा धक्का बसलेला दिसत होता.

"माझे दोन्ही ड्रायव्हर रजेवर आहेत. त्यामुळे मला रिक्षा करावी लागणार होती."

"अगं; पण मग तू टॅक्सी घ्यायचीस!"

"पण रिक्षा करण्यात काय गैर आहे? बंगलोरमध्ये कितीतरी लोकांकडे

गाडी नसते!''

''पण रिक्षा फार धोकादायक असतात!''

''मग तसंच बघायला गेलं तर आजकाल रस्त्यावरून गाडीनं जाणं हे तर विमानानं जाण्यापेक्षाही जास्त धोकादायक होऊन बसलंय!''

''आजकाल विमानं तरी कुठे ठरल्या वेळी सुटतात? मला तर प्रवास करण्याचीच शिसारी येते.''

''पण नशिबानं तुला जास्त प्रवास करण्याची वेळच येत नाही. कारण तुला हॉस्पिटल सोडून कुठे जाता येत नाही ना!''

सरोजानं माझी जी उलट तपासणी चालवली होती त्यावरून मला आमच्या कॉलेजातल्या तोंडी परीक्षांची आठवण झाली.

सरोजा आणि तिचा पती एक लहानसं हॉस्पिटल चालवतात. त्यांची मिळकतही उत्तम आहे. दोन्ही मुलांची लग्नं झालेली आहेत. मोठा परदेशात असतो. धाकटा मात्र आपल्या बायको व मुलासहित यांच्याबरोबर एकत्र राहतो. त्यांचा मोठा बंगला आहे. एकंदर चांगलं सधन कुटुंब आहे. आता याहून जास्त एखाद्या स्त्रीला काय हवं असतं?

पण सरोजा खूष नव्हती.

''तुझी प्रॅक्टिस कशी चाललीय?'' मी सहज विचारायचं म्हणून तिला विचारलं.

''काही विचारू नको. बंगलोरमध्ये हल्ली इतकी जीवघेणी स्पर्धा आहे. खाजगी प्रॅक्टिस करणं आजकाल इतकं अवघड होत चाललंय. त्यात मुलं जर डॉक्टर नसतील, तर मग परिस्थिती फारच वाईट असते. कधीकधी वाटतं– हे हॉस्पिटल विकून टाकावं आणि येतील ते सगळे पैसे बँकेत टाकावे. निदान चार पैसे तरी हातात येतील. आजकाल पेशंट सुद्धा ना इतके हुशार झालेत. गेल्या खेपेला एका पेशंटनं मला एकच प्रश्न आठ वेळा विचारला. त्यांना वाटतं आधुनिक औषधं आणि शल्यचिकित्सेनं मरणावर सुद्धा विजय मिळवता येतो आणि जर एखाद्या रुग्णाला आमच्या औषधानं गुण नाही आला, तर लगेच त्याची तक्रार सुरू होते– आम्ही नुसते पैसे उकळतो, म्हणून...''

''मिलिंद कसा आहे?'' मी तिला थांबवायला मुद्दामच मध्ये विचारलं.

मिलिंद हा तिचा मुलगा. हा सॉफ्टवेअर इंजिनियर आहे. तो अमेरिकेत असतो.

''आयुष्य काही सोपं नाहीये, तिथे. सारखा कामावरून कमी करतील, नोकरी जाईल... असा धोका. त्याच्या डोक्यावर बेकारीची टांगती तलवार सतत आहे. त्याची बायको पण नोकरी करते. शिवाय अमेरिकेत नोकरचाकर मिळत नाहीत ना! त्यामुळे मुलांना बेबीसिटरपाशी ठेवावं लागतं. मुलांना एक अक्षरही

कन्नड येत नाही. मला इतकं वाईट वाटतं!''

एव्हाना आम्ही डेअरी सर्कलपाशी पोहोचलो होतो. तिथे रहदारी तुंबली होती. नुसत्या जिकडे तिकडे मोटारीच मोटारी आणि दुचाकी गाड्या दिसत होत्या. लोक जोराजोरात मोटारीचे भोंगे वाजवून आपला असंतोष जाहीर करत होते. त्याचंच पार्श्वसंगीत तयार झालं होतं.

''हे तर इथे रोजचंच झालंय. बाणेरघाटा रोड असो नाहीतर डेअरी सर्कल, सिल्क बोर्ड असो नाहीतर डोमलूर... सगळीकडे तेच. कधी कधी तर असं वाटतं, या रोजच्या ट्रॅफिक जॅममध्ये अडकण्यापेक्षा अक्षरश: रोज म्हैसूरला जाऊन परत येणं सुद्धा परवडेल.'' सरोजा सुस्कारे टाकत म्हणाली.

''मोठ्या शहरात राहायचं म्हटलं, की हे सगळं आलंच. तुम्ही जर हुबळी किंवा म्हैसूरसारख्या लहानशा गावात राहत असाल, तर कोणत्याही जागी ५-१० मिनिटांत पोहोचता येतं; पण इथे राहण्याचे फायदेही आहेत, ते बघ ना. आपल्या इथे आंतरराष्ट्रीय विमानतळ आहे; इतकी इंजिनियरिंग कॉलेजेस आहेत, हवा किती चांगली आहे... आय.टी.ची केवढी चलती आहे...''

''आता कशी बोललीस! तुम्ही सॉफ्टवेअरचे लोक ना दिसेल त्या इंजिनियर झालेल्या मुलाला पकडता. आजकाल कामाला माणूस मिळणं कठीण झालंय. सगळ्यांनाच मुळी भरपूर पगार हवा असतो. गौरव तक्रार करतच होता...''

गौरव हा सरोजाचा दुसरा मुलगा, बंगलोरमध्ये स्थायिक झालेला सॉफ्टवेअर इंजिनियर.

''पण गौरव तुझ्याजवळ राहतोय, म्हणून तू खूष असशील ना?''

''खरं सांगू? विशेष नाही. गौरव आणि त्याची बायको– दोघंही सॉफ्टवेअर इंजिनियर आहेत. त्यांना मुळी कशाला वेळच नसतो. गेल्या कित्येक दिवसांत गौरवशी धड बोलायला सुद्धा मिळालेलं नाही मला. अनिता तर तिच्याच जगात असते. पार्ट्या, मित्रमंडळी, फॅशन... घरी मुलांना खूप एकटं वाटतं. माझंही आता वय होत चाललंय. मला आता मुलांकडे बघणं होत नाही. एवढी ताकदच नाही राहिली. तुला सांगते, आजची तरुण पोरं फार महत्त्वाकांक्षी असतात.''

''आणि तुझ्या सासूबाई कशा आहेत?''

''ते एक वेगळंच प्रकरण आहे. त्या आता इतक्या म्हाताऱ्या झाल्या आहेत... आणि वयाबरोबर हट्टीपणाही वाढलाय. आत्ता, या वयातसुद्धा त्यांना पूर्वीच्या काळच्या सासवांप्रमाणे माझ्यावर हुकमत गाजवायची असते आणि त्याच्या उलट माझ्या दोन्ही सुनांना माझी काहीच पर्वा नाही. दोन पिढ्यांच्या कात्रीत मी सापडले आहे.''

एकूण गाऱ्हाण्यांचा तास सुरू असल्यासारखं मला वाटलं... कोणताही

विषय काढा... कोणत्याही व्यक्तीबद्दल बोला... तरी आपलं तेच.

मी तिला विचारलं, "सरोजा... तुझ्या मते सुखी आयुष्य हे कसं असलं पाहिजे गं?"

सरोजानं क्षणभर माझ्याकडे पाहिलं... आणि मग हसू लागली... माझ्या अज्ञानाची कीव करत...

"सुखी आयुष्य...? हं... असा समाज... आणि असा देश... जिथे एवढे जास्त ताणतणाव नसतील. जरी मुलांची लग्न झाली तरी त्यानंतर सुद्धा सर्वांमध्ये एक मोकळेपणा, एक सुसंवाद असेल. वयोवृद्ध माणसांनीही तरुण पिढीशी मिळतंजुळतं घेऊन राहिलं पाहिजे, कारण काळ बदललाय. रस्ते रुंद हवेत– चौपदरी हवेत... म्हणजे रहदारीला अडथळा होणार नाही. डॉक्टर्स प्रयत्नांची शिकस्त करत असतात, हे पेशंट्सनी सुद्धा समजून घेतलं पाहिजे. अखेर डॉक्टर हे काही देव नसतात. सर्वांनीच समजून घेऊन हा समाज सुधारायला हवा. म्हणजे मग सगळे सुखी होतील."

एव्हाना विमानतळाचा रस्ता लागला होता. माझी उतरायची वेळ झाली होती; पण उतरण्याआधी मला तिला काही सांगायचं होतं.

"सरोजा, तू हे जे सगळं म्हणते आहेस ना, हे स्वप्नातलं जग आहे; पण तुझं हे स्वप्न कोणत्याच देशात प्रत्यक्षात येणं शक्य नाहीये. अगदी छोट्या गावात सुद्धा नाही. आपल्याला जर सुखी व्हायचं असेल, तर आपला दृष्टिकोन आधी बदलला पाहिजे, जगाचा नाही. जशी पृथ्वी मातीनं आणि चिखलानं भरलेली आहे, तसं हे जग अडचणींनी आणि वासनांनी भरलेलं आहे. हे तुला माहिती आहे का? या चिखलानं भरलेल्या जगात तुला जर आपले पाय स्वच्छ ठेवायचे असतील, तर त्याला दोनच उपाय आहेत. एक तर संपूर्ण पृथ्वी चामड्यानं झाकून टाक. नाहीतर मग स्वतःच्या पायांत चपला घाल."

सरोजा मला मध्येच थांबवून म्हणाली, "किती मोठं सूत्र आहे हे. तुला हे कुणी शिकवलं?"

एव्हाना मी गाडीतून खाली उतरून दार बंद करत होते. मी तिला म्हणाले, "हे वचन गुरूंच्या मुखातून प्रत्यक्ष ऐकण्याचं भाग्य मला लाभलं नाही कारण त्यांनी माझ्या आधी २५०० वर्षांपूर्वी जन्म घेतला. त्या गुरूंना आपण बुद्ध म्हणतो."

"अगं? पण तू बौद्ध कधी पासून झालीस?"

"ही आत्ताच– तुझ्या समोर. बुद्धाला समजून घेण्यासाठी बौद्ध होण्याची गरज नसते. बुद्ध आपणा सर्वांचे आहेत. आपण जर त्यांचा उपदेश समजून घेतला तर त्याचं मोल खऱ्याखुऱ्या रत्नांहून अधिक आहे."

■

७

पाहुणचार

सुमारे दोन वर्षांपूर्वी अशीच एकदा माझा मैत्रीण सुमन माझ्याकडे येऊन राहिली होती. ती गेली पंचवीस वर्षे अमेरिकेत स्थायिक आहे. स्वत:चं वजन, दिवसाकाठी आहारातून घेतलेले उष्मांक इत्यादी बाबतीत ती अत्यंत जागरूक आहे. याचं कारण तिच्या कुटुंबातील व्यक्तींना उच्च रक्तदाब, हृदयविकार इत्यादीची पार्श्वभूमी आहे. तिला बंगलोर आणि धारवाडमध्ये अनेक मित्रमैत्रिणी आहेत. या खेपेला केवळ आपल्या या सर्व मित्रपरिवाराला भेटण्यासाठी म्हणून ती मुद्दाम आली होती. आपण जेव्हा आपल्या मुलांपासून लांब जातो, तेव्हा ती मुलंच आपल्याला त्यांच्याजवळ खेचून आणतात. आता सुमनची मुलं मोठी झाली आहेत. ती भारतात यायला तयार नसतात; पण सुमनला मात्र पूर्णपणे स्वातंत्र्य आहे. तिला पाहिजे तेवढे दिवस ती इकडे राहू शकते.

कधी कधी मीपण तिच्याबरोबर तिच्या चुलत, मामे, मावस भावंडांना भेटायला जाते. मी स्वत: सुमनच्या घरी राहिलेली आहे. तिचं राहणीमान कशा प्रकारचं आहे, ते मी पाहिलं आहे. ती डाएट करते, व्यायाम करते, लांब चालायला जाते, मेडिटेशन (ध्यान) करते. दिवसाकाठी तिचे चार-पाच तास स्वत:च्या आरोग्याची काळजी घेण्यात जातात. शाळेत असताना ती जरा गुबगुबीत होती, कारण तिला गोड पदार्थ खाण्याची खूप आवड होती. आज मात्र ती अक्षरश: गोडाला स्पर्श करत नाही. असं करताना तिला मनावर फार संयम ठेवावा लागतो. एकदा मी तिला विचारलं– "तू तुझ्या जिभेवर एवढा ताबा कसा काय ठेवू शकतेस?"

त्यावर ती विषादानं म्हणाली, "ओ! ते वाटतं तितकं सोपं नाहीये हं; पण मी सवय केली आहे. कधी कधी मला सुद्धा गोड खाण्याची खूप इच्छा होते. म्हणूनच आम्ही घरात कधी काही गोड पदार्थ ठेवतच नाही."

भारतात अतिथीला देव मानतात. आपल्याकडे पूर्वापार चालत आलेल्या पद्धतीनुसार आपण आपल्या स्वत:पेक्षा पाहुण्यांची जास्त काळजी घेतो, त्यांची सरबराई करतो. कितीतरी घरांमध्ये जे चांगलंचुंगलं असेल ते पाहुण्यांना द्यायचं

अशी पद्धत असते. लोकांना पाहुण्यांचं आदरातिथ्य करताना मनापासून आनंद होतो, असा माझा स्वत:चा अनुभव आहे. पाहुण्यांना खूष करण्यासाठी लोक कितीतरी धावपळ करतात. शहरांपेक्षाही लहान गावांमध्ये तर हे जास्त आढळतं.

मी सुमनबरोबर आमची मैत्रीण जया हिच्याकडे गेले होते. जयाची प्रकृती बरी नव्हती. तरी पण आम्ही आल्याचा तिला खूप आनंद झाला होता. आम्ही घरात शिरून बसतो न बसतो तोच ती लगबगीनं उठून स्वयंपाकघरात गेली आणि तांब्याच्या फुलपात्रात पाणी आणि दोन थाळ्या घेऊन आली. त्या थाळ्यांमध्ये गोड पदार्थ होते. फार जास्त प्रकार नव्हते; पण जे काही होते ते भरपूर साखर आणि तूप वापरून बनवण्यात आले होते. मला नाही म्हणणंही कठीण होतं आणि खाणंही तेवढंच कठीण होतं. उच्चभ्रू वर्तुळापेक्षा सामान्य घरातील गृहिणीचे विचार जरा वेगळे असतात. त्यामुळे आपण पाहुण्याच्या पानात जे काही वाढलं असेल ते त्यानं आनंदानं सगळंच्या सगळं खाल्लं पाहिजे अशी तिची अपेक्षा असते. अशा ठिकाणी जर आपण पानात काही टाकलं तर त्या घरातल्या लोकांना अपमान वाटेल याची जाणीव पाहुण्यांना सुद्धा असते. लहानपणापासून आपल्यालाही हीच शिकवण असते, की 'पानात वाढलेलं संपवावं, कधी टाकू नये. ते चांगल्या संस्कारांचं लक्षण नाही. तसं करणं हा अन्नाचा अपमान आहे.' ताटलीमधील ते गोड पदार्थ पाहून सुमन चांगलीच अस्वस्थ झाली. तिला गोड खूप आवडतं, हे जरी खरं असलं, तरी तिला आपलं डाएट मोडवेना. खरं तर आपल्या आवडीचा जिन्नस जोपर्यंत नजरेआड असतो, तोपर्यंत मनावर संयम ठेवणं फारसं कठीण जात नाही; पण तोच पदार्थ जर कुणी समोर आणून ठेवला, की मग मात्र तोंडाला पाणी सुटतं आणि जिभेवर ताबा ठेवणं कठीण होऊन बसतं. अखेर सुमनला मोह काही टाळता आला नाही आणि तिनं ते गोड पदार्थ खाल्ले. आमच्या पानातील पदार्थ संपायच्या आतच जया आतून आणखी खायला घेऊन आली आणि आम्हाला खाण्याचा आग्रह करू लागली.

"हे पायसम् तर खाल्लचं पाहिजे तुम्ही दोघींनी." दक्षिण भारतात खिरीला पायसम् म्हणतात. प्रांताप्रांतानुसार खिरीची चव जराशी वेगळी असते. "याला अप्पली पायसम् म्हणतात," जया म्हणाली, "आज आख्खी दुपार गेली माझी, दूध आटवताना. मी मुद्दाम तुमच्यासाठी बनवली आहे."

या खेपेला मात्र सुमन निग्रहानं 'नाही' म्हणाली, मी स्वत: डाएटचा वगैरे एवढा काही विचार करत नसल्यामुळे मी आनंदानं ती खीर खाल्ली. खीर खरंच अप्रतिम झाली होती. मी खीर खाल्ली म्हणून जयाला खूप बरं वाटलं; पण सुमननं खीर खाल्ली नाही त्याबद्दल तिला फारच वाईट वाटलं.

"असं काय गं सुमन, तू का नाही खात आहेस खीर? आम्ही काही तुमच्या

एवढे श्रीमंत नाही; पण मी किती प्रेमानं खीर बनवली आहे. तुमच्या अमेरिकेत काही अशी खीर खायला मिळणार नाही तुला. कुठल्या दुकानात विकतसुद्धा मिळणार नाही हो. एकदा अमेरिकेला परत गेलीस, की कर सुरू तुझं डाएट; पण इथे भारतात आम्हाला भेटायला आल्यावर तरी असलं डाएट वगैरे करत जाऊ नको.''

तिचं बोलणं ऐकून सुमनच्या डोळ्यांत पाणी आलं. मी जयाला म्हणाले, ''जाऊ दे गं जया, अशी सक्ती करू नको. तू अगदी मनापासून सगळं केलं आहेस, ते ठीक आहे; पण तिला खाणं शक्य नसेल तर राहू दे ना. तिचं तिला ठरवू दे.''

मी सुमनची बाजू घेतल्याचं पाहताच जया माझ्यावर चिडली. ''मी जर आणखी आग्रह केला ना, तर सुमन खीर नक्की खाईल. शिवाय तब्येतीला पण किती चांगली असते. सुमन, ही अशी खीर तुझ्या आजोबांना किती आवडायची ते मला माहीत आहे. ते माझ्या आजोबांचे मित्र होते. ते एखाद्या काठीसारखे ताठ आणि कडक होते; पण ते सगळं गोडधोड खायचे. ते हे असले डाएट वगैरे कधीही करत नसत.''

''खरं आहे गं तुझं म्हणणं; पण माझे आजोबा खेड्यात राहायचे. त्यांची भाताची शेती होती. ते रोज दहा मैल चालायचे. ते ज्या काही कॅलरीज घेतील त्या सगळ्या छान खर्च होऊन जायच्या. माझी आजी तर म्हातारपणीसुद्धा विहिरीतून पाणी शेंदून काढायची; पण आपलं राहणीमान त्यांच्यापेक्षा वेगळं आहे. तेव्हा प्लीज... नको गं आग्रह करू.''

आम्ही जयाच्या घरून निघालो ते खिन्न मन:स्थितीत.

सुमनचा जाण्याचा दिवस जवळ आला. ती वजनाच्या काट्यावर उभी राहिली. तिचं वजन पाच किलो वाढलं होतं. ती अतिशय अस्वस्थ झाली.

''मी नुसतं ग्लासभर पाणी प्यायलं तरी त्याचा तूप खाल्ल्यासारखा परिणाम होतो माझ्या शरीरावर. माझं वजन फार झपाट्यानं वाढतं आणि ते आटोक्यात ठेवणं फार कठीण होऊन बसतं. कमी करणं तर किती अवघड जातं, विचारूच नका. दुर्दैवानं आपल्याकडे लोकांना हे समजत नाही की दुधातुपानं माखलेले गोडधोड पदार्थ, तळकट पदार्थ पाहुण्यांना आग्रह करकरून खाऊ घालणं म्हणजे काही आदरातिथ्य नव्हे. शिवाय कोणाच्याही घरी गेल्यावर खायला नको म्हटलं, की लोक त्याचा उलटाच अर्थ लावतात; पण त्या खाणाऱ्या व्यक्तीसाठी ते अन्न विषासारखं असतं. पूर्वीच्या काळी भरपूर गोडाधोडाचा स्वयंपाक करणं हे समृद्धीचं, संपन्नतेचं लक्षण मानलं जाई; पण ते दिवस आता गेले. आजकाल सर्वजण आरोग्याच्या बाबतीत जागरूक झाले आहेत, वजनाच्या बाबतीत जागरूक झाले आहेत...''

काही दिवसांपूर्वी मी एका लग्नासाठी दिल्लीला गेले होते. तेथे बुफे पद्धतीचं

जेवण होतं. एका कोपऱ्यात एका टेबलावर साखरेशिवाय बनवलेले पदार्थ ठेवलेले होते. ते पाहून मला अतिशय आनंद झाला. पाहुण्यांचं आदरातिथ्य करायचं, तर पाहुण्यांना खरोखर काय खायला हवं आहे, ते लक्षात घेऊन त्यांच्यासाठी ते बनवणं हा खरा पाहुणचार. आजकाल अनेक दुखणी अशी आहेत, जी माणसाला कणाकणानं मारत असतात आणि त्यांच्यावर ताबा मिळवायचा, तर आपल्याला आधी आपल्या जिभेवर ताबा मिळवायला हवा.

आदरातिथ्य म्हणजे नक्की काय, तर आलेल्या पाहुण्याला आपल्याकडे घरच्यासारखं वाटलं पाहिजे. त्याला मनमोकळेपणे बोलता आलं पाहिजे. आराम करता आला पाहिजे आणि आपण जे काही साधेसुधे चार घास खाणार असू तेच त्याला आपल्याबरोबर आनंदानं खाता आले पाहिजेत. त्याच्यावर कोणत्याही प्रकारचं दडपण आणणं योग्य नव्हे; पण आपण मुळी आदरातिथ्याचं हे मूलभूत तत्त्वच विसरलो आहोत. आपल्याला वाटतं विविध प्रकारचे भरपूर अन्नप्रकार पाहुण्यासाठी बनवणं, म्हणजे पाहुणचार. इतकंच नव्हे, तर त्या पाहुण्याला खाण्याचा आग्रह करत राहायचं, तो कंटाळून नको म्हणाला तर नाराज व्हायचं... हा पाहुणचार! एखाद्या व्यक्तीला आर्जवानं खाण्याची विनंती करणं हा सुसंस्कृतपणा आहे; पण त्या व्यक्तीला काही कारणानं ते खाणं शक्य नसेल, तर त्यातून काही गैरसमज करून घेणं, त्याच्या नाही म्हणण्याचा चुकीचा अर्थ लावणं, हे काही योग्य नव्हे.

मला भारतीय आदरातिथ्याची आठवण झाली आणि मिष्टान्नानं भरलेली थाळी माझ्या नजरेसमोर तरळली.

८

परदेशी

भगवान गौतम बुद्धांचा विचार कधीही मनात आला, की त्यांची शांत मुद्रा, डोक्यावर बांधलेली कुरळ्या केसांची गाठ, अर्धोन्मिलित नेत्र, सरळ नाक, विशाल कर्ण आणि केशरी वस्त्रातील पद्मासनस्थ अशी त्यांची मूर्ती डोळ्यांसमोर येते. त्यांचा उजवा हात जमिनीला स्पर्श करत असतो (भूस्पर्श मुद्रा) किंवा लोकांना धीर देत असतो (धर्मबोध मुद्रा).

भगवान बुद्ध हे दयेचा सागर होते. युद्धाच्या काळात त्यांनी शांततेचा संदेश देण्याचं काम केलं. आपण भगवान बुद्धांच्या ज्या काही मूर्ती पाहतो त्यात भगवान पूर्ण उमलेल्या कमळावर आसनस्थ झाल्याचं आपल्याला दिसतं. त्यांच्या हातात कधीकधी भिक्षापात्रही असल्याचं दिसून येतं. भगवानांना आपण अभयहस्त मुद्रा किंवा ध्यान मुद्रा अशा रूपातही पाहतो. भगवान बुद्धांचं भिंतीवर चितारलेलं चित्र असो नाहीतर पाषाणात कोरलेली मूर्ती असो, चिकण मातीची मूर्ती असो नाहीतर दुसऱ्या कशापासूनही बनवलेली मूर्ती असो. भगवान बुद्ध हे नेहमी वर उल्लेख केलेल्या मुद्रांपैकी एखाद्या मुद्रेत असलेले आपल्याला दिसतात.

सुमारे पंचवीसशे वर्षांपूर्वी आपला शेजारी देश नेपाळ येथे भगवान बुद्धांचा जन्म झाला. त्या वेळचं त्यांचं नाव सिद्धार्थ होतं आणि ते राजपुत्र म्हणून जन्माला आले होते. परंतु त्यांच्या पाऊलखुणा मात्र जास्त करून भारतातच उमटलेल्या दिसतात, मग ते ठिकाण कुठलंही असो– श्रवस्थी, राजगृह, सारनाथ, बोधी गया किंवा कुशीनगर! भगवान बुद्धांचे अनुयायी मुख्यत्वेकरून भारतातच असले तरी त्यांच्या शिकवणीचा व तत्त्वज्ञानाचा प्रसार मात्र जगभर सर्वत्र झालेला आढळतो. आजचं उदाहरण द्यायचं झालं तर चीन, जपान, कोरिया, थायलंड, श्रीलंका या देशांची नावे सांगता येतील; पण नवल करण्यासारखी गोष्ट अशी की भगवान बुद्ध जेव्हा जीवित होते, तेव्हा मात्र त्यांच्याविषयी कोणालाही फारशी माहिती नव्हती. ते कोण होते, कसे होते... याची कोणाला कल्पना नव्हती. त्यांचं एकही खरंखुरं शिल्प किंवा तैलचित्र उपलब्ध नाही. त्यांच्या मृत्यूनंतर जवळजवळ पाचशे वर्षांनी गांधार देशात (हा भाग सध्याचे अफगणिस्तान व पाकिस्तान

यांच्यामधील सीमेवर आहे) गांधारकला नामक एका कलाप्रकाराचा उदय झाला व त्यावेळच्या कलावंतांनी त्या विशिष्ट शैलीमध्ये प्रथम भगवान बुद्धांना चितारलं.

इस्लामाबादपासून सुमारे पंचवीस किलोमीटरवर तक्षशीला नामक एक स्थळ आहे. हे स्थळ ऐतिहासिक दृष्ट्या अत्यंत महत्त्वपूर्ण आहे. जगातील सर्वांत प्राचीन विश्वविद्यालय– तक्षशीला विश्वविद्यालय– येथे स्थापन करण्यात आले होते. याच ठिकाणी अंबी राजानं अलेक्झांडर-द-ग्रेट याला निमंत्रण देऊन बोलावले होते. याच ठिकाणी बुद्ध धर्माचे सर्वांत मोठे पुरस्कर्ते सम्राट अशोक यांनी अनेक बुद्धविहार बांधले. या बुद्धविहारांमध्ये देशोदेशीचे विद्वान वादविवाद व चर्चा करण्यासाठी जमत. नंतरचीही कित्येक शतके हा प्रघात चालूच होता. थोर चिनी प्रवासी ह्यू-एन-त्संग यांनीही या ठिकाणाला भेट दिली होती आणि त्यांनी आपल्या लेखनात या स्थळाच्या वैभवशाली परंपरेचं आणि सौंदर्याचं वर्णन केलेलं आहे; पण आज मात्र या स्थळाचे केवळ भग्नावशेषच आपल्याला दिसतात.

आता त्या ठिकाणी एक अत्यंत सुंदर मंदिर बांधण्यात आलं आहे. तत्पूर्वी तेथे काही उत्खननही करण्यात आलं होतं. त्यातून ज्या काही गोष्टी निघाल्या त्यासुद्धा तेथे एका वस्तुसंग्रहालयात ठेवण्यात आल्या आहेत. त्यात भगवान बुद्धांची अनेक मस्तके आहेत. ती भिन्न भिन्न पदार्थांपासून तयार करण्यात आली आहेत. विविध प्रकारचे दिवे आणि पाषाणापासून बनवलेली शिल्पे आहेत. त्यांमधून भगवान बुद्धांच्या जीवनाची गाथा सांगण्याचा प्रयत्न केलेला दिसतो.

काही दिवसांपूर्वीच मी पाकिस्तानच्या दौऱ्यावर गेले होते. तेव्हा इस्लामाबादलाही जाण्याचा प्रसंग आला. तेव्हाच मी तक्षशीलाला भेट दिली. इस्लामाबादमध्ये पाऊल ठेवताच एक गोष्ट मला जाणवली. या देशाबद्दल जे काही बोललं जातं, ते काही सर्वस्वी खरं नाही. तेथे तर सर्वत्र तरुण सुंदर मुली आणि स्त्रिया मोकळेपणे सर्वत्र हिंडत होत्या. अगदी आपल्या देशातील महिला हिंडतात तशाच, सलवार-कमीज घालून.

त्या देशात गेल्यावर माझ्यासमोर आलेली पहिली गोष्ट ही होती, तर दुसरी गोष्ट म्हणजे आमच्या यजमानांनी आमच्या स्वागतासाठी जी मेजवानी ठेवली होती, त्यात त्यांनी चना-भटुरा, आलूपराठा, जिलेबी असे पदार्थ ठेवले होते. ते पाहून तर मला अगदी घरच्यासारखं वाटलं.

आपल्या देशात जशी आपण कुठेही जाऊन कोणत्याही दुकानात खरेदी करू, कपडे विकत घेऊ, तसंच या ठिकाणीही मी करू शकत होते. शिवाय तेथील चलन सुद्धा रुपया हेच आहे. तेथील लोक उर्दू भाषा बोलत होते. ऐकताना मला ती भाषा आपल्या हिंदीसारखीच वाटत होती, त्यामुळे अजिबात परकेपणा वाटत नव्हता. आमचा टॅक्सी ड्रायव्हर कुठल्यातरी बॉलीवुडच्या हिंदी

गाण्याची धून गुणगुणत होता. त्यामुळे तर मला जणू काही मुंबई किंवा दिल्लीतच असल्यासारखं वाटलं. अगदी आपल्या भारताप्रमाणे या देशात सुद्धा विमाने उशिरा सुटत होती. थोडक्यात सांगायचं, तर इथे घरच्यासारखं वाटायला अजून काय हवं?

मी एका फ्रेंच ग्रुपबरोबर तक्षशीला पाहण्यासाठी गेले. त्यांचीही त्या ठिकाणाला भेट देण्याची इच्छा होती. तेथे गेल्यावर पाहिलं, तर तिकिटाला खूप मोठी रांग होती; पण म्युझियमच्या संचालकांनी आम्हा सर्वांच्या उत्साही, आनंदी चेहऱ्याकडे पाहिलं आणि ते म्हणाले, ''वेळ खूप कमी उरलाय. तेव्हा तुम्ही आधी आत जा आणि तुम्हाला ज्या काही गोष्टींमध्ये रस असेल, त्या गोष्टींविषयी मी तुम्हाला माहिती देईन. दरम्यान तुमच्या ग्रुपचे जे कोणी आयोजक असतील त्यांना तुम्हा सर्वांसाठी तिकिटं विकत घेऊन ती पहारेकऱ्याकडे सुपूर्द करायला सांगा.'' मला त्यांचं ते बोलणं पटलं. त्यानंतर आत जाऊन मी प्रदर्शनात मांडलेल्या प्रत्येक कलाकृतीकडे एकाग्रचित्तानं निरखून पाहू लागले. माझी खूप जुनी इच्छा पूर्ण करून घेऊ लागले.

मी जेव्हा बाहेर आले तेव्हा तिकिटाच्या खिडकीवर लिहिलेली पाटी वाचली. त्यावर लिहिलं होतं, 'स्थानिक लोकांसाठी पंचवीस रुपये व परदेशी पर्यटकांसाठी दोनशे रुपये.' आम्ही सर्वजण नुकतेच भरल्या हृदयानं त्या म्युझियममधून बाहेर पडलो होतो– मनात अपार कौतुक घेऊन. तेवढ्यात चौकीदारानं माझ्या तिकिटाचा फाडून घेऊन उरलेला अर्धाभाग माझ्या हाती ठेवला. मी त्यावर माझ्या तिकिटाची किंमत पाहिली. ती दोनशे रुपये होती. मला धक्का बसला. मी त्याला म्हणाले, ''तुम्ही परदेशी पर्यटकांसाठी तिकिटाचा दर दोनशे रुपये ठेवला आहे, हे मी समजू शकते. कारण हे म्युझियम व्यवस्थित चालवण्यासाठी तुम्हाला पुष्कळ खर्च येत असणार; पण काय हो... माझ्याकडून तुम्ही कसे काय दोनशे रुपये घेतले? मी तर भारतीय आहे ना?''

त्यावर तो चौकीदार थंड स्वरात उत्तरला, ''तुम्ही भारतीय आहात, म्हणजे आमच्या दृष्टीनं तुम्ही परदेशीच आहात.''

त्याचे ते शब्द ऐकून अचानक काळजात कुठेतरी खोलवर कळ उठली. रस्त्यात पाहिलेले सलवार-कमीज, चना-भटुरा, आलूपराठा, जिलेबी, रुपया, भाषा आणि ते बॉलीवुडमधली गाणी गुणगुणणं... हे सगळं पाहून आपण एका परक्या देशात आलो आहोत, हे मी विसरून गेले होते; पण त्या दोनशे रुपयांच्या तिकिटानं मात्र मला वास्तवाची जाणीव करून दिली.

■

१

जनावरांचा क्लास

आजकाल बंगलोर शहराच्या रहदारीतून प्रवास करणं फार कठीण होऊन बसलंय. मग तुमच्या मालकीच्या एखाद्या वाहनानं तुम्ही प्रवास करत असा नाहीतर दुसऱ्या कोणत्याही वाहतुकीच्या साधनानं जात असा! गेल्या काही दिवसांपूर्वीच आम्ही मित्रमंडळींनी असं ठरवलं, की आपण एखादं ठिकाण निश्चित करून तिथे जमायचं; पण येताना मात्र आपलं आपण यायचं, एकानं दुसऱ्याला आणायला जाणं... वगैरे काही व्याप ठेवायचा नाही. आम्ही सर्वांनी मिळून एकत्र सिनेमाला जायचं ठरवलं. घरी टेलिव्हिजनवर लागलेला सिनेमा पाहणं किंवा फिल्मची डी.व्ही.डी. घरी आणून पाहाणं यापेक्षा चित्रपटगृहात जाऊन चित्रपट पाहण्याचा आनंद काही वेगळाच असतो. मला तर घरी सुद्धा सतत इतके फोन येत असतात, की एका जागी बसून एकग्रचित्तानं एखादा चित्रपट पाहणं अशक्य होऊन बसतं.

ठरल्या वेळेला मी चित्रपटगृहापाशी जाऊन पोहोचले. माझ्या दोघी मैत्रिणी–विद्या आणि माला माझ्याआधीच येऊन पोहोचल्या होत्या. त्या दोघींची घरं तेथून जवळच होती. थोड्या वेळानं आमची अजून एक मैत्रीण शीतल येऊन पोहोचली, तोपर्यंत चांगलाच उशीर झाला होता. आम्ही सगळ्या बाकावर बसून गप्पा मारत असतानाच पुढच्या खेळासाठी डोअरकीपरनं चित्रपटगृहाची दारं उघडली.

"शीतल, तुला एवढा उशीर का झाला?" मी विचारलं. आमच्या सगळ्यांच्यात शीतल एकदम शांत स्वभावाची होती. ती मोजकं, मुद्देसूद बोलायची.

"मी विदुलाकडे गेले होते. तिथे वेळ झाला."

विदुला ही आमची कॉलेजातील मैत्रीण. ती आमच्यापेक्षा लहान होती. कनिष्ठ वर्गात होती.

"अगं हो, विदुला असते कुठे अलीकडे?" विजयानं शीतलला विचारलं.

"तिनं एक बिगरसरकारी सेवाभावी संस्था सुरू केली आहे. मी तिलाच भेटायला गेले होते. ती सुनामीग्रस्तांच्या मदतकार्यात व्यस्त होती."

"या सुनामीच्या लाटा आपल्या समुद्रकिनाऱ्याला येऊन भिडेपर्यंत आपण

तर सुनामीचं नाव सुद्धा ऐकलं नव्हतं नाही का? पण तसं बघायला गेलं, तर हे नाव मात्र छानच आहे. मला मात्र त्याचं स्पेलिंग सुद्धा माहिती नव्हतं. मला वाटलं, 'सु' म्हणजे चांगले आणि 'नामी' म्हणजे नाव. चांगले नाव!'' माला म्हणाली.

''मला विदुलाबद्दल मात्र वाईट वाटतं. ती कॉलेजात असताना किती हुशार, बुद्धिमान होती. तिला तर खरं म्हणजे एम.बी.ए. होऊन एखाद्या मोठ्या कंपनीत एक्झिक्युटिव्हची नोकरी मिळाली असती; पण त्याऐवजी तिनं समाजशास्त्रात एम.ए. केलं आणि ही सेवाभावी संस्था सुरू केली. मला तर तिचं काही कळतच नाही,'' हेही वक्तव्य मालाचंच होतं.

''त्या एकाच उपक्रमासाठी किती लोक काम करतायत. लोकांनी केवढ्या मोठ्या देणग्या दिल्या आहेत. सगळ्यांनी फक्त त्याच गोष्टीसाठी कशाला काम करायला हवं आहे? मला तर काही कळतच नाही. मी वर्तमानपत्रात वाचलं, की सुनामीग्रस्तांना भरपूर मदत मिळाली असून त्यांचं सगळं चांगलं चाललंय.'' विजया म्हणाली.

शीतल म्हणाली, ''सुनामीमुळे प्रचंड प्रमाणात हानी झालेली आहे. विदुलाला स्वयंसेवकांची गरज आहे. मी तिच्याकडे त्याविषयीच चौकशी करायला गेले होते; पण तिनं पैशासाठी कोणाकडेही याचना केलेली नाही.''

''ओ! तिला स्वयंसेवक हवे असतील, तर मी पुढच्या महिन्यातील शनिवार आणि रविवारी चार-चार तास जायला तयार आहे. फक्त मी कारने जाईन.'' विजया म्हणाली.

''पण पुढच्या महिन्यात का बरं? या महिन्यात काही खास काम आहे का?'' मी विचारलं.

''तसं नाही. आमच्या लग्नाचा पंचविसावा वाढदिवस जवळ आलाय ना... त्याची तयारी करायची आहे.''

''मग पार्टी कुठे आहे?'' मालानं उत्साहानं विचारलं.

''माझी इच्छा ताज वेस्टएन्डमध्ये करायची आहे; पण मुलांना लीला आवडतं. तुमचं काय मत आहे?''

''तुला खरंच माझं मत हवं आहे?'' मी उगीचच मध्ये बोलले.

''हो. मला तुझ्या मताचा आदर आहे.''

''तर मग पार्टी घरीच कर. जे पैसे वाचतील ते विदुलाच्या स्वाधीन कर. दुसऱ्या कुणा अनोळखी माणसांकडे देणगी सुपूर्द करताना आपल्याला त्यांचा विश्वास वाटत नाही; पण आपली विदुला जातीनं लक्ष घालून काम बघते. त्यामुळे आपण दिलेला पैसा सत्कारणी लागेल याची आपल्याला खात्री वाटते. तुला आठवतं शाळेत असताना आपण तो चित्रपट पाहिला होता... काबुलीवाला.

त्यात सुद्धा असंच होतं. लग्नकार्याचा खर्च वाचवून ते पैसे काबुलीवाल्याला प्रवास-खर्चासाठी देण्यात आले होते. अफगणिस्तानला जाऊन त्याला आपल्या मुलीला भेटता यावं... म्हणून!''

विजयाचा चेहरा पडला. ती गप्प झाली.

''मला पण विदुलाला पैसे द्यायची इच्छा आहे. मी अमेरिकेतून परत आल्यानंतर! मला तिचा पत्ता मिळेल का?'' मालानं विचारलं.

शीतलनं ताबडतोब आपल्या डायरीतील एक पान फाडून त्यावर विदुलाचा पत्ता लिहून तो मालाला दिला.

''तू अमेरिकेला कधी चालली आहेस? काही खास निमित्त?'' मी विचारलं.

''ओ! माझ्या नातवाचा पहिला वाढदिवस आहे. मी एका आठवड्यातच परत येणार आहे.''

''काय? तू फक्त एका आठवड्यासाठी तिकडे चालली आहेस? आपल्या या वयात अशा धावपळीचा त्रास नाही का होणार तुला?

''छे, गं. मी नेहमी फर्स्ट क्लासनं प्रवास करते. त्यामुळे मला त्याचा काहीच त्रास नाही होत. लोक त्या जनावरांच्या क्लासनं कसा काय प्रवास करतात, कोण जाणे!''

तिच्या या उर्मट बोलण्याचं मला आश्चर्य वाटलं.

शीतल म्हणाली, ''अगं, तू येईपर्यंत सुनामीग्रस्तांच्या मदतीला फार उशीर होईल. त्यापेक्षा असं करू या– तुझ्या वतीनं मीच मदतीचा चेक नेऊन देते. तू परत आलीस की मला पैसे दिलेस तरी चालेल. मग कितीचा चेक देऊ?''

''अं... असं कर.. दे पाचशेचा!''

मालानं आपल्या हातातील विदुलाचा पत्ता लिहिलेली चिठ्ठी उघडली आणि सहज म्हणाल्यासारखं दाखवत म्हणाली, ''ओ... ही विदुला फारच लांब राहते नाही? तिचा नवरा काय करतो गं?''

मला वाटतं, विदुलाचं समाजात नक्की काय स्थान आहे, हे आजमवण्याचा तो प्रयत्न चालला असावा.

''त्याची फिरतीची नोकरी आहे. तो कोणत्यातरी औषधाच्या कंपनीत झोनल मॅनेजर आहे ना... त्यामुळे त्याला गावोगावी हिंडावं लागतं आणि तिचा मुलगा अमेरिकेत असतो, सॉफ्टवेअर इंजिनिअर आहे.'' मी उत्तर दिलं.

''काय बाई आयुष्य असेल या विदुलाचं? नवरा सतत फिरतीवर आणि मुलगा अमेरिकेत. ही बिचारी घरी एकटी, गरिबांची मदत करत बसते. दुसरं तरी काय करणार म्हणा ती! तिनं किती लोकांची किती दुःखं आजपर्यंत पाहिली असतील, देव जाणे. मला तर तिच्याविषयी खूप वाईट वाटतं.''

हे बोलणं ऐकून एरवी एवढी शांत असणारी शीतल सुद्धा अस्वस्थ झाली. ती म्हणाली, "हे मात्र खरं नाही हं. विदुला खूप सुखात आहे. कितीतरी गृहिणी असणाऱ्या स्त्रिया आपण होऊन तिच्याकडे येऊन भेटल्या... स्वयंसेवक म्हणून काम करायला... काहीही पैसा न घेता आणि ते सुद्धा केवळ वीकएन्डला नव्हे, तर रोज. एकदा मी स्वतःच तिच्यासोबत त्यांच्या एका उपक्रमाच्या ठिकाणी गेले होते. ती आणि तिच्याबरोबर काम करणाऱ्या सर्वच महिला खूप समाधानी आहेत, कारण त्या कुणाचं तरी दुःख वाटून घेतात. त्यांच्या आयुष्याला काहीतरी अर्थ आहे. जी माणसं दुसऱ्याला मदत करतात त्यांचं आयुष्य फार चांगल्या प्रतीचं असतं. अशा माणसांपुढे कितीही मोठी संकटं येऊन उभी राहिली, तरी ती त्याबद्दल तक्रार करत नाहीत. कारण इतरांच्या आयुष्यात याहीपेक्षा कितीतरी भयंकर गोष्टी घडलेल्या त्यांनी पाहिलेल्या असतात."

असं आमचं बोलणं चालू असतानाच घंटा झाली आणि आम्ही चित्रपटगृहात जाण्यासाठी उठलो. माला मग पुढे त्या विषयावर काहीच बोलली नाही.

चालताना माझ्या चपलेला कसलातरी स्पर्श झाल्याचं मला अंधारात जाणवलं. मी खाली वाकून पाहिलं. ती चिठ्ठी होती. तीच ती चिठ्ठी– याच चिठ्ठीवर शीतलनं विदुलाचा पत्ता लिहून मालाला दिला होता.

■

१०

"आपण त्यांच्यासाठी काम करत राहायचं..."

सुनामीचा घाला खरोखरच निर्दयी होता; पण मदतकार्य वेगानं चालू होतं. ज्यांचे संसार उद्ध्वस्त झाले, त्यांच्याकडे नव्या साड्या, धोतरं, टॉवेल्स, पांघरुणे, अंथरुणे, स्वयंपाकासाठी स्टोव्ह, भांडी, प्लॅस्टिकच्या बादल्या, पिण्याच्या पाण्याच्या बाटल्या, चटया इत्यादी वस्तूंचा ओघ सुरू होता. नागपट्टणम्, कडलूर, वेलकणी आणि कराईकाल सारख्या ज्या गावांना बरीच प्रसिद्धी मिळाली तिकडे हा ओघ अधिकच जोरानं चालू होता. काही ठिकाणी तर रस्त्यावर जुन्यापुराण्या फाटक्या-तुटक्या कपड्यांचे ढीग रस्त्याच्या दोन्ही बाजूंना पडलेले होते. त्यांना कुणी हातही लावायला तयार नव्हतं.

पर्यटनासाठी आलेल्या अनेक कुटुंबांची वाताहात झाली. कुटुंबातील माणसांची वाताहात झाली. समुद्रकिनारी असलेल्या कोळ्यांच्या वस्त्या उजाड झाल्या. घरे गेली, झोपड्या गेल्या, मासेमारीची जाळी गेली, बोटी गेल्या; पण सगळ्यांत महत्त्वाचं म्हणजे जगण्यावरचा विश्वासच उडून गेला त्यांचा. सुनामी लाटा अगदी अल्पकाळासाठी आल्या आणि हजारो लोकांना आयुष्यातून उठवून गेल्या, त्यांना उद्ध्वस्त करून गेल्या.

सुनामीच्या तडाख्यातून कसेबसे वाचलेले हतभागी जीव मंगलकार्यालयांमध्ये वस्तीला येऊन राहिले. कुणी सुनामीग्रस्तांसाठी तात्पुरत्या उभारलेल्या छावण्यांमध्ये जाऊन थांबले. सुरुवातीच्या काळात बऱ्याच सेवाभावी संस्था त्यांच्या मदतीसाठी धावून आल्या. तयार अन्नाची पाकिटं पुरवणं, साथीचे रोग पसरू नयेत यासाठी औषधं व इंजेक्शनांची व्यवस्था करणं, जखमी झालेल्या व्यक्तींना वैद्यकीय मदत देणं अशा गोष्टी सुरुवातीच्या काळात वेगानं चालू होत्या; पण तो मदतीचा ओघ हळूहळू आटत गेला. आता सुनामीग्रस्त प्रदेशात उरले आहेत ते फक्त निर्वासित, काही स्वयंसेवक आणि काही सरकारी कर्मचारी. काही काही भागात तर असंही घडलं, की पोळी व भाजीचे ढीग लोकांना देण्यासाठी येऊन पडले होते, परंतु तेथील लोकांची स्वतःचं अन्न स्वतःच शिजवून खाण्याची इच्छा होती. त्याचं कारण असं की त्यांच्या अन्नपाण्याच्या सवयी वेगळ्या आहेत आणि अशा

भीषण परिस्थितीत सुद्धा त्यांना डाळ-भातच शिजवून खाण्याची इच्छा होती; पण अशावेळी दोष तरी कुणाला द्यायचा? जो याचक आहे, तो त्याच्या जागी खरा आणि जो दाता आहे, त्याचंही त्याच्या परीनं बरोबरच असतं.

आम्ही अशा काही ठिकाणांना जेव्हा भेटी द्यायला गेलो, तेव्हा आम्हाला असं दिसून आलं, की तेथील लोकांना सामानसुमानाची पुरेशी मदत मिळाली होती; पण ते सामान सुरक्षितपणे ठेवायची त्यांच्याकडे काही सोय नव्हती. एकमेकांच्या सामानाची चोरी, त्यासाठी मारामाऱ्या व भांडणं हे दृष्यही काही दुर्मिळ नव्हतं. आमच्या अजून एक गोष्ट लक्षात आली– या लोकांना मदतकर्त्यांनी खूप सामान दिलं असलं, तरी ज्या काही अत्यावश्यक गोष्टी असतात, त्यांची अजूनही चणचणच होती.

तातडीनं मदतकार्यासाठी धावून आलेल्यांचा उत्साह आता समाप्त होत चालला होता. आयुष्य हळूहळू सुरळीत होऊ बघत होतं. आमच्या या भेटीचा उद्देश परिस्थितीची नीट पाहणी करणं, त्या लोकांशी प्रत्यक्ष बोलणं आणि त्यांना ज्या काही गोष्टींची गरज आहे, अशा गोष्टींची यादी तयार करणं हा होता. आमच्या स्वयंसेवकांचा गट त्या कामी जुंपलेला होता.

त्यानुसार आम्ही सरव्हायव्हल किट्स– जीवनावश्यक सामानसुमानाची पेटी बनवून घेण्याचं ठरवलं. या 'सरव्हायव्हल किट्'ची कल्पना मला सुचली कारण अशा प्रकारचं किट् मी अमेरिकेतील एका दुकानात पाहिलं होतं. तेथील किट् हे मुख्यत: गिर्यारोहकांसाठी बनवण्यात आलेलं होतं. गिर्यारोहण करत असताना एखादं अनपेक्षित संकट पुढं उभं राहिलं, तर जीव वाचवण्यासाठी माणसाला जे काही लागेल, त्या सगळ्याचा समावेश त्यात होता. त्या कल्पनेत काही थोड्या सुधारणा करून आम्ही आमचं 'सुनामी सरव्हायव्हल किट्' बनवून घेतलं. ह्या सरव्हायव्हलं किट्चा संकटग्रस्त लोकांना खरोखरच उपयोग झाला. अर्थात हा उपाय तात्पुरता होता, त्यानं त्या लोकांचा कायमचा प्रश्न सुटणार नव्हता याची आम्हालाही कल्पना होतीच. तर अशा रीतीनं इन्फोसिस फाउंडेशनतर्फे असं 'सरव्हायव्हल किट्' अखेर तयार झालं– एक मोठी ट्रंक... या ट्रंकेत गरजेच्या पंचवीस वस्तू आणि एक भक्कम पाच लेव्हल्सचं कुलूप आणि किल्ली.

हे किट् वापरण्यास सोयीचं आणि उपयुक्त होतं. आम्ही जी ट्रंक निवडली होती ती आकारानं भरपूर मोठी, भक्कम अशी ॲल्युमिनियमची ट्रंक होती. त्यात औषधे, ताडपत्री, टॉर्च, एक छोटा रेडिओ, अन्नधान्य, साबण इत्यादी गोष्टी होत्या. ही कल्पना खरोखर अभिनव होती आणि आमच्या स्वयंसेवकांच्या टीमनं त्यासाठी अपार कष्ट घेतले होते.

हे संपूर्णपणे सांघिक प्रयत्न होते. आमची गरज फार मोठी असल्यानं आम्ही

सर्व वस्तू थेट उत्पादकांकडून विकत घेतल्या होत्या. आम्ही या वस्तू सुनामीग्रस्तांच्या मदतीसाठी घेत आहोत हे कळताच सर्वच उत्पादकांनी सगळ्या वस्तू कोणताही जादा आकार न घेता थेट आमच्या दारापर्यंत आणून पोहोचवल्या. शिवाय त्यांनी किमतीतही आम्हाला मोठी सवलत दिली.

आता या सर्वच्या सर्व वस्तू एका जागी पसरून आम्हाला आमची सरव्हायव्हल किट्स तयार करायची होती. त्यासाठी आम्हाला भली मोठी जागा हवी होती. या कामासाठी आमच्याकडे दहा जणांची फौज कामासाठी सज्ज होती... माझा विद्यार्थी जॉर्ज जोसेफ यानं अतिशय निरपेक्ष बुद्धीनं शहराबाहेर असलेल्या आपल्या प्रचंड मोठ्या बंगल्याचं बेसमेंट या कामासाठी आम्हाला उपलब्ध करून दिलं. आम्ही मेटॅडोर गाड्यांमधून थेट त्या बेसमेंटपाशीच सगळा माल उतरवला आणि ती किट्स तयार करायला सुरुवात केली. सगळा माल केवळ दोन दिवसांच्या अवधीत अत्यंत व्यवस्थितपणे एक हजार ट्रंकांमध्ये भरण्यात आला. मधून मधून जॉर्ज येऊन आमचं काम कसं काय चाललंय, ते बघून जायचा. आम्हाला काही मदत हवी आहे का, तेही तो विचारायचा. आमच्या स्वयंसेवकांच्या चहानाश्त्याची व्यवस्थापण त्यानंच केली होती. संपूर्ण काम अत्यंत शिस्तबद्धरीत्या पार पाडण्यात आलं. अखेर कोणत्याही ट्रंकेत एखादी वस्तू घालायची विसरली तर नाही ना, ते परत एकदा तपासून पाहण्यात आलं.

त्यानंतर त्या सगळ्या ट्रंका ट्रक्समध्ये भरण्याचं काम सुरू झालं; पण गोडाऊनमधून त्या ट्रंका आणून बाहेरील ट्रक्समध्ये रचणं फार अवघड गेलं असतं. त्यावरही जॉर्जनंच उपाय काढला. तो म्हणाला, "मॅडम, तुम्ही काळजी नका करू. शेजारची मोकळी जागा आहे ना, तिचा मालक माझ्या चांगल्या ओळखीचा आहे. त्यांचा आर्किटेक्ट इथे रोज येतो, त्यांच्या ऑफिसातून मी परवानगी घेऊन ठेवीन. कारण जागेचा मालक परदेशात असतो; पण इतक्या मोठ्या, उदात्त कामाला जागा वापरू द्यायला कोण नाही म्हणेल?"

ती मोकळी जागा प्रचंड मोठी होती. शिवाय रस्त्याच्या एका कडेला होती. आमचा माल ट्रकमध्ये भरायला ती जागा फार सोयीची होती. जॉर्जच्या या प्रस्तावामुळे आम्हाला फारच आनंद झाला.

दुसऱ्या दिवशी सकाळी आमचं काम चालू असताना तिथे एक उत्साही, तरुण स्त्री आली. ती हसत हसत माझ्यापाशी आली आणि म्हणाली, "मि. लंकेश हे आमचे मुख्य आर्किटेक्ट आहेत. मी त्यांच्या हाताखाली काम करते. ते स्वतः आत्ता गावाला गेले आहेत. मला जॉर्जकडून कळलं, की तुम्हाला आमच्या प्लॉटमध्ये ट्रक्स पार्क करायची इच्छा आहे. मला वाटतं, ही खूपच चांगली कल्पना आहे. आपल्यापैकी प्रत्येक जण काही सुनामीग्रस्तांना मदत करायला

व्यक्तिगतरीत्या तिकडे जाऊ शकत नाही; पण निदान तुमच्या या कामामध्ये ह्या जागेचा जरी उपयोग होत असला, तर ते चांगलं होईल."

"थँक यू; पण तुम्हाला त्याचा त्रास नाही ना होणार?"

"नाही, मॅडम. अजिबात नाही होणार. नाहीतरी सर्व्हे घेणारे लोक पुढच्या आठवड्यापर्यंत येणारच नाही आहेत. तुम्हाला आमच्याकडून काही मदत लागली तर जरूर सांगा. संकोच करू नका."

आमचं त्या दिवशीचं काम संपून आम्ही जेव्हा आमचं सगळं सामान त्या मोकळ्या प्लॉटमध्ये हलवलं, तेव्हा संध्याकाळ झाली होती. ट्रक दुसऱ्या दिवशी सकाळी येणार होता. आमचे सर्व स्वयंसेवक काम पार पाडण्यासाठी अधीर झाले होते. माझ्या आजपर्यंतच्या अनुभवातून मी एक गोष्ट शिकले आहे. प्रामाणिकपणे तळमळीनं काम करणारे दहा लोक हे थातूरमातूर काम करणाऱ्या शंभर लोकांपेक्षा कितीतरी चांगले. माझ्या टीममधले सगळेच्या सगळे लोक प्रामाणिक व तळमळीचे कार्यकर्ते होते.

आम्ही सगळे तेथून जायला निघालो. एवढ्यात तिथे एक आलिशान मर्सिडीज बेंझ गाडी येऊन थांबली. त्यातून एक झकपक सुटाबुटातील माणूस आपल्या सेलफोनवर बोलत बोलत खाली उतरला. तो दिसायला अत्यंत रुबाबदार होता. चांगला श्रीमंत दिसत होता; पण त्याच्या चेहऱ्यावरून असं वाटलं, की तो आमच्यावर वैतागला असावा.

तो माझ्यापाशी येऊन रागानं म्हणाला, "माझ्या कामाच्या जागी तुमचं हे सामान पार्क करायला कुणी परवानगी दिली तुम्हाला?"

तो माणूस म्हणजे त्या ठिकाणचे मुख्य आर्किटेक्ट मि. लंकेश असावेत, हे माझ्या लगेच ध्यानात आलं.

"मि. जॉर्ज आम्हाला म्हणाले, ते तुमच्याशी बोलून तुमच्या ऑफिसातून परवानगी काढून ठेवणार आहेत. शिवाय तुमची सहकारी इथे आली होती. तिनं पण आम्हाला इथे सामान जरूर ठेवा, असं सांगितलं. तिनं आमच्या कामाचं खूप कौतुक सुद्धा केलं. त्यामुळे आम्हाला असं वाटलं, की तुम्हाला या सगळ्याची कल्पना असेल."

"अजिबात नाही. मी प्रवासात होतो आणि कुणीही मला फोन करून ही गोष्ट सांगितलेली नाही. तुम्ही सुनामीग्रस्तांसाठी काम वगैरे करत असाल हे सगळं ठीक आहे; पण माझ्या कामाच्या जागेत तुमचे ट्रक उभे करण्यासाठी तुम्ही माझी परवानगी घेतलेली नाही, ही गोष्ट खरी आहे. माझ्या कनिष्ठ सहकाऱ्याची परवानगी घेऊन काय होणार, परवानगी माझी घेणं महत्त्वाचं आहे. या प्रोजेक्टचा आर्किटेक्ट इन-चार्ज मी आहे. माझ्यावर जबाबदारी आहे."

मी गडबडून त्याला म्हणाले, ''आय ॲम सॉरी. आमची चूक झाली; पण जाऊ दे. अजून केवळ दहा तासांचाच तर प्रश्न आहे. उद्या सकाळी ट्रक्स येतील आणि आम्ही हे सगळं सामान त्यात भरून टाकू.''

''हा प्रश्न रात्रीचा किंवा दिवसाचा नाहीये. मी सर्व्हे करणाऱ्या माणसांना आज इथे बोलावून ठेवलंय. ते आता कधीही इथे येऊ शकतील. त्यामुळे आत्ताच्या आत्ता हे सगळं सामान तुम्ही इथून हलवा.''

''पण तुमच्या त्या सहकारी बाईंनी आम्हाला असं सांगितलं, की सर्व्हे करणारी माणसं पुढच्या आठवड्यात येणार आहेत. आत्ता हे सामान तुम्ही इथून हलवायला सांगताय... पण आत्ता हे सगळं आम्ही कुठे नेऊन ठेवणार?'' मी परत त्याची विनवणी केली.

''ते काही मला माहीत नाही. तो माझा प्रश्न नाही. हवं तर रस्त्यावर रचून ठेवा. तुम्ही माझी आधी परवानगी घेतली नाहीत. जरी नुसतं आधी मला विचारलं असतंत, तरी तुमच्यासाठी जागा मोकळी करून दिली असती मी.'' तो माणूस परत परत तेच तेच बोलत होता. त्याचं बोलणं तर्कसुसंगतसुद्धा नव्हतं.

एव्हाना मला एक गोष्ट चांगली कळून चुकली होती. त्याला त्याची जागा आम्हाला वापरू द्यायची नव्हती, अशी गोष्ट नव्हती; पण त्याला आपला मोठेपणा, आपला अधिकार गाजवायचा होता. एखाद्या व्यक्तीनं मद्यप्राशन केलं, तर त्याची धुंदी एखाद्या दिवसापेक्षा जास्त टिकत नाही. परंतु सत्ता, अहंकार आणि उद्धटपणाच्या धुंदीतून बाहेर येणं फार कठीण असतं. बाराव्या शतकातील महान तत्त्वज्ञ व कवी श्री बसवेश्वर यांनी ही गोष्ट आपल्या एका वचनाद्वारे फार सुरेख स्पष्ट केली आहे.

अशा प्रकारचे असंख्य लोक मला आजपर्यंत माझ्या कामाच्या निमित्तानं भेटले आहेत, त्यामुळे लोकांशी वाद घालत राहिलं तर त्याचे परिणाम काय होतात, याचीही मला पूर्ण कल्पना आहे. त्यामुळे या माणसाच्या आणखी विनवण्या करत राहण्यात काहीही अर्थ नाही, हे मला कळून चुकलं; पण माझे जे तरुण सहकारी होते ते मात्र चांगलेच चिडले. तरुण माणसांना नेहमी रुजवात घालण्याची इच्छा असते, त्यांना कोणतीही गोष्ट तशीच सोडून द्यायला आवडत नाही. म्हणून तर जगात आजपर्यंत जेव्हा जेव्हा क्रांती घडून आली, त्यामागे प्रत्येकवेळा तरुणाईचाच हात होता. आमच्या तरुण मुलांना त्या माणसाशी तर्कशुद्ध वादविवाद घालायची सुरसुरी आली; पण मी त्यांना आवरलं.

''सॉरी,'' मी त्या आर्किटेक्टला म्हणाले, ''आम्ही आमच्या या ट्रंका आत्ताच्या आत्ता इथून हलवतो आणि रस्त्यावर रचून ठेवतो. तुमची जागा आम्ही ताबडतोब खाली करून देतो. आम्हाला असं करण्यानं दुप्पट काम पडेल, हे खरं आहे; पण आम्ही तुमचा अधिकार न मानल्याची ही शिक्षा आहे व ती आम्हाला मंजूर आहे.''

"पण मॅडम, आपण आपल्या या ट्रंका आत्ता जर रस्त्यावर ठेवल्या, तर त्यातील काही चोरीला जातील. शिवाय कुणी हरकत घेतली तर?" आमच्या टीममधील कुमार म्हणाला.

मी हसून म्हणाले, "काळजी करू नको. आपण आपला बॅनर इथे लावून ठेवू. आपण हे सुनामीग्रस्तांसाठी मदतकार्य करतोय हे पाहिलं तर चोरही त्याला हात लावणार नाहीत. शिवाय आपण इथे रस्त्यात सामान का ठेवलं आहे हे कळलं, तर शेजारीपाजारीसुद्धा तक्रार करणार नाहीत."

दुसऱ्या दिवशी ट्रक्स आल्या आणि सगळं सामान भरून घेऊन निघून गेल्या. त्यानंतर कुमार माझ्या ऑफिसात आला. त्याच्या चेहऱ्यावर निराशा स्पष्ट दिसत होती. तो माझ्यासमोर बसला आणि म्हणाला, "मॅडम, या सुनामीच्या संकटात सापडलेल्या माणसांना तुम्ही ओळखत नाही, ते काही तुमचे नातेवाईक नाहीत, की काही नाही. तुमचा आणि त्यांचा काही संबंध नाही. तुम्ही त्या लोकांची भाषासुद्धा बोलत नाही. त्यांना मदत करून तुम्हाला काहीसुद्धा मिळणार नाहीये. काल तो आर्किटेक्ट तुमच्याशी इतक्या उर्मटपणे वागला; पण मॅडम तुम्ही जराही विचलित झाला नाहीत. ही इतकी सगळी प्रतिकूल परिस्थिती असताना, तुम्हाला काम करावंसं तरी कसं वाटतं?"

एवढ्यात माझ्या ऑफिसच्या दारावर टक्टक् करून एक माणूस आत आला. तो मध्यमवयीन होता. पहारेकरी होता. त्याला मी गेले दोन दिवस शेजारच्या प्लॉटमध्ये बघत होते. आज आत्ता हा आपल्या ऑफिसात कशासाठी आला असावा... ते सगळं प्रकरण तर आटोपलं... ट्रक निघूनसुद्धा गेले... असे विचार माझ्या मनात घोळत असतानाच तो म्हणाला,

"मॅडम, काल आमचे साहेब तुमच्याशी वाईट वागले; पण त्यांच्या विरुद्ध बोलण्याची माझी काही ताकद नाही. काल माझं काम संपल्यावर मी घरी जाण्याऐवजी रात्रभर तुमच्या ट्रंकांपाशी बसून पहारा देत होतो. मी त्यासाठी तुमची परवानगी पण नव्हती घेतली. मी पडलो एक गरीब माणूस. माझ्याकडे काही तुम्हाला द्यायला खूप पैसा नाही; पण तुमच्या या मदतकार्यासाठी माझा एक दिवसाचा पगार देण्याची माझी इच्छा आहे. हा घ्या चेक." असं म्हणून त्यानं खिशातून एक मळकं पाकीट काढून माझ्या हातात दिलं आणि तो निघून गेला.

मी ते पाकीट उघडून त्यातील चेक बाहेर काढला. तो चेक एकशेसाठ रुपयांचा होता. माझ्या डोळ्यांत पाणी आलं; पण ते आनंदाश्रू होते.

ओल्या डोळ्यांनी मी कुमारला म्हणाले, "माझ्या दृष्टीनं हा चेक सोळा लाखांचा आहे आणि या अशाच माणसांसाठी आपण आपलं काम करत राहायचं असतं."

■

११

निवडीचं स्वातंत्र्य

राधा आणि रोहिणी या दोघी माझ्या विद्यार्थिनी. कॉलेजात पहिल्या वर्षापासून ते बी.एस्सी. पर्यंत त्या एकाच वर्गात होत्या. दोघी जिवलग मैत्रिणी होत्या, अगदी शाळेच्या पहिल्या इयत्तेपासूनच्या. लॅबोरेटरीतसुद्धा त्यांना एकाच बॅचमध्ये राहण्याची इच्छा असे. पण ते योग्य नाही, असं मी त्यांना समजावून सांगत असे. दर खेपेला वेगवेगळ्या विद्यार्थि-विद्यार्थिनींना घेऊन बॅच तयार करण्याची माझी पद्धत होती. त्याच त्याच मुलींना परत परत मी एका बॅचमध्ये राहू देत नसे. कारण प्रत्येक मुलाला आणि मुलीला वेगळ्या विद्यार्थि-विद्यार्थिनीबरोबर जुळवून घेऊन त्यांच्याच सोबतीनं दिलेला उपक्रम पार पाडण्याची सवय लागणं फार महत्त्वाचं आहे.

राधा आणि रोहिणी कपडेसुद्धा एकसारखे घालत. कॉलेजात अशी बऱ्याच जणांची समजूत होती, की त्या जुळ्या बहिणी आहेत. रोहिणी स्वभावानं तशी शांत पण अत्यंत बुद्धिमान होती. उत्तम तैलचित्रं रंगवणं आणि भरतकाम असे तिचे छंद होते. राधा मात्र खूप बोलकी होती. त्या दोघींचे कपडे नेहमी रोहिणी शिवत असे. त्या दोघी अत्यंत समजुतदार होत्या आणि एकमेकींशी जुळवून घेत असत. दुर्दैवाने त्यांना कॉलेजात आणखी कोणीच मैत्रिणी नव्हत्या. त्या दोघींची लग्ने कुणाशी होतील बरं?–असा विचार माझ्या मनात नेहमी यायचा. काळ आपल्याला खूप काही शिकवून जातो. राधा रमेशच्या प्रेमात पडली आणि त्यांच्या लग्नात रोहिणी आणि सुरेश एकमेकांना भेटले.

रमेश सिव्हिल इंजिनिअर होता. तो दिल्लीत स्थायिक होता. सुरेश मेकॅनिकल इंजिनिअर होता, तो बंगलोरमधील एका खाजगी कंपनीत नोकरीला होता. माझी रोहिणीशी वरचेवर गाठ पडे. राधाशी मात्र गाठ पडण्याचे प्रसंग येत नसत. रोहिणीच मला राधाविषयी सांगे. कालांतरानं दोघींना मुलं झाली.

गेल्या काही वर्षांत बंगलोर शहर झपाट्यानं वाढत चाललं आहे. बांधकाम व्यावसायिकांना ऑफिसेस, फ्लॅट्स, बंगले आणि इमारती बांधण्याची भरपूर कामं मिळू लागली आहेत. बंगलोर सर्व दिशांनी वाढत चाललंय.

मी बंगलोर शहराच्या बाहेर एक अनाथाश्रम बांधण्याची योजना आखली होती. अनाथाश्रमाची इमारत बांधण्याचं काम कोणावर सोपवावं, याचा विचार मनात चालू होता. मोठमोठ्या उद्योगसमूहांना इमारतीच्या बांधकामाचा जो दर परवडतो, तो काही आम्हाला परवडणं शक्य नव्हतं. पण तरीसुद्धा बांधकाम एकदम उत्तम प्रतीचं असलं पाहिजे, असा माझा आग्रह होता. त्यामध्ये तडजोड करण्याची माझी तयारी नव्हती. थोडक्यात मला उत्तम दर्जा आणि स्वस्त दर असं दोन्ही हवं होतं. पण वास्तवात, खऱ्या आयुष्यात हे असं दोन्ही एकत्र मिळणं काही शक्य नसतं. पुष्कळ वेळा स्वस्त दराच्या गोष्टींचा दर्जा सुमार असतो तर उत्तम दर्जाच्या गोष्टी महाग असतात.

एक दिवस चाळिशीच्या घरातील एक माणूस माझ्याकडे आला. आमच्या अनाथाश्रमाच्या बांधकामासाठी तो एक प्रस्ताव घेऊन आला होता. त्यानं आपणहोऊन माझ्याकडे येण्याची तसदी घेतली त्याबद्दल तर मला आश्चर्य वाटलंच; पण शिवाय त्याचे दरही अत्यंत वाजवी होते. मी त्याला विचारलं,

"तुम्ही ज्या दर्जाचा माल वापरून बांधकाम करणार आहात, त्यासाठी तुम्ही लावलेला दर बरोबर आहे, अशी तुमची खात्री आहे ना?"

त्यावर तो किंचित हसला आणि म्हणाला, "मॅडम, ही आज्ञा मला वरून आली आहे. मी या गोष्टीकडे धंदा म्हणून बघत नाही. मी या कामातून कोणताही नफा मिळवणार नाहीये."

मला खूप आनंद झाला. "तुमचं मानवजातीवर प्रेम आहे तर. पण काय हो, ही आज्ञा तुम्हाला दिली कुणी?"

"आमच्या गृहखात्यानं मॅडम, तुम्हाला रोज इतकी माणसं भेटतात. तुमच्या आठवणीत काही सगळी असणं शक्य नाही. पण राधा मात्र तुमची आठवण नेहमी काढते."

आता सगळा प्रकार माझ्या लक्षात आला. त्याच्या कंपनीचं नाव 'राधा कन्स्ट्रक्शन्स' असं का होतं, तेही कळलं. राधाचा विचार मनात येताच तात्काळ मला रोहिणीची आठवण झाली.

"पण तुम्ही तर दिल्लीत होता ना? मग इकडे कसे काय आलात?"

"मी नोकरी सोडून दिल्लीत माझी स्वत:ची कन्स्ट्रक्शन कंपनी सुरू केली. देवाच्या दयेनं आमचं खूप चांगलं चाललंय. बंगलोर इतक्या झपाट्यानं वाढत चाललंय, की आम्ही आमच्या कंपनीची एक शाखा इथे काढली आहे. येथे बांधण्यात येणाऱ्या फ्लायओव्हर्स आणि सबवेजचं कॉन्ट्रॅक्ट मिळवण्याची माझी इच्छा आहे. तुम्हाला माहीतच आहे, राधा बंगलोरची आहे. तिची तर इकडे येण्याची विशेष इच्छा होती. त्यामुळे दिल्लीच्या ऑफिसची जबाबदारी आमच्या

भागीदारावर सोपवून आम्ही इकडे आलो. तुमच्या कामाविषयी राधा वर्तमानपत्रातून नेहमी वाचत असते. तुमच्या कामात जो काही अल्पस्वल्प हातभार लावणं शक्य असेल तो लावावा, अशी तिची फार इच्छा आहे. मॅडम, लग्नानंतर राधामुळेच माझं भाग्य उदयाला आलं आहे, त्यामुळे तिची इच्छा मी पूर्ण केल्याशिवाय कधी राहत नाही.''

रमेशचं इतकं चांगलं चाललेलं पाहून मला खूप आनंद झाला. शिवाय त्या यशाचं श्रेय त्यानं माझ्या विद्यार्थिनीला दिलेलं पाहूनही बरं वाटलं. मी म्हणाले, ''तिला एकदा येऊन मला भेटायला सांगाल का?'' राधाचा पती कोणत्याही प्रकारचा नफा न मिळवता आमच्यासाठी काम करणार होता. मी मनोमन राधाला शुभाशीर्वाद दिले.

दुसऱ्याच दिवशी राधा मला येऊन भेटली. राधा आता वयानं प्रौढ झाली होती. चेहऱ्यावर वयाच्या खुणा उमटल्या होत्या. राधाला पाहताच मला रोहिणीची आठवण झाली.

माझ्या विद्यार्थ्यांची भरभराट झालेली पाहून मला नेहमीच आनंद होतो. आपला शिष्य आपल्यापेक्षा कितीतरी पुढे जावा, मोठा व्हावा अशी प्रत्येक शिक्षकाची नेहमी इच्छा असते. आपल्याहूनही श्रेष्ठ शिष्य आपण तयार केला याचा मला नेहमीच अभिमान वाटतो.

''हॅलो राधा,'' मी म्हणाले, ''मला वाटलं तू आणि रोहिणी मला जोडीनं भेटायला याल, नेहमीप्रमाणे एकसारख्या साड्या नेसून. तुमच्या मुलांची पण आपापसांत मैत्री आहे का?''

माझे शब्द ऐकून राधा गप्प झाली. तिचा चेहरा खिन्न दिसू लागला. मी परत एकदा तिला तोच प्रश्न विचारला. ''नाही मॅडम. का कोण जाणे, पण आजकाल रोहिणी माझ्याशी विशेष बोलत नाही. त्यामागे नक्की काय कारण असावं, हे काही मला माहीत नाही. मी बंगलोरला कायमचं वास्तव्य करण्याचा आग्रह धरला, याचं मुख्य कारण रोहिणी इथे आहे, हे होतं. आम्ही कॉलेजात असताना आमची किती घट्ट मैत्री होती, याची तुम्हाला कल्पना आहेच. आम्हा दोघींनाही बहीण नसल्यामुळे आमचं एकमेकींशी बहिणींसारखं नातं होतं; पण कसं कोण जाणे, हे मैत्रीचे बंध तुटले आहेत.''

हे ऐकून मला राधापेक्षाही जास्त आश्चर्य वाटलं. नक्की काय समस्या आहे, हे जाणून घेण्यासाठी मी तिला सरळच तसं विचारलं.

राधा म्हणाली, ''कशी कोण जाणे, पण रोहिणी बदललली आहे. मी कधीही तिच्या घरी गेले, की ती औपचारिकपणे चांगली वागते; पण तिच्या वागण्यातून प्रेम दिसत नाही. तिचं बोलणं पण औपचारिक वाटतं. त्यात कुठे मैत्री जाणवत

नाही. कुठेतरी, काहीतरी चुकतंय खरं... पण त्याचं कारण मात्र मला समजत नाहीये.''

राधा परत गेली. आता आपणच रोहिणीजवळ या विषयावर बोललं पाहिजे, असं मला वाटलं.

आपले विद्यार्थी कितीही मोठे झाले तरी, त्यांच्या आईला ते जसे कधी मोठे वाटत नाहीत तसे शिक्षक म्हणून त्यालाही ते कधीच मोठे वाटत नाहीत. शिक्षकांची अशीच समजूत असते, की अजूनसुद्धा आपले विद्यार्थी आपलं ऐकतील. म्हणूनच मी रोहिणीला 'भेटून जा' असा निरोप पाठवला. रोहिणी माझ्या ऑफिसात आली. तिला आश्चर्य वाटल्याचं दिसत होतं. तिच्याकडे पाहताच मला मात्र धक्का बसला. ती खूप गांगरल्यासारखी दिसत होती. तिच्या चेहऱ्यावर चिंता स्पष्ट दिसत होती.

तिला उत्साह वाटावा म्हणून मी मुद्दाम म्हणाले, ''रोहिणी, तू पूर्वीसारखं भरतकाम आणि पेंटिंग करतेस की नाही? तुला आठवतं? कॉलेजात असताना 'तुमच्या एखाद्या साडीवर मी भरतकाम करून देते' म्हणून तू माझ्या मागे लागली होतीस. काल मला राधानं एक प्लेन साडी दिली आहे. त्यावर भरतकाम करून देशील?''

रोहिणी शांतपणे म्हणाली, ''नाही मॅडम. मी आता भरतकाम करणं बंद केलं आहे.''

''रोहिणी, नक्की काय प्रकार आहे? तू आजकाल राधाशीपण मैत्री ठेवलेली नाहीस. राधानं कधी तुला दुखावलं वगैरे आहे का?''

''खरं तर तसं काही नाही. निदान प्रत्यक्षपणे तरी नाही; पण आमच्या दोघींच्या आर्थिक परिस्थितीत फार मोठी तफावत आहे. माझ्या पतीचा अजून काही फारसा जम बसलेला नाही. आमची पैशाची खूप अडचण आहे. मला वाटतं, मैत्री असावी तर ती समान पातळीवर असणाऱ्या व्यक्तींमध्ये. राधा खूप श्रीमंत आहे. म्हणून वाटतं, तिला माझ्याविषयी स्नेह वाटण्याऐवजी माझी कीवच येत असेल.''

''असं कसं म्हणतेस तू?''

''आता बघा ना... जेव्हा कधी ती माझ्या घरी येते, तेव्हा माझ्या मुलीसाठी महागडी खेळणी घेऊन येते. या ना त्या निमित्तानं ती मला रेशमी साडी आणते. मी तिची परतफेड करू शकत नाही. कदाचित मला कमी लेखण्याचा तिचा हा मार्ग असेल. आजकाल मला तिच्या सहवासात खूप अवघडल्यासारखं होतं. कॉलेजात असताना आमची दोघींची सर्वच बाबतीत बरोबरी होती. आता मात्र मला तिच्यासमोर न्यूनगंड वाटतो. म्हणूनच मी तिच्यापासून अंतर ठेवून राहते.''

आता मला खरं काय कारण ते कळलं. बिचारी राधा– तिला या कशाची कल्पनाही नव्हती.

"अगं रोहिणी, असं काय? खऱ्या मैत्रीमध्ये तुमच्या सामाजिक स्थानाचा काहीएक संबंध नसतो. राधानं तुझ्याकडे येताना तुझ्या मुलीसाठी स्वस्तातली खेळणी आणली असती, तर तुला वाटलं असतं, आपण गरीब आहोत म्हणूनच तिनं असं केलं. इथे राधाचं वागणं कसं आहे, यापेक्षा तिच्या वागण्याचा तू जो अर्थ लावते आहेस ना, त्यामुळे तुला तिच्यासमोर न्यूनगंड वाटतो. तू कृष्ण आणि सुदामा यांची गोष्ट वाचली नाहीस वाटतं? त्या दोघांच्या परिस्थितीत केवढी मोठी तफावत होती. तरीही ते एकमेकांचे जिवलग मित्र होतेच ना? राधाला जे परवडतं, ते ती तुझ्यासाठी आणते. तुला तिच्यासाठी जास्तीत जास्त जे काही करणं शक्य आहे, ते तू कर. तू इतकी चांगली कलावंत आहेस, तू तिला तुझी काही पेंटिंग्ज भेट म्हणून दे. तिच्या मुलीच्या फ्रॉकवर सुरेखसं भरतकाम करून दे. आपण एखाद्या जवळच्या व्यक्तीला प्रेमानं जी भेट देतो, त्याची किंमत कधी पैशात करायची नसते. त्या भेटीमागची भावना महत्त्वाची असते. या अशा चुकीच्या कल्पना मनात बाळगून चांगल्या मैत्रीला तडा जाऊ देऊ नको. उगीच विनाकारण मनात न्यूनगंड बाळगू नको. अशानं राधामध्ये आणि तुझ्यात दुरावा निर्माण होऊन तो वाढतच जाईल. तू ती प्रसिद्ध उक्ती ऐकली नाहीस वाटतं?"

रोहिणीच्या चेहऱ्यावर प्रश्नचिन्ह उमटलं.

मी म्हणाले, "त्यात म्हटलं आहे, 'नातेवाईक तर मला जन्माबरोबर मिळाले आहेत; पण मित्र माझे मला निवडण्याचं स्वातंत्र्य आहे, ही खरोखरच देवाचीच कृपा.' "

■

१२

दुधारी सुरी

अनंत हा माझा जुना मित्र. सामाजिक बांधीलकीची जाणीव असलेला. सुनामीचा तडाखा जेव्हा भारताच्या किनारपट्टीला बसला, तेव्हा त्यानं स्वत: पुढाकार घेऊन मदतकार्य सुरू केलं. त्यानं स्वखर्चानं अनेक उपयोगी वस्तू व सामानसुमान विकत आणलं आणि ते सर्व घेऊन तो स्वत: मदतीसाठी संकटग्रस्त भागात गेला. आम्ही जेव्हा आमच्या मदतकार्यासाठी आमची तुकडी घेऊन त्या भागात जाणार होतो, त्याआधी मी त्याला फोन केला. तेथे एकंदर कशी काय परिस्थिती आहे, त्याला काय अनुभव आला इत्यादी चौकशी करण्यासाठी! त्यानं मला सांगितलं, "सुनामीग्रस्तांना मदत करण्यासाठी सुव्यवस्थित यंत्रणेच्या अभावी तिथे नुसता सावळा गोंधळ माजलेला आहे. अतिप्रचंड प्रमाणात उपयुक्त वस्तू व सामानसुमान त्या ठिकाणी जमा झालेलं आहे, परंतु त्या गोष्टींचा लाभ परत परत त्याच त्याच माणसांना होतो आहे. त्यामुळे सरकारनं अशी घोषणा केली आहे, की ज्या कुणा बिगरसरकारी संस्थांना मदत करायची असेल त्यांनी आपल्या इच्छेप्रमाणे देण्याचं सर्व सामान कलेक्टर ऑफिसात नेऊन जमा करावं आणि तेथून त्या सामानाचं आपद्ग्रस्तांसाठी योग्य त्या पद्धतीनं वितरण होईल."

"पण मग तू जाताना जे सामानसुमान बरोबर घेऊन गेला होतास, ते तू कुणाला दिलंस?"

"मला जे कोणी आधी भेटले, त्यांना ते मी देऊन टाकलं."

सरकारनं ही भूमिका का घेतली होती ते आता मला कळलं. त्यांचं म्हणणं रास्तच होतं. अशी अनेक माणसं मला भेटलेली आहेत. मनात अत्यंत सद्भावना घेऊन, चांगल्या उद्देशानं ही माणसं मदतीसाठी गेली आणि जे कोणी आधी भेटेल, जे कोणी येऊन मागणी करेल, त्यांना आपण नेलेलं सामानसुमान देऊन परत आली. अशा ठिकाणी नेहमी खोटारडे, भामटे, भिकारीटाकारी लोक किंवा लोभी लोक गोळा झालेले असतात. त्यातून खरे गरजू कसे ओळखायचे? आम्ही आमच्या सामानाचे ट्रक्स घेऊन जेव्हा गेलो, तेव्हा आम्ही पहिली गोष्ट कोणती केली असेल, तर सरळ सरकारी ऑफिसशी संपर्क साधला. ज्या गावांपर्यंत

अजून मदत पोहोचलेली नाही, अशा गावांविषयी आम्ही विचारणा केली. काही गावांना पुरेशी प्रसिद्धी न मिळाल्यामुळे तेथपर्यंत मदत पोहोचलेली नव्हती.

सरकारी अधिकारी बुचकळ्यात पडले. मी म्हणाले, ''आम्ही इन्फोसिस फौंडेशनचे कार्यकर्ते आहोत. आम्ही आमच्या स्वयंसेवकांची तुकडी बरोबर घेऊन आलो आहोत. आपद्ग्रस्त भागातील लोकांना थेट स्वहस्ते मदत करण्याची आमची इच्छा आहे. सरकारचं या संदर्भातील धोरण काय आहे, याची मला कल्पना आहे. परंतु आम्ही आणलेली साधनसामग्री तुमच्या ऑफिसात सोडून जाण्याऐवजी संकटग्रस्त लोकांशी बोलून, ती त्यांच्या हाती सुपूर्द करण्याची आमची इच्छा आहे. तसं केल्यानं आम्हाला समाधान मिळेल. बऱ्याच दात्यांनी त्यांच्यातर्फे देणगीची रक्कम आमच्या हाती सुपूर्द केली आहे आणि तो निधी खऱ्याखुऱ्या संकटग्रस्तांपर्यंत पोहोचतो आहे ना, हे पाहण्याची नैतिक जबाबदारी आमची आहे.''

माझं हे बोलणं ऐकताच ते क्षणभर स्तब्ध उभे राहिले व नंतर म्हणाले, ''कोणतं फौंडेशन?''

''इन्फोसिस फौंडेशन, बंगलोरचं.''

त्यावर ते हसून म्हणाले, ''काहीच हरकत नाही. बिगरसरकारी सेवाभावी संस्थांमधली एक अत्यंत पारदर्शक अशी तुमची संस्था आहे. तुम्हाला यातून स्वतःचा कोणताही स्वार्थ साधायचा नाही. त्यामुळे तुम्ही सरळ जा आणि तुमचं मदतकार्य करा.''

त्यानंतर आम्ही आमचं काम केलं आणि परत आलो.

मी ही हकीगत अनंतला सांगताच त्याला आश्चर्य वाटलं. आम्हाला स्वतःच्या मनाप्रमाणे वागण्याचं स्वातंत्र्य असं कसं मिळालं, असं त्याच्या मनात आलं. तो म्हणाला, ''ओ! तुझ्या नावामुळे तुला हे सगळं सोपं जातं.''

अनंताच्या बोलण्यात तथ्य आहे, हे तर मलाही मान्य आहे. मला कितीतरी गोष्टी करणं इतरांपेक्षा सोपं जातं. कारण माझी समाजात प्रतिष्ठा आहे. सरकारी कार्यालयातील अत्यंत त्रासदायक म्हणून प्रसिद्ध असलेल्या अधिकाऱ्यांनीसुद्धा अनेक वेळा माझ्याकडून एक पैशाचीही मागणी न करता माझं काम अतिशय सुरळीतपणे केलेलं आहे. मी सुनामीग्रस्तांसाठी किंवा इतर कोणत्याही आपत्तीच्यावेळी मदतकार्यासाठी सामानसुमान घेऊन रेल्वेने प्रवासाला निघाले, की भारतीय रेल्वेखात्यानेही आजपर्यंत वेळोवेळी मला लागेल ती मदत केलेली आहे. अशी मदत करण्यापाठीमागे लोकांचा काहीही हेतू असो, पण आम्हाला मात्र त्याचा फायदाच होतो.

अगदी थोड्या दिवसांपूर्वीची गोष्ट आहे. माझ्या परिचितांपैकी एका व्यक्तीचं

लग्न होतं. ज्याचं लग्न होतं त्या मुलाची अशी इच्छा होती, की मी त्याच्या लग्नाला उपस्थित तर राहावंच; पण भोजनासाठीसुद्धा थांबलंच पाहिजे, कारण ते भोजन खरोखरच खास असणार होतं. मलासुद्धा अशा प्रसंगी उपस्थित राहायला नेहमी आवडतं; पण कित्येकदा माझ्यावर कामाचा ताण इतका असतो, इतक्या जबाबदाऱ्या असतात... की ते जमतंच असं नाही.

मी त्या लग्नाला गेले. लग्नाचा थाटमाट तर काही औरच होता. जेवणाचा बेतही नामी होता. नानाविध प्रकारच्या खाद्यपदार्थांनी टेबले सजली होती. चाट आणि इतर चटकदार पदार्थांचे स्टॉल्स, उत्तर प्रदेशातील पाककृती, भारतीय आणि चायनीज पाककृती, आईस्क्रीमचा स्टॉल, सॅलड्सचा स्वतंत्र स्टॉल अशी नुसती रेलचेल होती.

मला पण आज त्या जेवणाचा आस्वाद घ्यायची इच्छा होती, पण त्याआधी मी व्यासपीठावर आनंद आणि त्याच्या वधूला भेटण्यासाठी गेले. त्यानं घाईनं फोटोग्राफरला बोलावलं. त्याचे आई-वडील आणि सासू-सासरेपण फोटोसाठी आले. त्यानं फोटोग्राफरला सांगितलं, "बघा हं, फोटो नीट आला पाहिजे. काही चूक करू नका. दोन फोटो काढा म्हणजे एखादा चुकला तरी प्रश्न नको. मला हा फोटो जपून ठेवायचा आहे."

फोटो प्रकरण संपल्यावर त्याच्या आई-वडिलांनी आणि सासू-सासऱ्यांनी माझ्याशी हस्तांदोलन केलं आणि म्हणाले, "तुम्ही लग्नाला आलात हा आमचा सन्मान आहे. आलात त्याबद्दल खरंच मनापासून धन्यवाद."

मला वाटलं, आता ते मला 'जेवल्याशिवाय जाऊ नका' असं म्हणतील, म्हणून मी क्षणभर तिथे थांबले. तेवढ्यात त्यांना भेटायला अजून कोणीतरी आलं. त्या व्यक्तीचा निरोप घेताना ते म्हणाले, "जेवून जा हं."

मला वाटलं, कदाचित आपल्याला असं म्हणायला ते विसरले असतील. मला व्यासपीठावर घेऊन जायला जो माणूस आला होता, तोही जवळच उभा होता. तो अदबीनं म्हणाला, "या इकडून असं... चला मॅडम." मला वाटलं, आता हा आपल्याला जेवणाच्या टेबलापाशी घेऊन जाईल. पण तो मला सरळ सभामंडपाच्या दारापर्यंत पोहोचवायला आला.

मग मला बाहेर पडावंच लागलं. काही इलाजच नव्हता.

एक वर्षानंतर माझी एक मैत्रीण अचानक भेटली. ती म्हणाली, "सुधा, अगं, इतक्या थोड्या दिवसांत तुझे केस किती पांढरे झाले गं? आनंदच्या लग्नात तू तरुण दिसत होतीस."

"हे तुला कसं काय माहीत?"

"आनंदची बायको माझी मैत्रीण आहे; पण मी तिच्या लग्नाला जाऊ शकले

नाही. नंतर मी तिला भेटायला तिच्या घरी गेले होते. तिथे त्यांच्या शोकेसमध्ये त्यांच्या लग्नाच्या रिसेप्शनच्या वेळी काढलेला तुझा फोटो चांगला मोठा करून लावला होता.''

एक संगीतकार होते. ते वयोवृद्ध होते. अशा लोकांना आम्ही नेहमीच मदत करत असतो. नेहमी आम्ही मदतीचा चेक पोस्टाने पाठवतो; पण यावेळी मात्र आपण स्वतःच तो चेक घेऊन त्यांच्या भेटीसाठी जायचं, असं मी ठरवलं. त्यांचं घर माझ्या ऑफिसपासून बरंच दूर होतं. पण तरीही मी त्यांना फोन करून सायंकाळी सात वाजता भेटीला येत असल्याचं कळवलं. त्यांच्या घरी पोहोचायला मला दोन तास लागले. अखेर मी त्यांच्याकडे जाऊन पोहोचले तेव्हा तिथे त्यांचे सासू-सासरे व इतरही बरेच नातेवाईक जमले होते. त्या सर्वांना त्यांनी मी येणार म्हणून खास बोलावून घेतलं होतं. मी चेक त्यांच्या हाती सुपूर्द करताच फोटो काढण्याचा समारंभ झाला— त्यांच्या कुटुंबातील प्रत्येक व्यक्तीबरोबर. मला खरं तर त्या संगीतकारांबरोबर बोलायचं होतं... त्यांनी त्यांचं आयुष्य कसं सुरू केलं, त्यांच्या आयुष्यात कोणकोणत्या अडचणी आल्या, त्यांना त्यांनी कसं तोंड दिलं आणि या क्षेत्रात ते कसे नेटानं टिकून राहिले इत्यादी. पण त्या फोटो काढण्यातच बराच वेळ गेला. मी जेव्हा जायला निघाले, तेव्हा ते म्हणाले, ''आलात त्याबद्दल धन्यवाद!'' मी बाहेर पडले. माझ्या मनात आलं, एखादा सामान्य माणूस दोन तासांचा प्रवास करून, थकूनभागून कोणाला भेटायला गेला, तरी त्याला त्या घरातून निदान चहा-कॉफी दिली जातेच. कोणत्याही भारतीय घरात तर त्याबरोबर फराळही पुढे येतो. पण माझ्या बाबतीत मात्र लोकांना फक्त फोटो काढण्याचा शिष्टाचार अधिक महत्त्वाचा वाटतो... इतर कोणताही नाही.

एक दिवस माझ्या सेक्रेटरीनं मला सांगितलं, माझा जुना वर्गमित्र डॉ. मंदार याला माझ्याशी बोलायचं होतं. हा कोण मंदार असेल बरं? मी जरा बुचकळ्यात पडले. माझ्या माहितीचा एक मंदार होता... पण तो डॉक्टर नव्हता. शिवाय मंदार हे नाव तसं फारसं प्रचलित नसल्यामुळे या नावाची आणखी कोणीच व्यक्ती माझ्या ओळखीची नव्हती.

मी तरीसुद्धा फोन घेतला. फोनवरील आवाज म्हणाला, ''माझं नाव मिस्टर शिशिर. मी डॉ. मंदार यांचा शेजारी आहे. ते तुमचे सहाध्यायी आणि खूप जवळचे मित्र होते ना?''

मला ते ऐकून धक्काच बसला.

''पण माझ्या परिचितांमध्ये तर डॉक्टर मंदार अशा नावाचं कुणीच नाही. ते

कधी होते माझ्या वर्गात?''

आता मात्र मला जरा खोलात शिरून चौकशी करावीशी वाटली.

''ते मुंबईला असतात.''

''पण मी तर मुंबईत शिकण्यासाठी कधीच नव्हते आणि माझ्या माहितीचे कोणी डॉ. मंदार नाहीत.''

''कदाचित तुम्ही त्यांना विसरला असाल. तुम्ही इतक्या मोठ्या, इतक्या प्रसिद्ध आहात. तुम्हाला रोज कितीतरी लोक भेटत असतात... डॉ. मंदार यांनी मला अगदी खात्रीपूर्वक सांगितलं आहे की तुम्ही त्यांना आणि त्यांचे चुलतभाऊ केशव यांना सुद्धा ओळखता.''

त्यांनतर त्यांनी मला निमंत्रण दिलं; पण मला तारखा सोयीच्या नसल्यानं मला जाता आलं नाही. तरीसुद्धा हा डॉ. मंदार काही माझ्या मनातून जाईना.

मी घरी येऊन माझ्या आईला त्याबद्दल विचारलं. तिची स्मरणशक्ती माझ्याहून चांगली आहे.

''आई, मुंबईला माझ्या ओळखीचे कोणी डॉ. मंदार आणि केशव राहतात का गं?''

पण ती 'नाही' म्हणाली. ती 'नाही' म्हणाली याचा अर्थ या दोन व्यक्ती खरोखरच माझ्या ओळखीच्या नव्हत्या.

पण त्यानंतर एक दिवसानं आईला आठवलं. ती म्हणाली, ''तुला आठवतं का गं? माझी जुनी मैत्रीण अंबा मुंबईहून मला भेटायला आली होती. एकोणीसशे अडुसष्ट सालची गोष्ट असावी. त्यावेळेस तू इंजिनिअरिंगच्या पहिल्या वर्षाला असशील. ती येताना बरोबर तिच्या पुतण्याला घेऊन आली होती. त्याचं नाव मंदार होतं आणि तिच्या स्वतःच्या मुलाचं नाव होतं केशव. त्यावेळी तो मंदार लहान होता, साधारण बारा वर्षांचा असेल.''

या मंदारनं जो काही बादरायण संबंध जोडला होता तो ऐकून मी थक्क झाले; पण त्याहीपेक्षा जास्त थक्क झाले ती माझ्या आईच्या स्मरणशक्तीला पाहून.

ही गोष्ट मी जेव्हा माझ्या सेक्रेटरीला सांगितली, तेव्हा तिनं मला जो प्रश्न विचारला, त्यानं माझ्या हृदयाला खोलवर स्पर्श केला. ती म्हणाली,

''मॅडम, लोक तुमच्याकडे एक सर्वसामान्य व्यक्ती म्हणून कधीच पाहत नाहीत, याचं तुम्हाला दुःख नाही का होत? खरं तर सर्वांत प्रथम तुम्ही माणूस आहात, व सेलेब्रिटी– प्रकाशझोतातील व्यक्तिमत्त्व– नंतर आहात. होय ना?''

मी विषादानं म्हणाले, ''दुधारी सुरीचे फायदेही असतात आणि तोटेही.''

■

१३

बहाणा

बऱ्याच वर्षांपूर्वी मी एका प्रोजेक्टची हेड म्हणून काम बघत होते. त्या ठिकाणी बऱ्याच लग्न झालेल्या महिला कामावर होत्या. त्या सर्वजणी साधारण एकाच परिस्थितीतल्या होत्या. वयानंही बरोबरीच्या होत्या.

आमचा प्रोजेक्ट एका मोठ्या हॉलमध्ये चालू होता. हॉलच्याच एका बाजूला काचेचं पार्टीशन टाकण्यात आलं होतं. हेच माझं केबिन. बाकीच्या सगळ्या त्या काचेपलीकडील मोकळ्या जागेत एकत्र बसत.

दुपारी जेवणाची सुटी झाली, की सगळ्या निवांतपणे बसून सुखदु:खाच्या चार गोष्टी करत. आपापली मतं मांडत. त्यांच्या या गप्पा चांगल्या मोठ्या आवाजात चालायच्या– इतक्या की मला त्यांचं सगळं बोलणं व्यवस्थित ऐकू यायचं.

त्यांच्या त्या ग्रुपमध्ये नीता, गीता, कुसुमा, नीला आणि आणखीही बऱ्याचजणी होत्या. एक नीता वगळता बाकी सगळ्याजणी खूप बोलक्या होत्या. त्या सगळ्या ग्रुपमध्ये फक्त एकट्या नीताच्या तोंडून मी कधीही कोणाबद्दल तक्रारीचा सूर ऐकला नाही. ती नेहमी चांगलंच बोलायची. तिचा दृष्टिकोन सकारात्मक होता. तो पाहून मला बरं वाटायचं.

कधीतरी नीला विचारायची, "माझी सासू मला खूप छळते. तुझं काय गं नीता?" त्यावर नीता म्हणायची, "माझी सासू माझ्या आईसारखी आहे."

कुसुमा सांगायची, "माझी नणंद ना... इतक्या मत्सरी स्वभावाची आहे. नीता तुझी नणंद कशी आहे?" त्यावर ती म्हणे, "माझी नणंद इतकी चांगली आहे. आमचं नातं अगदी बहिणीबहिणींचं आहे. आम्ही सगळ्या गोष्टी बरोबरच करतो."

गीता आपल्या नवऱ्याच्या रागीट स्वभावाबद्दल कुरकुर करायची. यावर नीता लगेच म्हणायची, "आमच्या ह्यांच्यापेक्षा मीच तापट स्वभावाची आहे. हे इतके शांत आहेत!"

एक दिवस नीता गुलाबी रंगाची साडी नेसून आली होती. ती डिक्टेशन घेण्यासाठी माझ्या केबिनमध्ये आली. तिची साडी फारच सुंदर होती. मी गमतीनं

तिला म्हणाले, "अरे वा, काय सुंदर साडी आहे गं! कुठून घेतलीस? आज काय वाढदिवस आहे वाटतं?"

"होय मॅडम. वाढदिवस आहे म्हणूनच ह्यांनी घेऊन दिली." नीता लाजून म्हणाली.

एक दिवस नीता जरा उदास दिसत होती. नीलानं विचारलं, "काय झालं तुला? तू अशी उदास का?" त्यावर नीता म्हणाली, "गिरीश गावाला गेलाय ना, घरात इतकी माणसं आहेत; पण मला खूप एकटं वाटतंय."

त्या सगळ्याच नोकरी करणाऱ्या होत्या आणि सर्वांची एकच तक्रार असायची– 'नवरा घरकामात मदत करत नाही की मुलांचा अभ्यास घेत नाही. घरीपण काम, ऑफिसातही काम... आमची नुसती तारांबळ उडते!'

पण नीता मात्र सांगायची, "मुलांचा अभ्यास आमचे सासरे घेतात आणि जेव्हा कधी वेळ मिळेल तेव्हा नवरा घरकामात मदत करतो."

ही नीता किती नशीबवान आहे, असं सर्वांनाच वाटायचं. जणू काही जगातलं आठवं आश्चर्यच! त्यांच्यातली सावित्री तशी कविता करणारी होती. ती गमतीनं म्हणायची सुद्धा– "या जगात ईश्वराची एकच निर्मिती निष्कलंक अशी आहे. ती म्हणजे नीताचं कुटुंब. कारण नितांतसुंदर चंद्रावरसुद्धा डाग आहे."

प्रत्येकीमध्ये काही ना काही दोष होता.

वर्षामागून वर्षे गेली. सागराच्या लाटांसारखी. आम्हा सर्वांचे मार्ग पुढे भिन्न झाले.

अनेक वर्षांनी एक दिवस मला नीताचा फोन आला.

"मॅडम, मी नीता. खूप वर्षांपूर्वी मी तुमच्याकडे कामाला होते, आठवतं? आता मी याच शहरात राहते." एवढं बोलून ती क्षणभर थांबली. मी विचारात पडले. मी रोजच इतक्या लोकांना भेटत असते, त्यामुळे नीताचा चेहरा आठवायला जरा वेळ लागला. पण हळूहळू ती कोण ते मला आठवलं.

"ऑफकोर्स, नीता. तुमच्या ग्रुपला मी कशी विसरेन? त्यात तू तर 'मिसेस परफेक्ट' होतीस," मी हसत हसत म्हणाले.

"मॅडम, मी तातडीने तुम्हाला येऊन भेटले तर चालेल? मला तुमच्याशी बोलायचंय. तुम्हाला थोडा वेळ आहे?" तिच्या आवाजात काळजी होती... आनंद, उत्साह तर मुळीच नव्हता.

मी 'हो' म्हटले आणि नीता लगेच ऑफिसात मला भेटायला आली. तिला पाहून मला आश्चर्याचा धक्का बसला. तिच्या बऱ्याच मैत्रिणींनी तारुण्यातून मध्यमवयाचा प्रवास टप्प्याटप्प्यानं केला असणार. पण नीताकडे पाहून वाटलं, हिनं तारुण्यातून मधला मध्यमवयाचा टप्पा गाळून एकदम वार्धक्यातच प्रवेश

केला आहे. ती फार अशक्त दिसत होती. केसही सगळे पांढरे झाले होते. आम्ही गप्पा मारायला सुरुवात केली. आधी तिच्या जुन्या ग्रुपमधील मैत्रिणींविषयी बोललो. पण त्या सगळ्या आता कुठे होत्या, याची नीताला काहीही कल्पना नव्हती. नीतापेक्षा मलाच त्या सर्वजणींविषयी थोडीफार तरी माहिती होती, कारण त्या मधूनमधून मला फोन करत किंवा भेटत. नीताचा मात्र कोणाशीच संबंध उरला नव्हता.

नीला आणि तिच्या सासूचं पटत नव्हतं, म्हणून तिनं वेगळं बिऱ्हाड केलं होतं. पण अखेर वृद्धापकाळात मात्र तिनंच आपल्या सासूची सेवा केली होती. त्या सासूला तिच्या सख्ख्या मुलीनंसुद्धा सांभाळलं नव्हतं. मला कुसुमाची आठवण झाली. तिच्या नणदेनं तिला पुष्कळ छळलं होतं. परंतु तिच्या संकटाच्या काळात कुसुमाच तिच्या मदतीला धावून गेली होती. गीताचा पती आता पूर्वीसारखा तापट राहिला नव्हता. तो निवळला होता आणि आता तर 'जोरू का गुलाम' बनला होता.

आयुष्य हे चक्रासारखं असतं. माणूस जेव्हा तरुण असतो, तेव्हा त्याला वाटतं, आपण जे काही वागतो ते सगळं बरोबरच आहे. पण पुढे त्याला आपली चूक कळून येते.

मी नीताकडे पाहून म्हणाले, "तुझ्या बाबतीत तर कधी कोणती समस्याच नव्हती. तुझं कुटुंब कसं परफेक्ट होतं."

माझे ते शब्द ऐकूनही तिचा चेहरा खुलला नाही. उलट तिच्या चेहऱ्यावर औदासीन्य आणि निराशाच दिसत होती.

माझं बोलणं ऐकून तिचा बांध फुटला आणि ती हमसाहमशी रडू लागली.

"मी मुळीच ठीक नाहीये. माझ्या खूप समस्या आहेत."

"नीता, काय सांगते आहेस? तुला गं कसल्या समस्या?"

मला तर काहीच समजेना.

"होय मॅडम. माझ्यावर खूप मानसिक ताण आहे. सध्या मी मानसोपचार तज्ज्ञाकडे जाते."

"मानसोपचार-तज्ज्ञाकडे जाण्यात काहीच गैर नाही. पूर्वी फक्त मानसिक रुग्णांना त्यांच्याकडे घेऊन जात असत, पण ते दिवस आता गेले. मानसशास्त्र हा विज्ञानाचाच एक भाग आहे. मानसोपचार-तज्ज्ञाकडे जाणं हे दुसऱ्या कोणत्याही शाखेच्या डॉक्टरांकडे उपचारासाठी जाण्यासारखंच आहे. त्यात काही चूक आहे, असं मला वाटत नाही."

"तसं नाही. बऱ्याच काळापासून मी अतिरिक्त मानसिक ताणाखाली आहे. माझ्या डॉक्टरांना वाटतं, मला ज्या व्यक्तीविषयी आदर असेल व मनमोकळेपणा

वाटत असेल, अशा व्यक्तीकडे जाऊन मी माझं मन मोकळं करावं.''

''बरोबर आहे. त्याला 'टॉक थेरपी' म्हणातात. पण तुला तर फार मोठ्या अडचणी कधीच नव्हत्या ना?''

''मला मोठ्या अडचणी होत्या; पण माझ्या आईची शिकवण होती, आपल्या ज्या काही अडचणी असतील, त्या चारचौघांसमोर कधीच उघड्या करून दाखवू नयेत. माझी सासू फार भयंकर होती, त्यापेक्षा नीलाची तरी बरी. माझी नणंदही तितकीच वाईट होती आणि नवरा तर सतत टोमणे मारायचा, घालूनपाडून बोलायचा. आम्ही मैत्रिणी जेव्हा आपापल्या कुटुंबाविषयी गप्पा मारायचो, तेव्हा मला वाटायचं, 'खरंच या सगळ्या किती नशीबवान आहेत. यांना आपल्या अडचणी चारचौघांच्यात सांगता येतात. बरेचदा मला मोह होई, आपणही आपलं दु:ख इतरांना सांगावं, म्हणजे मन हलकं होईल. पण माझ्यावर झालेले संस्कार आड यायचे. माझ्या आईनं मला नेहमी भावनांवर काबू ठेवण्याची शिकवण दिली. घरी कशीही परिस्थिती असली, तरी बाहेर चार लोकांच्यात मात्र सर्वकाही सुरळीत चालू आहे, इतकंच नव्हे तर परफेक्ट आहे, असंच दाखवायचं असं तिचं मत होतं. त्यामुळे मी नेहमी खूप सुखात, खूप समाधानात असल्याचा बहाणा करत असे. माझ्या मनात डोकावण्याची संधी मी कुणालाच कधी दिली नाही. मी केवळ घरच्यांविषयी फक्त चांगलंच सांगत असे. खरी परिस्थिती काय होती, हे मी कोणापुढेही उघडं केलं नाही. मला वाटायचं स्पष्टपणे सर्वकाही सांगणं हा दुबळेपणा आहे.''

तिच्या आईनं तिला दिलेला हा सल्ला ऐकून मला धक्काच बसला. याउलट मला नेहमी मोकळेपणाने, स्पष्टपणाने बोलण्याची शिकवण मिळाली होती. प्रत्येकाला आयुष्यात कुठल्या ना कुठल्यातरी संकटाचा सामना करावाच लागतो, असं मला शिकवण्यात आलं होतं. त्यामुळे माझ्यापुढे कोणतंही संकट आलं की इतरांची दु:खं बघायची आणि मला वाटायचं, त्यामानानं आपलं दु:ख तर काहीच नाही! मला आयुष्यात जे काही चांगलं वाट्याला आलं त्याची मोजदाद मी नेहमी मनात करायची; पण आपली स्वत:ची दुसऱ्याशी कधीही तुलना करू नये, हे मला माहीत होतं. त्यामुळे आयुष्य सुखासमाधानानं घालवणं मला शक्य झालं.

नीता म्हणाली, ''तुम्हाला आठवतं? त्या काळी माझ्याकडे एक गुलाबी साडी होती. ती तुम्हाला खूप आवडायची. ती माझ्या पतीनं मला भेट म्हणून आणली आहे, असं मी तुम्हाला खोटंच सांगितलं होतं. खरं तर ती मी स्वत:च स्वत:साठी विकत आणली होती. माझा पती कधीच माझ्याशी मायेनं वागला नाही. त्यानं माझी, माझ्या कामाची कधी कदर केली नाही, कधी मला स्वयंपाकात,

घरकामात मदत केली नाही. माझ्या सासऱ्यांनी माझ्या मुलांचा अभ्यास कधी घेतला नाही. सतत मलाच सगळी कसरत करावी लागायची. ऑफिसातून घरी गेल्यावर मी लगेच स्वयंपाकाला लागत असे आणि त्याचवेळी एकीकडे मुलांचा अभ्याससुद्धा घेत असे. माझ्या इतर सहकारी मैत्रिणींसारखंच माझंही आयुष्य कष्टमय होतं, किंबहुना थोडं जास्तच कष्टप्रद होतं; खडतर होतं; पण त्या सर्वजणी आपल्या मैत्रिणींपाशी आपलं मन मोकळं करत होत्या. मी मात्र सारं काही सुरळीत चालू असल्याचं नाटक करून जगत होते.''

''जाऊ दे गं. आता झालं गेलं विसर आणि आता तरी सुखानं राहा.''

''मॅडम, या जगात प्रत्येक गोष्टीची किंमत आपल्याला मोजावीच लागते. प्रत्येक घडणाऱ्या गोष्टीला एक कारण असतं आणि प्रत्येक घडणाऱ्या गोष्टीचा एक परिणामही असतो. मी सुखाचा बहाणा करून जगत होते, त्याची फार मोठी किंमत मला मोजावी लागत आहे. मला वारंवार अतिरिक्त मानसिक ताणाचा– डिप्रेशनचा– त्रास भोगावा लागत आहे व ते फार भयंकर असतं. माझ्या डॉक्टरांनी मला असा सल्ला दिला आहे, की 'ज्या व्यक्तीविषयी तुझ्या मनात सुरक्षिततेची भावना असेल, तिला जाऊन भेट आणि कोणताही आडपडदा न ठेवता आपलं मन तिच्यापाशी मोकळं कर.' त्यावर मी विचार करू लागले, आपण कोणाकडे जावं? अचानक वाटलं, तुमच्याकडे यावं. याआधी मी इतर काही लोकांकडे जाऊन पाहिलं; पण लोक माझ्याविषयी नाही नाही ते बोलू लागले.''

मी त्यावर तिला म्हणाले, ''अगं, मोर इतका सुंदर, डौलदार असतो; पण त्याला उंच उडता कुठे येतं? कोकिळ काळा असतो; पण त्याचा आवाज किती सुंदर असतो. कोकिळाने कधी चार लोकांच्यात नाचायला जाऊ नये आणि मोरानं कधी तान मारू नये. आपण जे नाही, ते भासवण्याचा कधीच प्रयत्न करू नये.''

∎

१४

सरप्लस

सर हिरालाल जैन यांची आमच्याशी ओळख करून दिली त्यांच्याच एका स्नेह्यानं. हा स्नेही बरीच वर्षे आम्हाला नियमित देणगी देत असे. हिरालाल जैन हे इतर उद्योगपतींपेक्षा फार वेगळे होते. ते दयाळू होते, सहृदय होते. कोणाच्याही अध्यातमध्यात नसत. ते स्वभावाने जरासे संकोची होते. त्यांचा फार्मसीचा व्यवसाय होता. त्यांनी आधी एका प्रसिद्ध औषधे बनवणाऱ्या– फार्मास्युटिकल– कंपनीत काही वर्षे नोकरी केली व त्यानंतर स्वत:ची कंपनी सुरू केली. त्यांची स्वत:च्या विषयातील जाणकारी आणि कठोर परिश्रम यांच्या जोरावर त्यांची कंपनी चांगलीच नावारूपाला आली. त्यांचा नफा दिवसेंदिवस वाढू लागला.

एक दिवस ते मला भेटायला माझ्या ऑफिसमध्ये आले. त्यांचं इथं येण्याचं काय बरं कारण असावं? मला काही समजेना. पण मग त्यांनीच त्यांच्या येण्यामागचा उद्देश सांगितला.

"मॅडम, देवाच्या दयेने माझी ही फार्मसी उत्तम चालली आहे. आमची विविध उत्पादनं बाजारात खपत आहेत. मी व्यक्तिगतरीत्यासुद्धा पुष्कळ धन कमावलं आहे. मला एकच मुलगा आहे. तो परदेशी शिकत आहे. मला कामानिमित्त खूप फिरावं लागतं, त्यामुळे इतर काही गोष्टी करण्यासाठी मला वेळच मिळत नाही. मी माझ्या पुढच्या पिढीसाठीसुद्धा पुरेसं कमावून ठेवलं आहे, परंतु समाजासाठी मात्र मी आजपर्यंत काहीही केलेलं नाही. माझ्या पत्नीलाही असंच वाटतं. म्हणूनच मी आज तुमच्याकडे माझी छोटीशी विनंती घेऊन आलो आहे."

त्यांचं आयुष्य सुखी, समाधानी असणार हे तर त्यांच्या बोलण्यावरून माझ्या लक्षात आलंच होतं; पण त्यांना नक्की काय करायचं होतं, ते मला समजेना. मग मी त्यांना तसं स्पष्टच विचारलं.

"तुम्ही किती चांगलं काम करता, ते मी पाहिलं आहे," ते म्हणाले, "विशेषत: गोरगरिबांसाठी आणि झोपडपट्टीतील मुलांसाठी. म्हणूनच काही मूलभूत आवश्यक अशी औषधं मी तुम्हाला पुरवेन. ती तुम्ही त्या लोकांसाठी उपलब्ध करून द्यायची. तुम्ही झोपडपट्टीत काम करता, हे मला माहीत आहे. तुम्ही तेथे

अर्धवेळ काम करण्यासाठी जर एखाद्या डॉक्टरांची नेमणूक केली, तर त्यांचा पगारसुद्धा मी देईन. त्याशिवाय मोफत औषधेसुद्धा पुरवीन.''

त्यांच्या त्या उदार हृदयामुळे माझं मन भरून आलं. सर्वसाधारणपणे लोकांना जेव्हा पैसा मिळतो, तेव्हा त्यांना त्याचा सर्वांत प्रथम स्वत:साठी उपभोग घ्यायचा असतो. मुळात तो पैसा त्यांनी कष्ट करून मिळवलेला असल्यामुळे त्यांना तसा हक्कही असतो. हिरालाल जैन यांच्यासारखी विचार करणारी दानशूर व्यक्ती विरळाच.

''थँक यू,'' मी म्हणाले, ''पण केवळ तुम्ही द्यायला तयार आहात, म्हणून आम्ही घ्यायचं, हे काही बरोबर नाही. झोपडपट्टीत आठवड्यातून दोनदा जाऊन मोफत आरोग्यसुविधा पुरवणारे डॉक्टर्स आमच्याकडे आहेत. ते या लोकांसाठी पैसा देऊ शकत नाहीत, परंतु मोफत सेवा देण्याची त्यांची इच्छा आहे. मी त्यांच्याशी बोलते. त्यांना कोणकोणत्या औषधांची गरज लागते ते विचारून घेते आणि ती औषधे नेण्यासाठी तुमच्या ऑफिसात येते.''

''नाही मॅडम, तुम्ही आमच्या ऑफिसात औषधं नेण्यासाठी येण्याची काहीच आवश्यकता नाही; पण ती औषधं देण्याआधी माझ्या काही अटी आहेत.''

त्यांच्या तोंडचे ते शब्द ऐकून मी मनातून अस्वस्थ झाले. 'या जगात फुकट काहीच मिळत नसतं,' असं माझ्या मनात आलं. हिरालाल जैन पुढे म्हणाले, ''मी ही मदत देत आहे, ही गोष्ट कोणालाही कळता कामा नये. मदत करणं हे तर माझं कर्तव्यच आहे. आमच्या लहानपणी आम्हाला असं शिकवण्यात आलं होतं– तुमच्या उजव्या हातानं मदत केली तर ते तुमच्या डाव्या हातालासुद्धा कळता काम नये. माझ्या कंपनीचं नावही तुम्ही कोणाला सांगू नका. जाहिरातबाजीपेक्षा देण्याचा आनंद फार मोठा असतो. मला अनामिक दाता राहण्याची इच्छा आहे.''

त्यांचं हे बोलणं मात्र मला अगदीच मुलखावेगळं वाटलं. नेहमी लोकांना जर काही दान करायचं असेल, तर ते त्यासाठी भरपूर अटी घालतात. ते माझ्याबरोबर स्वत:चा फोटो काढून घेतात व बरेचदा त्या फोटोची सर्वत्र जाहिरात केली जाते. कधी तरी त्यांनी दिलेल्या देणगीची रक्कम अगदी अल्प असते. त्याबद्दल मला काही म्हणायचं नाही; पण हेच लोक म्हणतात, 'सुधा मूर्तींना सुनामीग्रस्तांच्या मदतकार्यात जी काही लागेल ती सगळी मदत आम्हीच केली...' कधी गुजरातेतील भूकंपाविषयी किंवा कधी ओरिसातील पुराविषयी ही माणसं असं सांगायची.

आपण केलेल्या मदतीविषयी दुसऱ्यांना सांगताना नेहमीच तिखट-मीठ लावून सांगण्यात येतं आणि इथे या सद्गृहस्थांना अनामिक दाता होण्याची इच्छा होती.

''मी तुमची खरोखरच आभारी आहे. दर महिन्याच्या एक तारखेला आमचा माणूस तुमच्या ऑफिसात येऊन औषधं घेऊन जाईल.''

"तसं करण्याची काही गरज नाही. माझा हेडक्लार्क करीम तुमच्या परिचयाचा आहे. तो माझ्याकडे गेली कित्येक वर्षं आहे. नाहीतरी दर महिन्याच्या पहिल्या तारखेला आमची डिलिव्हरी व्हॅन तुमच्या आसपासच्या दुकानांमध्ये औषधांचं वितरण करण्यासाठी येतेच. त्यातूनच तुमची औषधंसुद्धा आम्ही पाठवू."

मी हिरालाल जैन यांचे आभार मानले आणि त्यांचा वंशवृक्ष सदोदित बहरत राहो, अशी ईश्वराची मनोभावे प्रार्थना केली.

ठरल्याप्रमाणे सर्व सुरळीत चालू झालं. सुरुवातीला त्यांच्याकडून दरमहा दहाहजार रुपये किमतीची औषधं येत होती. त्यानंतर त्यांनी दरमहा पन्नासहजार रुपयांची औषधं पाठवण्यास सुरुवात केली. मध्ये एकदा त्यांनी झोपडपट्टीत स्वेच्छेनं काम करणाऱ्या डॉक्टरांसाठी आपली जुनी फियाट गाडी पाठवून दिली. त्यानंतर काही दिवसांनी त्यांनी आपल्या ऑफिससाठी नवा फ्रिज घेतला आणि जुना आमच्याकडे पाठवून दिला. पण आमची भेट मात्र होत नसे. कधीतरी मी आपणहोऊन त्यांना फोन करून त्यांना भेटायची इच्छा व्यक्त करत असे; पण त्यांचं उत्तर मात्र ठरलेलं असे : "कशाला उगीच तुमचा वेळ वाया घालवता?" मधून कधीतरी मी आमच्या कामाचा अहवाल, मेडिकल कँपचे फोटो इत्यादी त्यांच्या माहितीसाठी पाठवत असे. त्यावर ते फोन करून म्हणत, "मॅडम, माझा तुमच्यावर पूर्ण विश्वास आहे. मला केलेल्या कामाचा पुरावा नको आहे."

त्यांचं असं बोलणं ऐकलं, की मला मनातून अस्वस्थ वाटे. आपण पूर्वीपेक्षाही अधिक मेहनतीनं काम केलं पाहिजे, कारण लोक आपल्यावर एवढा विश्वास टाकतात... जर कधी या विश्वासाला चुकून तडा गेलाच, तर तो विश्वास परत कधीही संपादन करता येणार नाही... असं माझ्या मनात येई.

वर्षामागून वर्षे गेली. एव्हाना आमच्या कामाचा बराच बोलबाला झाला होता. वेगवेगळे लोक स्वेच्छेने मदतीसाठी पुढे येऊ लागले होते. एका फार्मास्युटिकल कंपनीनं आम्हाला जेवढी गरज असेल तेवढी औषधं दरमहा पुरवण्याचं मान्य केलं. आता आपण ही मदत घेण्याचं मान्य करावं आणि हिरालाल जैन यांच्याकडून औषधरूपानं देणगी घेणं बंद करावं, असं माझ्या असिस्टंटचं मत पडलं. हिरालाल जैन यांनी आम्हाला इतकी वर्षे मदत केली होती. आता अशाच मदतीची संधी इतर उत्सुक व्यक्तींनाही देणं आवश्यक होतं. एखाद्या व्यक्तीनं दिलेल्या देणगीचा सदुपयोग करणं जर आपल्याला शक्य नसेल, तर अशी देणगी स्वीकारायची नाही, असं माझं धोरण आहे.

परंतु मी माझ्या असिस्टंटना म्हणाले, "तसं नको. आपण हिरालाल जैन यांच्याकडून देणगी घेणं थांबवलं, तर त्यांना दुःख होईल."

एक दिवस सकाळीच बातमी आली– हिरालाल जैन यांचं झोपेतच हृदयविकाराच्या

झटक्यानं निधन झालं होतं. मी मनातल्या मनात ‘मृतात्म्याला शांती मिळो’ अशी प्रार्थना केली. त्यांच्यासारख्या संतप्रवृत्तीच्या व्यक्तीचं अशा तऱ्हेनं शांतपणे निघून जाणं उचितच होतं.

मी त्यांच्या अंतिम दर्शनासाठी त्यांच्या ऑफिसात गेले. त्यांच्या ऑफिसात पाऊल टाकण्याची ही माझी पहिलीच खेप होती. त्यांचं ऑफिस साधंच होतं. आत सामानसुमान, फर्निचरसुद्धा बेताचं होतं. इतक्या धनाढ्य माणसाचं ऑफिस इतकं साधं असावं, हे आश्चर्यच होतं. तिथे बरेच लोक जमले होते. तिथे पांढऱ्याशुभ्र कपड्यांत एक देखणा तरुण उभा होता. त्याचे डोळे लाल होऊन सुजल्यासारखे दिसत होते. हेडक्लार्क करीमनं मला पुढे होऊन हिरालाल जैन यांच्या पार्थिवापाशी नेलं. तो माझ्या कानात कुजबुजला, “साकेतसाहेब आत्ताच अमेरिकेहून आले आहेत.”

तिथे मला थोडी माहिती मिळाली. साकेतनं अमेरिकेत एम.बी.ए.ची पदवी घेतली होती आणि गेली काही वर्षे तो तिथेच नोकरी करत होता. तो अतिशय कर्तबगार होता आणि आपल्या वडिलांनंतर सर्व कारभार स्वतःच्या हाती घेण्याइतकं कर्तृत्व त्याच्या अंगात निश्चितच होतं.

त्यानंतर काही दिवस गेले. हिरालाल जैन आमच्या स्मरणातून गेले; पण नेहमीप्रमाणे दर महिन्याच्या एक तारखेला करीम औषधे पोहोचविण्यासाठी आमच्या ऑफिसात येतच राहिला. मला वाटलं, आपण एकदा साकेतला प्रत्यक्ष भेटून त्याचे आभार मानले पाहिजेत. त्याच्या वडिलांनी घालून दिलेली परंपरा त्यानंसुद्धा पुढे चालू ठेवली आहे. पण साकेत कामात इतका व्यस्त होता की मला काही त्याला भेटण्याची संधी मिळाली नाही.

तीन महिन्यांनंतर आम्हाला त्यांच्याकडून नेहमीसारखं औषधांचं पार्सल आलं नाही. मला वाटलं, यावेळी जरा उशीर झाला असेल. आपण आणखी काही दिवस वाट पाहावी. पण एक आठवडा लोटला तरी औषधं आलीच नाहीत. मेडिकल कँपमधील डॉक्टर्स औषधांच्या प्रतीक्षेत होते. मला वाटलं, आपण ही गोष्ट साकेतच्या कानावर घातली पाहिजे. मी त्याच्या ऑफिसात फोन केल्यावर नेहमीसारखा करीमचा आवाज आला नाही. त्याऐवजी एक तरुण मुलगी बोलली. ती म्हणाली, “साकेतसर बिझी आहेत. पण तुम्ही थांबा हं... मी एक-दोन मिनिटांत काय ते तुम्हाला सांगते.” त्यानंतर काही क्षण गेले. मी रिसीव्हर कानाला लावून थांबले होते. जरा वेळ लागला त्यामुळे अस्वस्थ झाले होते. एवढ्यात पलीकडून तिचा आवाज आला, “साकेतसर उद्या सकाळी नऊ वाजता तुम्हाला इथे त्यांच्या ऑफिसात भेटतील.”

अखेर तो दाता होता आणि मी याचक. दात्याकडे जाणं हे याचकाचं कामच

आहे. मी दुसऱ्या दिवशी सकाळी पावणेनऊ वाजता त्याच्या ऑफिसात जाऊन पोहोचले. मी आत पाऊल टाकलं आणि माझा माझ्या डोळ्यांवर विश्वासच बसेना. तीन महिन्यांपूर्वी आपण पाहिलेलं हेच का ते ऑफिस? जुन्या ऑफिसचं साधंसुधं रूप बदलून त्याचा कायापालट झाला होता. ते आता खरंखुरं एका मोठ्या उद्योगसमूहाचं ऑफिस शोभत होतं. तरतरीत तरुण रिसेप्शनिस्ट, चायनीज फुलदाणीत सुरेख पुष्परचना, भिंतीवर मॉडर्न तैलचित्रे. फरशी गुळगुळीत, चकचकीत ग्रॅनाईटची. झुळझुळीत, रेशमी पडदे व त्यावर मुद्दाम सोडलेला प्रकाशझोत. भेटीस येणाऱ्या व्यक्तींसाठी मांडलेले उंची सोफासेट्स... क्षणभर मला वाटलं, आपण चुकून भलत्याच ऑफिसात तर शिरलो नाही? जुना हेडक्लार्क करीमही कुठेच दिसेना. एक तरुणी पुढे आली आणि मला शेजारच्या स्वागतकक्षात घेऊन गेली. तिने मला तिथे बसवलं आणि उंची वाईन ग्लासमध्ये माझ्यासाठी कोल्ड्रिंक पाठवलं. हॉलच्या मधोमध हिरालाल जैन यांचं भलंमोठं तैलचित्र होतं. मला दिलेली वेळ झाल्यावर मी उठले आणि साकेतच्या ऑफिसकडे निघाले. इतक्यात मगाचच्या तरुणीनं गोड स्वरात पण ठामपणे मला थांबवलं. ती म्हणाली, "मॅडम, सॉरी. तुम्हाला नऊची वेळ दिली होती; पण आमच्या बिझिनेस एक्झिक्युटिव्हचं साकेतसरांकडे महत्त्वाचं काम निघालं आहे. त्यांना थोडावेळ सरांना भेटायचंय. त्यामुळे तुम्हाला दहा मिनिटं थांबावं लागेल." मी ते मान्य केलं व परत जागेवर बसले; पण पावणेदहा वाजले तरी आतून मला बोलावणं आलं नाही. मला दुसरं काम होतं. मी रिसेप्शनिस्टला तसं सांगितलं. तिनं साकेतला या गोष्टीची कल्पना द्यावी असंही सुचवलं. तिनं इंटरकॉमवर साकेतला तसं सांगितलं व फोन खाली ठेवल्यावर मला 'बॉस'च्या ऑफिसात जायला सांगितलं.

मी आत शिरले तेव्हा साकेतला भेटायला आलेले ते बिझिनेस एक्झिक्युटिव्ह अजून तिथेच होते. साकेतनं क्षमायाचनेच्या चेहऱ्यानं त्यांच्याकडे पाहिलं आणि मला बसायला सांगितलं. माझ्यासाठी मात्र त्याच्याकडे दिलगिरीचे शब्द नव्हते. "पाच मिनिटं हं..." असं तो त्या बिझिनेस एक्झिक्युटिव्हना म्हणाला.

याचा अर्थ माझी ही मीटिंग काही क्षणांपुरतीच आहे, हे मला कळून चुकलं.

साकेतनं जराही वेळ न दवडता थेट मुद्द्याला हात घातला.

"मी सगळी जुनी रेकॉर्ड्स पाहिली. तुमच्या कार्यासाठी माझ्या वडिलांनी प्रचंड मोठ्या रकमेची मदत केली आहे; पण त्यांना कोणतीही प्रसिद्धी त्याबद्दल मिळाली नाही. पैशाचा केवढा मोठा अपव्यय! मला मात्र अशी व्यवस्था करायची आहे, ज्यामुळे आपल्या दोघांचा फायदा होऊ शकेल. इथून पुढेसुद्धा आम्ही तुम्हाला देणगी देत राहू; पण तुमची कुठेही मेडिकल कॅम्प असेल तेव्हा तिथे

माझ्या नावाचा किंवा माझ्या कंपनीच्या नावाचा बॅनर लावण्यात यावा किंवा मोठी पाटी तरी लावण्यात यावी. ही औषधं नेण्यासाठी तुम्ही तुमचा माणूस दरमहा इकडे पाठवत जा. आमची विविध उत्पादनं आहेत. बरेचदा आमच्याकडे जास्तीचा माल असतो. तुमच्या झोपडपट्टीच्या कामासाठी हाच माल आम्ही पाठवून देऊ. तुम्हाला जी औषधं पाहिजे असतील, ती काही आम्ही देऊ शकणार नाही. आमच्याकडे जे असेल, ते तुम्ही वापरावं. महिलादिनाच्या दिवशी तुम्ही आमच्या कर्मचाऱ्यांपुढे भाषण केलं पाहिजे आणि आमच्या या देणगीविषयी त्यांना माहिती दिली पाहिजे. नाहीतरी आज इतकी वर्षं आम्ही तुम्हाला एवढी मदत करत आलो आहोत. मानवजातीची सेवा करणं ही तर उद्योगधंद्याची गुरुकिल्ली आहे.''

त्याचं बोलणं संपलं तेव्हा पाच मिनिटं झाली होती, त्यामुळे मी उठले.

मी गोड शब्दांत साकेतला म्हणाले, ''तुमच्या या प्रस्तावाबद्दल मी तुमची आभारी आहे; पण तुमच्या या देणगीचा मी स्वीकार करू शकत नाही. तुमच्याकडे जी औषधं जास्तीची उरली आहेत, त्या औषधांसाठी योग्य ठरेल असा रोग काही आम्ही निर्माण करू शकत नाही. तुमच्या वडिलांनी आज इतकी वर्षे आम्हाला जी मदत केली, जो आधार दिला त्याबद्दल आम्ही तुमचे ऋणी आहोत. मला जाता जाता फक्त एक गोष्ट तुम्हाला सांगायची आहे– देणगी देण्यापूर्वी तुमच्या वडिलांनी आम्हाला काही अटी घातल्या होत्या. तुमच्या वडिलांविषयी वाटणाऱ्या आदरभावनेतून आम्ही त्या अटींचं काटेकोर पालन केलं. पण जो काही निर्णय होता, तो मात्र त्यांचा होता, आमचा नव्हे. मानवजातीची सेवा आणि व्यवसाय यांची कृपया गल्लत करू नका. तसं जर केलंत, तर तुम्ही दोन्ही गोष्टी बिघडवून टाकाल. तुमच्या वडिलांना याची पूर्वकल्पना होती.''

एवढं बोलून मी त्याच्या ऑफिसातून बाहेर आले. परत एकदा तो हिरालाल जैन यांचा फोटो माझ्या दृष्टीस पडला. त्याच्यावर कृतज्ञतेची नजर टाकून मी त्या इमारतीबाहेर पडले.

१५

भेटीगाठी

वेंकट हा शहरातील काही यशस्वी उद्योजकांपैकी एक. चेहऱ्यावरून तो जरासा धूर्त भासे; पण वास्तविक तो अत्यंत सौम्य स्वभावाचा होता. त्याला माणसांची आवड होती. त्याचा मित्रपरिवार खूप मोठा होता. विविध क्षेत्रांतील विभिन्न व्यक्तींशी त्याची मैत्री होती. समाजातील सर्व स्तरांमधील लोक त्याचे परिचित होते. येता-जाता, कधी वाढदिवसाच्या तर कधी लग्नाच्या वाढदिवसाच्या निमित्तानं तो आपलं मित्रमंडळ गोळा करायचा. त्याची पत्नी मीना ही सुद्धा तेवढ्याच अगत्यानं सर्वांचं स्वागत करे. एकंदरीत त्यांचा व्यवस्थित जम बसलेला होता. त्यांना दोन बुद्धिमान मुलं होती– रश्मी आणि राघव.

वेंकट बऱ्याच बिगरसरकारी सेवाभावी संस्थांना आणि विश्वस्तनिधींना उदारहस्ते देणगी देत असे. आमच्या फौंडेशनलासुद्धा त्यानं बऱ्याच वेळा मोठमोठ्या देणग्या दिल्या होत्या. कोणत्यातरी चांगल्या सामाजिक कामासाठी म्हणून या देणग्या त्यानं दिल्या होत्या. प्रत्येक वेळी देणगी देत असताना त्याला त्याबद्दल कशाचीही अपेक्षा नसायची, हे विशेष. आपल्याजवळ एवढी विपुल संपत्ती आहे, तर त्यातील काही थोडा वाटा समाजाला परत करावा, असा त्या देणग्यांमागचा हेतू असे.

रश्मी ही खरं तर त्याच्या पहिल्या पत्नीपासून झालेली मुलगी. परंतु मीनानं मात्र आपल्या दोन्ही मुलांमध्ये कधीही भेदभाव केला नाही. वागण्यातून तर नाहीच; पण अगदी मनातूनसुद्धा नाही. तिच्या दृष्टीनं जसा राघव तशीच रश्मी. माझा आणि त्या कुटुंबाचा जुना स्नेह असल्यामुळे त्यांच्यातील या नात्याची मला चांगली ओळख होती.

काही दिवसांपूर्वी मीनाचा साठावा वाढदिवस झाला. त्यानिमित्त त्यांच्या घरी मोठी पार्टी आयोजित करण्यात आली होती. निमंत्रितांची यादी भलीमोठी होती. मी तिथे जाऊन पोहोचल्यानंतर तेथील गर्दी पाहून मी तर थक्कच झाले. वेंकटनं निमंत्रणपत्रिकेवर 'कृपया अहेर अथवा पुष्पगुच्छ आणू नयेत' अशी स्पष्ट सूचना लिहिलेली असूनसुद्धा पुष्पगुच्छांचा भला मोठा डोंगर जमा झाला होता. असे पुष्पगुच्छ भेट म्हणून स्वीकारणं म्हणजे पैशांचा निव्वळ अपव्यय आहे, कारण ते

एक-दोन दिवसांपेक्षा जास्त टिकत नाहीत, असं वेंकटचं स्पष्ट मत होतं. मलाही त्याची कल्पना होती; पण लोकांनी पुष्पगुच्छ आणल्यावर मात्र त्यानं ते ठेवून घेतले. रस्त्यावरच्या लहान लहान मुलांना ते देऊन टाकावे, म्हणजे त्यांना जरा आनंद होईल, असं त्यानं ठरवलं.

मी समारंभाला मुद्दामच जरा वेळानं गेले. त्या दोघा पति-पत्नींशी थोडं निवांतपणे बोलता यावं हा त्यामागचा हेतू होता.

मी गमतीनं म्हणाले, "वेंकट, जुन्या काळी फक्त राजे-महाराजे आपला वाढदिवस इतक्या थाटामाटानं साजरा करत असत चारचौघांमध्ये; पण आज तुम्ही लोक नव्या युगाचे 'महाराजा' झालात की काय? मी एक विचारू? तुम्ही एवढ्या सगळ्या लोकांना कशासाठी बोलावलंत? अर्थात माझ्या प्रश्नाचं उत्तर दिलंच पाहिजे, असं नाही बरंका!"

वेंकट मोठ्यांदा हसला. तो म्हणाला, "लोक माझ्यावर प्रेम करतात. मला किती मित्र आहेत, माहीत आहे? माझ्या डोक्यावर जेवढे केस आहेत ना, तेवढे! मी लोकांचा आहे. मी तुला सांगतो– माझ्या मरणानंतरसुद्धा हे एवढे सगळे लोक इथे येतील आणि माझ्यासाठी रडतील. मग तेव्हा कळेल तुला– मला किती मित्र आहेत ते!"

दुर्दैवानं ही गोष्ट फारच थोड्या दिवसांत खरी झाली. या कार्यक्रमानंतर थोड्याच दिवसांनी हृदयविकाराच्या झटक्यानं त्याचं निधन झालं.

मृत्यू मोठा विचित्र असतो. माणूस गेल्यानंतर अवघ्या काही क्षणांतच तो भूतकाळात जमा होतो.

मला वेंकटच्या निधनाची बातमी कळताच मी हातातलं काम तसंच ठेवलं आणि तात्काळ त्याच्या घरी गेले. वेंकटचा आणि माझा गेल्या कित्येक वर्षांचा परिचय होता. मला कधीही उदास वाटलं, नैराश्यानं घेरलं की तो मला धीर द्यायचा, प्रोत्साहन द्यायचा. वेंकटच्या जाण्यानं आपलं खूप जवळचं माणूस गेलं, असं मला वाटलं. कोणालाही कोणत्याही प्रकारची अडचण आली, की ती व्यक्ती आपलं मन मोकळं करायला वेंकटकडे जाणार, हे ठरलेलं होतं.

वेंकटचा लोकसंग्रह दांडगा होता. विविध क्षेत्रांतील व्यक्तींचा त्याच्या मित्रपरिवारात समावेश होता. त्यात उद्योगपती, सामाजिक कार्यकर्ते, राजकीय वर्तुळातील व्यक्ती, कलावंत, नट इत्यादी लोक होते. अर्थातच तेथे प्रचंड गर्दी जमा झाली होती.

वेंकटच्या अनपेक्षित जाण्याचा त्याची पत्नी मीना हिला प्रचंड मोठा धक्का बसला होता. तिची मन:स्थिती फारच विचित्र झाली होती. आपल्या सभोवताली काय घडतंय, याचीही तिला नीट जाणीव नव्हती. ती सुन्न होऊन बसून होती. तिचा एकुलता एक मुलगा राघव दिल्लीला होता. त्याला ही बातमी कळवण्यात आली होती आणि तो तिकडून निघाला होता. सर्वजण त्याच्या येण्याकडे डोळे

लावून बसले होते. आपण या परिस्थितीत काय करावं, हे मला सुचत नव्हतं. मी एका कोपऱ्यात बसून होते. माझ्या शेजारी अहिल्या आणि रूपा या दोघी बसल्या होत्या. त्यांची आणि वेंकटची चांगली मैत्री होती. कोणत्याही समारंभाला त्यांची उपस्थिती ठरलेली असे. 'आपण त्यांच्याशी बोलावं का?'– असा विचार माझ्या मनात आला. पण त्या दोघींचं आपापसांत काहीतरी गुफ्तगू चाललेलं होतं. मग मी शांत बसून राहिले. त्यांचं हलक्या स्वरातलं बोलणं माझ्या कानावर पडलं.

"रूपा, तू यायला इतका उशीर का केलास? मला इथे किती कंटाळा आला. अशा प्रसंगी काही हास्यविनोदही करता येत नाहीत. मला एकटीला फार कंटाळा आला. कुणीतरी बोलायला हवं होतं."

"अगं, मला ही बातमी कळली ना, तेव्हा मी ताज वेस्टएन्डमध्ये मि. सेन यांच्याबरोबर लंच घेत होते. ते आमच्या पुढच्या कल्चरल शोचे आर्ट डायरेक्टर आहेत. शिवाय मी गडद रंगाची साडी नेसले होते, त्यामुळे घरी जाऊन कपडे बदलून मगच इकडे आले."

इतक्यात मला मिहीर आणि मेघना दिसले. ते मीनापाशी जाऊन थोडावेळ उभे राहिले आणि परत आले. मेघना माझ्याशेजारी बसली आणि म्हणाली, "वेंकट गेला या गोष्टीवर विश्वासच बसत नाही. कालच आम्ही त्याच्या नव्या ऑफिसच्या इंटिरिअरविषयी बोललो. आता राघवला ते सगळं आवडेल का नाही, कोण जाणे. राघव नव्या पिढीचा आहे. पिढ्यापिढ्यांमधील मतभेद तर सगळीकडेच असतात."

मी त्यावर काही बोलणार एवढ्यात आपलं गुफ्तगू संपवून अहिल्या आणि रूपा पण आमच्याजवळ आल्या आणि आमच्या बोलण्यात सहभागी झाल्या.

"मिहीर आज इथे कसा? मी तर ऐकलं, तो पोर्ट ब्लेअरला ड्यूटीवर असतो."

मिहीर हा केंद्रसरकारमध्ये मोठ्या हुद्द्यावर अधिकारी होता. मेघना तर मीनापेक्षाही दुःखी दिसत होती. "या सेंट्रल गव्हर्नमेंटचे बदलीचे नियम नक्की काय आहेत, ते काही समजतच नाही. ज्यांची मुलं शाळेत जाणारी आहेत, त्यांची तर खरं म्हणजे बंगलोर, चेन्नईसारख्या मोठ्या शहरांतून बदली होताच कामा नये. प्रत्येक डिपार्टमेंटमध्ये लग्न न झालेल्या जरठ कुमारिका असतात, अविवाहित पुरुष असतात. अशांच्या कराव्या ना बदल्या पाहिजे तिथे. खरं तर सरकारनं असं धोरणच आखलं पाहिजे."

मेघनाच्या या विधानाला रूपानं लगेच पुष्टी दिली. "खरंच तुम्ही प्लॅनिंग कमिशनला लिहीत का नाही? नाहीतरी तुझा भाऊ तिथेच नोकरीला आहे ना?"

का कोण जाणे, पण मला मैदानावर खेळण्यात येणाऱ्या फुटबॉलच्या खेळाची आठवण झाली.

मिहीर राकेशशी बोलत होता. बोलता बोलता मधूनच हातातील घड्याळावर नजर टाकत होता. ''आजची मॅच फार महत्त्वाची आहे. भारत विरुद्ध पाकिस्तान. पण खरं सांगू– मला टी.व्ही.वर मॅच बघायला नाही आवडत. मला तर स्टेडियमवर जाऊनच मॅच बघायला आवडते. भावनांना नुसतं उधाण आलेलं असतं, सगळीकडे जल्लोष असतो, खरी खळबळ तर मैदानावर प्रत्यक्ष चालू असते. पण मला नाही वाटत, आज मला तिकडे जाता येईल!''

मिहीर आता अस्वस्थ, उतावीळ होत चालला होता, हे माझ्या लक्षात आलं. सारखा सारखा तो आपल्या हातातील मोबाईलकडे ताज्या बातमीसाठी बघत होता. इथलं काम जर लवकर आटपलं, तर हा नक्की स्टेडियमवर जाणार, असं मला वाटलं. मेघनाचं आणि वेंकटचं नातं असल्यामुळे ते दोघं तिथे थांबले होते; पण त्यांचं मन मात्र दुसरीकडेच होतं.

एवढ्यात ॲडव्होकेट रमण आत आले. त्यांच्या मागोमाग दोन-तीन तरुण मुलं फाईली व कागदपत्रं हातात घेऊन आत आली. परत सर्वत्र कुजबूज सुरू झाली. आता मालिनी आणि रागिणी याही तिथे येऊन दाखल झाल्या होत्या.

''काहीतरी मालमत्तेच्या संदर्भातील तंटा उद्भवलेला दिसतोय; पण अर्थात त्याविषयी बोलायची ही काही वेळ नाही. बहुधा रश्मीनं काहीतरी हरकतीचा मुद्दा उपस्थित केला असणार. मीनानं त्याला विरोध केला असेल, म्हणूनच वकील आलेले दिसतायत.''

रश्मीनं आक्षेप घेण्यासारखा कोणताही मुद्दा नव्हता, याची मला पूर्ण खात्री होती. लोकांचं हे सगळं बोलणं चाललं होतं, त्याला पुरावा काहीच नव्हता. नुसते तर्ककुतर्क चालू होते.

''वेंकटचं वय काय असेल?'' रागिणीनं विचारलं.

''साठी उलटलेली तर नक्कीच असणार; पण असा जाण्याइतका काही तो म्हातारा नव्हता. आता नुसतं बसून पैसा मोजण्याचं वय होतं त्याचं. आपल्या तरुणपणी त्यानं खूप कष्ट केले. त्याचं आयुष्य खरं तर नारळाच्या झाडासारखं होतं. सगळं काही सुरळीत व्हायला पुष्कळ वर्षं लागली; पण एकदा बहराला आल्यावर सतत बहरतच राहिलं. तो अगदी अकाली गेला. केवढी दु:खदायक गोष्ट आहे!''

''बरोबर आहे. मृत्यूलासुद्धा काही काळवेळ असते. वीरू गेला, तेव्हा मलासुद्धा फार वाईट वाटलं. तो तर इतका तरुण, इतका तरतरीत आणि हुषार होता. निदान वेंकटनं चार पावसाळे तरी पाहिले होते.''

कोणीतरी वीरूविषयी बोललं. खरं तर या वीरूचं मरण ओढवलं होतं ते अतिरिक्त मद्यसेवनानं.

“रागिणी, आजकाल तुझा मुलगा काय करतो?” अहिल्यानं विचारलं, “तो तरुण आहे, चांगला उत्साही आहे. लग्नाचा झालाय ना?”

“हो ना. विनयला चांगलं स्थळ हवं. पण मुलगी एबीसीची एम.बी.ए. हवी, अशी त्याची अट आहे.”

“हा एबीसी काय प्रकार आहे?”

“एबीसी म्हणजे अहमदाबाद, बंगलोर किंवा कलकत्ता.”

“काही लोकांजवळ फक्त पैसा असतो; पण त्यांना सामान्यज्ञान काहीच नसतं.” अहिल्या फणकाऱ्यानं म्हणाली.

“तुझी मुलगी काय करते?” मिहीरनं राकेशला विचारलं.

“तिनं वकिलीचा अभ्यास केलाय; पण ती काही एम.बी.ए. नाही. कदाचित आम्हीसुद्धा तिच्याकरता विनयच्या स्थळाचा प्रयत्न करू. पण नंतर, आत्ता नाही.”

उशीर होत चालला होता. राघवच्या विमानाला विलंब होणार होता, दिल्लीच्या विमानतळावर धुकं होतं.

“आपलं सरकार तरी नवीन यंत्रणा खरेदी का नाही करत? म्हणजे धुक्यातसुद्धा विमानांना उड्डाण करता येईल.” मुकेशनं उगीचच सरकारवर आपला राग काढला. वास्तविक राघवला यायला वेळ लागत होता, त्याबद्दल हा सगळा राग होता.

“बाय द वे, नवीन विमानतळाचं कॉन्ट्रॅक्ट कुणाला मिळालं?”

चर्चा चालू राहिली...

या सर्व प्रसंगाविषयी आता मी जेव्हा विचार करते तेव्हा माझ्या मनात हेच येतं– एखाद्या व्यक्तीचं निधन झाल्यानंतर लोक त्या घरी जेव्हा समाचाराला जातात तेव्हा खरंतर आपली उपस्थिती सर्वांना दाखवून देणं, उगीच अफवा पसरवणं, एकमेकांच्या प्रतिष्ठेचं मोजमाप करणं हाच त्यामागचा उद्देश असतो. त्या व्यक्तीच्या निधनाचं खरोखर दु:ख झालेली माणसं विरळाच.

आपण जेव्हा तरुण असतो, तेव्हा आपल्याभोवती मित्रमंडळींचा घोळका असतो. आपलं वय जसं वाढत जातं, तशी या मित्रांची संख्या कमी होत जाते. जर कोणा व्यक्तीचा मृत्यू झाल्यावर त्याबद्दल खरोखर दु:ख वाटून अश्रू ढाळणारी माणसं अस्तित्वात असलीच, तर ती मरणारी व्यक्ती भाग्यवानच म्हटली पाहिजे. आपल्या आयुष्याच्या अखेरच्या काळात आपण आपल्या आयुष्यातून या नुसत्या परिचितांना जर वजा करून टाकायचं ठरवलं आणि केवळ खऱ्याखुऱ्या, सच्च्या दिलाच्या मित्रांनाच तेवढं ठेवायचं ठरवलं, तर मला वाटतं, ती संख्या काही फार मोठी असणार नाही. कदाचित ती संख्या केवळ एकेरी आकड्याची असेल!

■

१६

देणगी

समुद्रकिनाऱ्यावर सुनामीचा घाला झाला आणि सारा भारत जणू खडबडून जागा झाला. मदतीसाठी सज्ज झाला. भारताच्या कानाकोपऱ्यातून साधनसामग्रीनं भरलेले ट्रक्स दुर्घटनाग्रस्त भागांकडे धावू लागले. पूर्वी कधी ज्या गावांचं कुणी नावसुद्धा ऐकलं नसेल, अशा गावांकडे मदतीचा ओघ सुरू झाला. अनेक लोकांनी सुनामीग्रस्तांसाठी निधी गोळा करण्यास सुरुवात केली. शाळेची मुलं, बँकेचे अधिकारी, कॉलेजचे प्राध्यापक, भाजीवाले, डॉक्टर्स, कापडाचे व्यापारी, धार्मिक नेते... असे सर्वजण पुढे झाले. सुनामीचा प्रत्यक्ष तडाखा जरी किनारपट्टीलगतच्या काही ठराविक भागांनाच बसला होता, तरी त्याचा फार मोठा परिणाम देशातील सर्वच आणि देशाबाहेरच्या काही लोकांच्या मनावर झाला होता.

रेखा ही माझी मैत्रीण. ती तशी मनानं फार चांगली आहे; पण आपण कधी तिच्याशी बोलायला जावं, की ती इतकी आडवळणानं बोलत राहते, की आपलं डोकं दुखू लागतं. तिच्या बोलण्याला फारसा अर्थ असतो, असंही नाही. तिचा पती फारच शांत आहे. तो दुबईला असतो आणि त्यांची मुलगी दिल्लीला असते. रेखाच्या अंगात उत्साह भरपूर आहे; पण त्याचा नक्की कुठे, कसा वापर करावा, हेच तिला समजत नाही.

एक दिवस अचानक ती माझ्या ऑफिसात आली आणि सुनामीविषयी बोलू लागली.

''तुला माहीत आहे... त्या सुनामीच्या लाटा काय भयंकर होत्या. जुन्या काळी 'जलप्रलय' म्हणून एक संकल्पना होती, म्हणजे सगळं जग पाणीमय होऊन जातं, अशी कल्पना. सुनामीमुळे मला त्याचीच आठवण झाली.''

त्यानंतर ती अव्याहत सुनामीविषयी बोलत राहिली आणि अखेर ते मला असह्य झालं.

''रेखा, सुनामीची दुर्घटना जेव्हा घडली, तेव्हा तू त्या भागात होतीस का?''

''नाही, मी टी.व्ही.वर पाहिलं.''

"मी पण सर्व काही आधी टी.व्ही.वरच पाहिलं होतं. नंतर आम्ही दुर्घटनाग्रस्त भागात जाऊन काही मदतकार्यसुद्धा केलं. मला एक सांग, तू आज इथे कशासाठी आली आहेस? आता आम्हाला दुर्घटनाग्रस्तांच्या पुनर्वसनाची योजना आखण्याचं काम आहे.'' मला असं तिच्याशी बोलणं भागच पडलं.

मग ती मुद्द्यावर आली.

"तुला माहीत आहे, मी केशवपुरा एक्सटेन्शन भागात राहते. आमच्या इथे एक यूथ क्लब आहे. आमच्या क्लबच्या तरुण मुलामुलींनी सायकलींवरून व मोपेडवरून घरोघरी जाऊन सुनामीग्रस्तांसाठी काही रक्कम गोळा केली आहे. ती रक्कम तुझ्या हाती सोपवावी, असं त्यांच्या मनात आहे. तर तू ती स्वीकारण्यासाठी स्वत: येशील का? त्यांना शाबासकी मिळाल्यासारखं वाटेल. त्यांना खरंच फार बरं वाटेल.''

ते ऐकून मला फार आनंद झाला आणि मी तिचं म्हणणं मान्य केलं.

तरुण मुलामुलींच्या कामाचं जर मोठ्या माणसांनी असं मनापासून कौतुक केलं तर कित्येकदा ते त्यांच्या दृष्टीनं फार प्रेरणादायी ठरतं. त्यांना नुसती शाबासकीची थाप पुरेशी असते; कौतुकाचे दोन शब्द पुरे असतात. मग त्यांना वाटतं, आपण एकटे नाही. आपल्या पाठीशी कोणीतरी उभं आहे.

त्यानंतर पुढचे शब्द बोलताना मात्र रेखा जराशी चाचरू लागली.

"त्या लहान मुलांनी घरोघरी जाण्यासाठी स्वखर्चानं मोपेडमध्ये पेट्रोल घातलं. खरं तर त्या मुलांची आर्थिक परिस्थिती फार काही चांगली नाही.''

त्यावर मी लगेच उत्तरले, 'रेखा, तसं असेल, तर त्यांनी जो काही निधी गोळा केला आहे, त्यातून त्यांच्या खर्चाची रक्कम त्यांना काढून घ्यायला सांग आणि जे काही पैसे उरतील ते माझ्याकडे सुपूर्द करा. मुलांवर या कामाचा आर्थिक भार पडता कामा नये. त्यांनी त्यासाठी एवढा घाम गाळला आहे, त्याची मला निश्चित कदर आहे.''

माझं बोलणं ऐकून रेखा आनंदानं परत गेली.

त्या कार्यक्रमाची तारीख ठरली. ठरल्याप्रमाणे मी वेळेत तिथे जाऊन पोहोचले. सभागृहामध्ये मोठं व्यासपीठ सजवलेलं होतं. सर्वत्र ध्वनिक्षेपकाची उत्तम व्यवस्था करण्यात आली होती. जमिनीवर गालिचे अंथरण्यात आले होते. टी.व्ही. आणि वृत्तपत्रांचे प्रतिनिधी व स्थानिक नेते अगोदरच येऊन हजर होते. सभागृहाच्या कोपऱ्यात एक टेबल मांडण्यात आलं होतं. तेथे उपस्थितांसाठी चहा-कॉफी व बिस्किटांची व्यवस्था होती. व्यासपीठावर दहा खुर्च्या मांडण्यात आल्या होत्या. व्यासपीठावर बसलेल्या मान्यवरांचा आधी सत्कार झाला व मग प्रत्येकाला बोलण्याची संधी देण्यात आली. सर्वांच्या भाषणाचा विषय होता सुनामी. सुनामी

कशा तयार होतात, सुनामी भारतापर्यंत कशा काय येऊन पोहोचल्या... या पाठीमागचं कारण येथील लोकसंख्या हे असावं की राजकीय अस्थैर्य हे असावं? वगैरे वगैरे. ज्या लोकांनी दुर्घटनाग्रस्त भागाला भेटसुद्धा दिली नव्हती, ते सुद्धा अधिकारवाणीनं त्या भागात झालेली हानी व तेथील लोकांचं पुनर्वसन याविषयी बोलले. मला वाटलं– या लोकांच्या भाषणांपेक्षा रेखाचं बोलणं तरी पुष्कळ बरं.

सूत्रसंचालनाचं काम रेखाकडे होतं. कार्यक्रमाच्या अखेरीला सुनामीग्रस्तांसाठी गोळा करण्यात आलेल्या निधीची रक्कम एका नक्षीदार शोभिवंत मखमली बटव्यात घालून तो बटवा माझ्याकडे सुपूर्द करण्यात आला. त्यानंतर बऱ्याच तरुण मुलामुलींना व्यासपीठावर पाचारण करण्यात आलं. कोणीतरी एका तबकात बरेच हार आणले. मी त्या प्रत्येक मुलाच्या व मुलीच्या गळ्यात एकेक हार घालावा, अशी मला सूचना करण्यात आली. फोटोग्राफर्स आणि वार्ताहर प्रत्येक वेळी फोटो काढत होते आणि टाळ्यांचा कडकडाट थांबतच नव्हता. मला पण त्या मुलांचं खूपच कौतुक वाटलं. कौतुकभरल्या मनानंच मी घरी निघाले.

या रकमेतून दुर्घटनाग्रस्तांसाठी काय काय विकत घेता येईल बरं?– असा विचार माझ्या मनात येत होता. दुधाची पावडर, ताडपत्र्या, मासे पकडण्याची जाळी इत्यादी इत्यादी. या लोकांनी इतके कष्ट घेऊन निधी गोळा केला आणि केवढ्या विश्वासानं ही रक्कम आपल्या हाती सोपवली, या विचारांनी माझं मन भरून आलं.

असे विचार मनात घोळवतच मी तो बटवा उघडला. आत दोन कागद होते व त्या दोन कागदांच्या मधोमध दहा रुपयांची कोरी करकरीत नोट होती. मला वाटलं, पैसे चुकून कुठेतरी पडले असतील. म्हणून मी परत परत बटवा तपासला, उलटा करून पाहिला... गाडीच्या सीटवर शोधाशोध केली; पण काही मिळालं नाही.

मी निराश होऊन घडी केलेले ते कागद उघडले. त्यात कार्यक्रमासाठी झालेल्या खर्चाचा सर्व हिशोब तपशीलवार मांडलेला होता. झालेल्या खर्चाची बेरीज मांडण्यात आली होती : एकूण दहाहजार दोनशे पंचाऐंशी रुपये. दुसऱ्या कागदावर एकूण जमा झालेल्या निधीचा हिशोब लिहिलेला होता. त्याची बेरीज झाली होती : एकूण दहा हजार दोनशे पंचाण्णव रुपये. खर्चाची यादी बरीच मोठी होती. त्यात सभामंडप, व्हिडिओ व फोटोग्राफीचा खर्च, हारतुरे, ध्वनिव्यवस्था, सन्माननीय पाहुण्यांना व निमंत्रितांना घेऊन येण्यासाठी झालेला टॅक्सीचा खर्च, फुले व सजावट, चहापान असे अनेक खर्च मांडलेले होते.

दुसऱ्याच दिवशी सकाळी वर्तमानपत्रात त्या कार्यक्रमाचा फोटो छापून आलेला मी पाहिला. रेखा हसऱ्या चेहऱ्यानं निधीच्या रकमेचा बटवा माझ्या हाती सुपूर्द

करत आहे, असा तो फोटो होता. त्याखाली छापलं होतं– 'केशवपुरा एक्सटेन्शन यूथ क्लबच्या अध्यक्षा श्रीमती रेखा नाजुंडप्पा सुनामीग्रस्तांसाठी जमवलेल्या निधीची रक्कम इन्फोसिस फौंडेशनच्या अध्यक्षा श्रीमती सुधा मूर्ती यांच्याकडे सुपूर्द करत असताना...'

गजानन हा एक बेरोजगार तरुण होता. पण त्याच्या अंगात भरपूर धाडस होतं. दहा वर्षांपूर्वी तो माझ्याकडे कामाला लागला. आम्ही त्याला 'गणू' म्हणत असू. एक दिवस तो कंटाळून माझ्याकडे आला आणि म्हणाला, "मॅडम, मला बंगलोरच्या या असल्या प्रदूषित वातावरणात राहायचा कंटाळा आलाय. रोज उठून शहराच्या गर्दीतून, रहदारीतून, एवढ्या लांबून ऑफिसात यायचं, इतक्या छोट्या खोलीत राहायचं... त्यापेक्षा मी माझ्या गावी परत जातो. तिथे आमचं घर आहे, थोडीफार जमीन आहे. मी शेती करीन."

त्यावर मी त्याला शुभेच्छा दिल्या आणि 'पत्र लिहीत जा, संपर्क ठेव' असंही सांगितलं.

असाच मधून मधून गणू ऑफिसात मला भेटायला यायचा. त्यानं तिकडे काय प्रगती केली होती, तेही मला सांगायचा. त्याचं त्याच्या गावात चांगलं चाललं होतं. त्याचं लग्न झालं होतं, तो शेती करत होता आणि गावासाठी जमेल तेवढं समाजकार्यसुद्धा करत होता. त्यानं खेड्यातल्या शाळेसाठी आमच्याकडून कॉम्प्युटर घेतला, वाचनालयासाठी पुस्तकं घेतली. शाळेमध्ये जे काही कार्यक्रम त्यानिमित्त झाले, त्याचे फोटो काढून त्यानं ते मुद्दाम आम्हाला आमच्या रेकॉर्डसाठी पाठवून दिले. त्या फोटोंकडे पाहून एक गोष्ट लक्षात आली : गणू आता त्याच्या गावचा नेता बनला होता.

एक दिवस असाच गणू ऑफिसात आला. तो बराच चिंतित दिसत होता. तो म्हणाला, "मॅडम, मला पैशांची अडचण आहे. दहा हजार रुपये उसने हवे आहेत. माझ्या शेतीसाठी, फळबागेसाठी बी-बियाणं खरेदी करायचं आहे. मी तीन महिन्यांत पैसे परत करीन."

गणूनं आजपर्यंत उसने पैसे कधीच मागितले नव्हते. त्यानं आम्हाला कधी फसवल्याचंसुद्धा मला आठवत नव्हतं. त्यामुळे मी सुद्धा जराही न कचरता त्याला पैसे दिले.

तीन महिन्यांनंतर गणू परतला तो चेहऱ्यावर हसू घेऊनच. त्यानं मला पैसे परत दिलेच, पण त्याबरोबर फळांची पिशवीपण आणून दिली.

यानंतर हे सत्र सुरू झालं. अगदी थोड्या काळासाठी पैसे मागून न्यायचे आणि परत करताना बरोबर काहीतरी भेट आणून द्यायची!

पुढच्या खेपेला गणू आला तो एक लाख रुपयांची मागणी करायला.

"गणू, ही रक्कम बरीच मोठी आहे. एवढे पैसे तुला कशाला हवे आहेत रे?"

"मॅडम, हे पैसे मी माझ्यासाठी मागत नाहीये. माझ्यावर देवाची कृपादृष्टी आहे. माझी शेती चांगली चालली आहे; पण आमच्या गावाकरता काहीतरी करण्याची माझी इच्छा आहे. माझ्या गावच्या लोकांसाठी पाणपोई बांधायची माझी कल्पना आहे. शिवाय गावच्या जनावरांसाठीसुद्धा प्यायच्या पाण्याची व्यवस्था करायची आहे. त्यासाठी बराच खर्च येईल. उन्हाळ्यात पाण्याची केवढी टंचाई असते, याची तुम्हाला कल्पना आहेच. तुम्हीसुद्धा याच भागातल्या असल्यामुळे तुमच्या लक्षात येईल, ही पाणपोईची योजना किती महत्त्वाची आहे ते!"

"पण एवढी मोठी रक्कम तू परत कशी काय करशील?"

"मी ही रक्कम चार हप्त्यांमध्ये परत करीन. मी एक फुलांची बाग खरेदी केली आहे. त्यातून मला चांगलं उत्पन्न येतं."

मी त्याच्या बोलण्यावर जरा विचार केला. त्याचा हा उपक्रम स्तुत्य होता. मी त्याला म्हणाले, "गणू, मी या उपक्रमासाठी पंचवीस हजार रुपयांची देणगी देईन आणि पंचाहत्तर हजार रुपये मी कर्जाऊ देईन."

"मॅडम, माझी आणखी एक विनंती आहे. या पाणपोईच्या उद्घाटनासाठी तुम्ही जातीनं हजर राहिलं पाहिजे. त्या निमित्तानं तुम्ही आमचं गाव तरी पाहाल."

नाहीतरी गणू गेले कितीतरी दिवस मला त्याच्या गावी येण्याचं निमंत्रण देतच होता. त्यामुळे मी संमती दिली.

काही दिवसांनंतर तो कार्यक्रमाची निमंत्रणपत्रिका घेऊन आला. प्रमुख पाहुणे म्हणून डझनभर व्यक्तींची नावं छापलेली होती. त्यातच एक नाव माझंही होतं.

"हे काय गणू? एवढ्या लहानशा कार्यक्रमासाठी एवढी माणसं कशाला?"

"मॅडम, तुम्ही शहरात तुमच्या शेजारपाजारच्या लोकांशी न बोलता राहू शकता. वरिष्ठ अधिकाऱ्यांशी संपर्क न ठेवता तुमचं चालू शकतं. पण खेड्यात असं करून चालत नाही. अशा सगळ्या लोकांशी, विशेषत: सरकारी अधिकाऱ्यांशी चांगले संबंध ठेवावे लागतात. पोलिस अधिकाऱ्यांशी मिळतंजुळतं घेऊन राहावं लागतं. नाहीतर तिथे जगणंच कठीण होऊन बसेल."

कार्यक्रमाच्या दिवशी मला घेऊन येण्यासाठी गणूनं माणूस पाठवला. तो वयस्कर होता. तो गणूच्या कामाची तारीफ करत होता.

"गणूनं आमच्या गावाकरता खूप काम केलंय. त्यानं गावात वाचनालय काढलंय. गावच्या शाळेमध्ये कॉम्प्युटरचा खास विभाग सुरू केलाय. त्याला कॉलेजही उघडायचंय आमच्या इथे. कदाचित आता तो ग्रामपंचायतीच्या निवडणुकीला उभं राहून निवडून येईल."

मी गावात जाऊन पोहोचले. गणू सुहास्य मुद्रेनं स्वागतासाठी उभाच होता.

त्यानं हार घालून माझं स्वागत केलं. त्यानं मला गावचा फेरफटका करण्यासाठी नेलं आणि स्वत: गावासाठी काय काय केलं आहे, ते दाखवलं. आम्ही चालत असताना वाटेत लोक त्याला आदरानं नमस्कार करत होते.

आम्ही पाणपोईच्या ठिकाणी गेलो आणि मला आश्चर्याचा सुखद धक्का बसला. मोठी माणसे, लहान मुले आणि जनावरे अशा सर्वांच्या पाणी पिण्याची सोय फार उत्कृष्ट तऱ्हेनं तेथे करण्यात आली होती. सिमेंटचं छप्पर असलेलं नीटनेटकं बांधकाम होतं. बसण्यासाठी सिमेंटचे ओटे व बाकही होते. मी हसून गणूला म्हटलं, "पूर्वीच्या काळी पांथस्थांना बसून आपला शिणवटा घालवण्यासाठी गावच्या वडाच्या झाडाखाली कट्टा बांधलेला असायचा. त्यापेक्षाही तू उभारलेली ही पाणपोई जास्त सुंदर आहे. थोड्याच दिवसांत तुमच्या गावची बैठक इथेच भरणार हे नक्की."

रेशमी फीत कापून मी त्या पाणपोईचं उद्घाटन केलं. पाणपोईवर एका संगमरवरी दगडात अक्षरे कोरलेली होती, ती मी जवळ जाऊन वाचली, 'आपल्या गावाच्या प्रेमाखातर गजाननकडून ही सप्रेम भेट.' शेजारी तारीखही कोरलेली होती.

नेहमीप्रमाणेच कार्यक्रम लांबला. भाषणांनी बराच वेळ खाल्ला. माझं डोकं दुखू लागलं. गणूनं आपल्या भाषणात माझं वर्णन 'नव्या युगातील अतिमाबे' असं केलं. (अतिमाबे ही उत्तर कर्नाटकात दहाव्या शतकात होऊन गेलेली एक जैन राणी होती. ती दानशूर होती, थोर साहित्यिका आणि कवयित्रीसुद्धा होती.)

गणूनं मला आदरपूर्वक हार घातला आणि कृतज्ञतेचं प्रतीक म्हणून एक साडी व फळांची बास्केट अर्पण केली. त्याने भर सभेत, सर्वांच्या समोर खाली वाकून माझ्या पायांवर डोकं ठेवलं. त्याच्या विनम्रतेचं आणि कृतज्ञतेचं हे उदाहरण होतं. कार्यक्रम संपत आल्यावर लोकांची गडबड सुरू झाली, कारण यानंतर वाद्यवृंदासह संगीताचा कार्यक्रम होणार होता.

मी जेव्हा गाडीत बसून परत जायला निघाले तेव्हा गणूनं घाईनं पुढे येऊन माझ्या हातात एक पाकीट ठेवलं आणि तो म्हणाला, "तुम्ही जी मदत केलीत त्याबद्दल मी आभारी आहे."

मला मनातून खूप आनंद झाला होता. गणूनं गावकऱ्यांच्या जीवनात खूप मोठा बदल घडवून आणला होता. आपल्या खेड्यांमध्ये असे आणखी लोक निर्माण व्हायला हवेत, म्हणजे आपल्या देशाचा विकास होण्यास वेळ लागणार नाही, असं मला वाटलं. गाडी बंगलोरच्या दिशेनं धावू लागली. माझ्या हातातील जड हार मी बाजूला ठेवू लागले, इतक्यात गणूनं दिलेलं पाकीट माझ्या हाताला लागलं. ते मी उघडलं आणि माझा माझ्या डोळ्यांवर विश्वासच बसेना. आत दहा

हजार रुपयांचा चेक होता. उरलेल्या पंचाण्णवहजार रुपयांच्या ऐवजी पाणपोईच्या बांधकामाचं बिल जोडलेलं होतं. एक क्षणभर मला काही समजेना.

माझ्या मनासमोर ती संगमरवरात कोरलेली अक्षरे नाचू लागली : 'आपल्या गावाच्या प्रेमाखातर गजाननकडून ही सप्रेम भेट.'

गणू आयुष्यात इतक्या कमी अवधीत एवढी प्रगती कशी करू शकला, हे आता मला कळलं.

∎

१७

शांती

आजकालची तरुण मुलं म्हणजे जरा जास्तच आत्मविश्वास असलेली, आज्ञाधारक नसणारी... असतात, त्यांचा दृष्टिकोन जरा जास्तच आधुनिक असतो... वगैरे बोललं जातं. विशेषत: मुलींच्या वागण्याबद्दल तर हा आक्षेप वारंवार घेतला जातो. आपल्या समाजात मुलीनं कसं असलं पाहिजे, याची सर्वसामान्य व्याख्या कशी असते? मुलगी कशी हवी तर आज्ञाधारक, अभ्यासू, प्रश्न न विचारणारी, अरेला कारे न करणारी आणि तिनं बंडखोर तर मुळीच असता कामा नये. आणि समजा एखादी मुलगी या ठराविक व्याख्येनुसार वागत नसेल, तर त्याचा ठपका तिच्या घरच्यांवर ठेवण्यात येतो. तिच्या आईवडिलांनी तिच्यावर व्यवस्थित संस्कार केले नसतील किंवा तिला चांगली संगत लाभली नसेल... इत्यादी.. नाहीतर टी.व्ही. व चित्रपटांचाच हा दुष्परिणाम असल्याचंही बोललं जातं.

पण दोन पिढ्यांमधील मतामतांमध्ये तफावत असू शकते. आजकालच्या काळात मुली समानतेचा आग्रह धरू शकतात. त्यांना आपले विचार आणि भावभावना मोकळेपणे व्यक्त करायच्या असतात, त्यांना स्वत:चं स्वतंत्र अस्तित्व असतं, स्वत:ची ओळख असते आणि त्यांना केवळ एक खाली मान घालून वावरणारी मुलगी म्हणून जगायचं नसतं... ही गोष्ट कुणी समजूनच घेत नाही.

चित्रपटगृहात, नाट्यगृहात स्त्रियांसाठी वेगळी रांग किंवा कंपन्यांमध्ये स्त्रियांसाठी राखीव जागा असण्याचा जमाना गेला. प्रत्येक क्षेत्रात स्त्रियांना पुरुषांबरोबर स्पर्धेला उतरावं लागतं. एखाद्या स्त्रीनं एखाद्या क्षेत्रात कितीही उत्तुंग यश मिळवलं, लोकांनी तिचा कितीही मोठा गौरव केला, तरीसुद्धा तिला या भारतीय परंपरेला चिकटूनच राहावं लागतं. ही गोष्ट अजिबात सोपी नाही आणि तरीसुद्धा एवढ्या सर्व अडचणींवर मात करूनही स्त्रिया यश संपादन करण्याच्या बाबतीत जरासुद्धा मागे नाहीत.

त्यामुळे मी या तरुण पिढीला सलाम करते! असं करत असताना मी स्त्री-पुरुष असा भेद मानत नाही. आजची ही तरुण पिढी बुद्धिमान आहे, स्वाभिमानी आहे आणि जगाच्या बाजारपेठेमध्ये त्यांनी स्वत:चा खास ठसा उमटवलेला आहे.

सुमारे दहा वर्षांपूर्वी मी एक सल्ला केंद्र चालवत असे. माझा वेळ फार छान जात असे, कारण या तरुण मुलामुलींशी माझे सूर जुळत असत. तरुण पिढीपुढील समस्या समजावून घेण्यासाठी मला हे केंद्र म्हणजे एक फार चांगलं व्यासपीठ मिळालं होतं.

कनका आणि हरीश हे बालमित्र. शाळेपासून ते कॉलेजच्या शिक्षणापर्यंत ते सतत बरोबर होते. पुढे त्यांनी प्रेमविवाह केला. दोघंही सारखेच बुद्धिमान आणि महत्त्वाकांक्षी होते.

पण लग्नानंतर काही दिवसांतच हरीश आमच्या कौटुंबिक सल्ला केंद्रात मला भेटायला आला.

हरीश काही काळ माझा विद्यार्थी होता. परंतु आता आमचं नातं विद्यार्थि-शिक्षक एवढंच मर्यादित राहिलं नव्हतं, त्यामुळे आम्ही एकमेकांशी दिलखुलास गप्पा मारत असू. आमची चेष्टामस्करीसुद्धा चालायची. अशाच थोडावेळ गप्पागोष्टी झाल्या, चेष्टामस्करी झाली आणि तो अचानक गंभीर झाला. तो म्हणाला, "मॅडम, मी आज तुमच्याकडे सल्ला मागायला आलो आहे. माझ्यापुढे एक गंभीर समस्या आहे."

"ठीक आहे. काय ते मला सांग पाहू."

"मॅडम पति-पत्नी म्हणून संसार करत असताना कनकाचे आणि माझे खूप मतभेद होतात; पण कधीही वादविवाद सुरू झाला, की कनका वादाच्या मूळ विषयाला कलाटणी देते आणि निष्कारण माझ्या कुटुंबीयांवर आग पाखडायला सुरुवात करते. तिचं बोलणं इतकं लागट, इतकं कटू असतं, की मला ते सहन होत नाही. आता तर हे रोजचंच होऊन बसलंय. त्यामुळे आमच्या घरी अतिशय तणावपूर्ण वातावरण असतं."

"इतक्या लवकर? संसारात तर हे सात वर्षांनंतर सुरू होतं, असं म्हणतात."

"मॅडम, प्लीज... तुम्ही हे सगळं फार साधं, सरळ आहे असं समजू नका. मला फक्त एवढंच सांगा, आता मी काय करू?"

"हे बघ... मला सांग, कनका जेव्हा असं बोलू लागते, तेव्हा तू काय करतोस?"

"अर्थातच मी तरी का ऐकून घेईन? मी पण चांगली परतफेड करतो तिची. तिचे स्वत:चे आई-वडील तरी काय आहेत आणि आमच्या लग्नात ते कसे वागले होते, ते तिला सुनावतो. त्यांनी आमच्या लग्नात केवढं भांडण काढलं होतं, माझ्या आई-वडिलांचा कसा अपमान केला होता... त्या सगळ्याची मी तिला आठवण करून देतो."

"आणि मग काय होतं?" मी मुद्दामच विचारलं. खरं तर त्याचं उत्तर काय

असेल, ते मला आधीच माहीत होतं.

"मग ती आणखी आडमुठेपणा करते आणि आमचा वादविवाद वाढतच जातो."

"हरीश, मी तुला एक गोष्ट सांगते."

"मॅडम, आत्ता माझी काही गोष्ट वगैरे ऐकण्याची मन:स्थिती नाही. मला फक्त एवढंच सांगा, की या सगळ्याला मी आळा कसा घालायचा?"

"त्यासाठी तर मी तुला ही कथा सांगणार आहे. फार पूर्वी दोन शेजारी देशांचे दोन राजे होते– राजा राजेंद्र आणि राजा महेंद्र. ते एकमेकांचे चांगले मित्र होते; पण काहीतरी क्षुल्लक गैरसमजाचं निमित्त होऊन दोघांमध्ये वितुष्ट आलं. त्या दोघांनी एकमेकांशी बोलणं बंद केलं. राजा राजेंद्र यानं ठरवलं– राजा महेंद्र याला चांगला धडा शिकवायचा. त्याच्या राज्याविरुद्ध युद्ध पुकारायचं आणि सरळ त्याच्यावर स्वारी करून जायचं. राजा महेंद्र याचा किल्ला अभेद्य होता, त्याची सेना बळकट होती, त्याचे सैनिक स्वामीनिष्ठ आणि देशभक्त होते. त्यामुळे त्यानं या लढाईची जोरदार तयारी केली. व्यवस्थित आराखडा तयार केला. राजा महेंद्राच्या सेनेतील कमकुवत जागा कोणत्या, त्यांच्यावर हल्ला कसा चढवायचा याची शिस्तबद्ध योजना आखली. अखेर एक दिवस भल्या मोठ्या सैन्यासह त्यानं राजा महेंद्राच्या राज्यावर चाल केली.

इकडे राजा महेंद्र विचारात गढून गेला होता. आपल्या दोन देशांमध्ये युद्ध नक्की कशासाठी झालं पाहिजे– याची कारणं तो शोधत होता; पण त्याला कारणं सापडत नव्हती. केवळ राजेरजवाड्यांनी स्वत:चा अहंकार जोपासला आणि युद्धे केली तर त्यात निष्कारण राज्याची हानी होते, निरपराध जनता त्यात विनाकारण भरडली जाते, असं त्याला वाटत होतं. त्यामुळे आपण या युद्धात सहभागी व्हायचंच नाही, असं त्यानं ठरवलं. त्यानं आपल्या किल्ल्याचे दरवाजे खुले ठेवण्याचा हुकूम दिला. राजा राजेंद्र याच्या स्वागताची तयारी सुरू केली.

राजा राजेंद्र जेव्हा आपल्या सैन्यानिशी तेथे येऊन दाखल झाला, तेव्हा तो तेथील दृष्य पाहून निराश झाला. किल्ल्याचे दरवाजे खुले होते. त्याला आणि त्याच्या सैन्याला विरोध करायला कुणीच नव्हतं. युद्धाची तर नावनिशाणीही कुठे नव्हती. युद्ध लढण्याआधीच आपला पराभव झाला आहे, असं राजा राजेंद्र याला वाटलं. आपल्या स्वत:च्या युद्धनीतीपेक्षा राजा महेंद्राची ही राजनीती कितीतरी पटीनं श्रेष्ठ आहे, ही गोष्ट त्याला खूप उशिरानं कळून चुकली."

माझी गोष्ट सांगून संपली.

"मॅडम, माझ्या काही लक्षात येत नाहीये. माझी समस्या याहून वेगळी आहे."

"हे बघ, कनका जेव्हा तुझ्यावर शब्दांचा भडिमार करायला सुरुवात करेल तेव्हा तू सुद्धा त्या राजा महेंद्रासारखा शांतचित्त राहा. तुझ्या मनाचे हळवे कोपरे तिला चांगलेच माहीत आहेत. रागाच्या भरात त्या हळव्या जागांवरच ती हल्ला चढवते. पण त्यावर काहीही उत्तर न देता तू गप्प राहिलास, तर त्याचा अर्थ तू वादविवादात हरलास, असा होत नाही. तुझ्या गप्प राहण्याचा अर्थ इतकाच होतो, की आपल्या पत्नीच्या या अशा चुकीच्या वागण्याकडे बघून तू मनातल्या मनात हसतो आहेस. ती अशी किती वेळ बोलत राहील? एखादी व्यक्ती जेव्हा लढाईला उभी ठाकते, तेव्हा ती लढाई चालू राहण्यासाठी तिला कोणीतरी प्रतिस्पर्धी तर लागतोच, एका वारास प्रतिवार करणारा. पण जर समोर कुणी योद्धाच नसेल, तर अशा लढाईला काय अर्थ? मग ती लढू इच्छिणारी व्यक्ती निराश होते. तुला असं करणं जर शक्य असेल, तर एकदा करून बघ. कनका ही चांगली मुलगी आहे. थोड्याच काळात तिला आपली चूक कळून येईल. अर्थात मी जे सांगते आहे, ते काही सर्वांच्याच बाबतीत खरं ठरेल असं नाही; पण मी कनकाला ओळखते, म्हणून मी तुला हा सल्ला देते आहे. जगात असेही काही लोक असतात, जे जन्मभर इतरांची फक्त निंदानालस्ती करत राहतात; पण अशा लोकांना त्यांच्या वागण्याचं फळही मिळतं. अखेर त्यांच्या वाट्याला एकाकीपणा येतो. तोंडातून शब्द जेव्हा बाहेर पडतात, तेव्हा ते कोणत्या परिस्थितीत बाहेर पडले आहेत, बोलणाऱ्याची मन:स्थिती त्यावेळी व्यवस्थित आहे की नाही, त्याचं मन पुरेसं परिपक्व आहे की नाही, हे फार महत्त्वाचं. तरच त्या शब्दांना काही अर्थ असतो. असे शब्दच अर्थवाही वचने म्हणून राहतात. पण जे शब्द रागाच्या भरात एखाद्या व्यक्तीच्या तोंडून बाहेर पडलेले असतात, त्या शब्दांना एवढं महत्त्व देण्याचं किंवा त्यांच्याविषयी एवढं भावनाप्रधान असण्याचं काहीच कारण नाही. त्यामुळे रागाच्या भरात बोललेल्या शब्दांना जर तू धरून बसलास, त्यांचा काही उलट-सुलट अर्थ लावलास आणि त्यावर वाद घालत बसलास तर त्यातून तुमचे संबंधच संपुष्टात येतील आणि हे केवळ तुझ्या संसारापुरतंच खरं नाही, तर हे तुझ्या आयुष्यातील सर्वच व्यक्तींच्या, सर्वच नातेसंबंधांच्या बाबतीत खरं आहे. मला हे माहीत आहे, की हे सगळं बोलणं खूप सोपं आहे; पण तुझ्यासारख्या तरुण मुलाला ते प्रत्यक्ष आचरणात आणणं फार कठीण आहे. पण एक गोष्ट लक्षात ठेव, या गोष्टी आत्मसात करण्यासाठी माणसाला खूप वेळ खर्च करावा लागतो; पण या गोष्टी शिकणं हे कोणतीही डिग्री घेण्यापेक्षा महत्त्वाचं आहे. तुला ते सुप्रसिद्ध वचन आठवतं ना– Stick and stone may crush my bone, but not the words."

१८
नोकरी

आजकालचं जग हे स्पर्धेचं जग आहे. चांगली नोकरी मिळवायची असेल, तर त्यासाठी बरेच निकष असतात. तुमची शैक्षणिक पात्रता उत्तम पाहिजे, त्याचबरोबर तुमच्याजवळ उत्तम संवादकौशल्य, भाषिक कौशल्यही हवे, इत्यादी.

काही वर्षांपूर्वी उमेदवारांची निवड करण्याच्या समितीत माझाही समावेश होता. आम्हाला वेगवेगळ्या अधिकाराच्या जागांसाठी बऱ्याच उमेदवारांची निवड करायची होती. त्यामुळेच या सिलेक्शन पॅनेलवर विविध राजकीय व धार्मिक गटांमधून दडपण आणण्याचे प्रयत्न चालू होते.

अचानक एका रात्रीत लोकांच्या नजरेत माझं महत्त्व खूप वाढलं. कोणीतरी दूरचे काका माझ्या घरी मला भेटायला आले. ज्या मित्रमैत्रिणींशी माझा गेली कित्येक वर्षं संबंध नव्हता, अशांना माझी आठवण येऊन ते माझ्या घरी येण्यास सुरुवात झाली. धार्मिक नेतेमंडळींनी मला संदेश पाठवण्यास सुरुवात केली– विविध जातिजमातीच्या लोकांना मदत करणं कसं अत्यंत महत्त्वाचं आहे... वगैरे. जुन्या विद्यार्थ्यांची शिक्षक दिनाच्या निमित्ताने कार्डे येऊ लागली. इतकंच नव्हे; तर मंदिरात मला इतरांपेक्षा जास्त प्रसादाचासुद्धा लाभ होऊ लागला. माझं आयुष्य अचानकपणे फार बदलून गेलं; कारण माझी काळजी वाहणारे कितीतरी लोक माझ्या आयुष्यात आले.

आमच्या या पॅनेलवर आम्ही चौघं होतो आणि सगळेच्या सगळे अत्यंत प्रामाणिक होतो. आयुष्यात जर तुम्ही प्रामाणिक असाल, तर तुम्हाला मित्रांपेक्षा शत्रूच जास्त असतात. प्रामाणिकपणाची ही किंमत माणसाला मोजावी लागते. आयुष्यात मोफत काहीच मिळत नाही. उमेदवारांची निवड करण्याचा निकष एकच होता, तोही सरळ आणि साधा. आम्ही फक्त गुणवत्ताच विचारात घेणार होतो.

एक तरुण मुलगी मुलाखतीसाठी आली. तिचं नाव नंदिता. ती दिसायला चांगली होती, तिच्या अंगावरचे कपडे झकपक होते आणि ती चेहऱ्यावरून चुणचुणीत दिसत होती. तिनं आत येऊन आम्हाला अभिवादन केलं. आम्ही एक

ठराविक प्रश्न सर्वांनाच विचारत होतो, तसा तिलाही विचारला : ''या जागेसाठी तुम्ही योग्य आहात, असं तुम्हाला का वाटतं?''

त्या मुलीनं उत्तर दिलं, ''माझ्या अंगात भरपूर आत्मविश्वास आहे. मला वाटतं, मी या कामाची योग्य प्रकारे हाताळणी करू शकेन.''

त्या मुलीचं बोलणं, तिचे उच्चार अमेरिकन धाटणीचे होते. मी विचारलं, ''तुम्ही मूळच्या कुठल्या?''

''ओऽ! मी इथलीच आहे; पण माझे बरेच नातेवाईक यू.एस.ला राहतात. प्रत्येक सुटीला मी तिकडे जाते.''

''तुम्ही यू.एस.च्या कोणत्या भागात जाता? कारण आमचे बरेच क्लाएंट्स यू.एस.चे आहेत.''

''माझ्या काकांचं नाव आहे रामकृष्णन. ते सिलिकॉन व्हॅलीतील एक फार प्रसिद्ध उद्योजक आहेत. माझी आत्या न्यूयॉर्क टाईम्सची वृत्तप्रतिनिधी आहे. माझा चुलत भाऊ रोहित हा व्हाईट हाऊसमध्ये नोकरीला आहे. त्यामुळे मी न्यूयॉर्क, वॉशिंग्टन आणि सॅन फ्रॅन्सिस्को अशा तीन ठिकाणी जात-येत असते.''

''आमच्या कामाचं स्वरूप असं आहे की इथे बऱ्याच लोकांशी सारखा संबंध येत असतो.''

''मग तर काही प्रश्नच नाही. लोकांना भेटणं, क्लाएंट्सना भेटणं यात काही अवघड नाही. मला तर त्याची आवड आहे.''

''तुम्हाला लोकांशी वागण्याचा, त्यांच्या भेटीगाठी घेण्याचा काही अनुभव आहे?''

''हो. मी नेहमी पार्ट्यांना जात असते. तिथे मला विविध प्रकारचे लोक भेटतात.''

''पण लोकांना भेटणं म्हणजे हे असं भेटणं नव्हे. असं पार्टीत सहज लोकांशी बोलणं आणि त्यांच्याबरोबर बिझिनेस मीटिंग घेणं, या दोन वेगळ्या गोष्टी आहेत.''

मी आता माझ्या सहकाऱ्याकडे पाहिलं. पुढचा प्रश्न त्यानं विचारावा, म्हणून.

त्यानंतर आम्ही तिला टेक्निकल प्रश्न विचारण्यास सुरुवात केली. त्या बाबतीत ती काही फार बुद्धिमान वगैरे नव्हती; पण अर्थात वाईटही नव्हती. आम्ही तिचा इंटरव्ह्यू संपवला आणि तिला म्हणालो, ''थँक यू व्हेरीमच.''

नंदिता उठून दारापाशी गेली आणि परत मागे वळून म्हणाली, ''मी तुम्हाला एक प्रश्न विचारू?''

एखाद्या मुलीनं इंटरव्ह्यूत मोकळेपणे असा प्रश्न विचारला, तर मला तिचा कधीच राग येत नाही. शतकानुशतके आपल्या समाजात स्त्रियांची पायमल्ली

झालेली आहे. जी मुलगी कोणताही प्रश्न न विचारता, तोंडातून ब्रही न काढता, खालमानेनं सर्व काही सोसते, अशी मुलगी म्हणजे गुणी मुलगी, अशी अजूनही काही माणसांच्या मनातली व्याख्या असते. पण ज्या मुली समाजाच्या या विचारसरणीची पर्वा न करता स्वत:चं मत धीरानं मांडतात, अशा मुली मला नेहमीच आवडतात.

मी तिच्याकडे पाहून हसले. ती म्हणाली, ''या कामासाठी तुम्ही जो पगार देऊ केला आहे, तो फार कमी आहे.''

तिचे शब्द ऐकून मी थक्क झाले. ती असा एखादा प्रश्न विचारेल, अशी मी कल्पनाही केली नव्हती.

तरीही मी उत्तर दिलं, ''इतर कंपन्यांच्या मानानं हा पगार बराच जास्त आहे.''

''हो, पण भाड्यानं जागा घेणं, ड्रायव्हर आणि कुक ठेवणं, या सगळ्या गोष्टी करायच्या म्हटल्या तर हा पगार पुरेसा नाही. या सगळ्या ऐशारामाची मला इतकी सवय आहे, की त्याशिवाय मी राहूच शकणार नाही.''

''पण तुम्ही तर तुमच्या आईवडिलांकडे राहत आहात, कंपनीची बस आहे आणि आमचं कँटीनही उत्तम प्रतीचं आहे.''

''मी मिळवायला लागले की मला स्वतंत्र राहायचं आहे. आजकाल तशीच पद्धत आहे.''

असं म्हणून नंदितानं माझ्या अज्ञानाची कीव केल्यासारखं माझ्याकडे पाहिलं आणि ती निघून गेली.

नेहमीप्रमाणेच त्याही दिवशी मला घरी पोहोचायला उशीर झाला. माझी आई मला म्हणाली, ''तू बरेच दिवसांत शरयूकडे गेलेली नाहीस. आज तिच्या नातीचा वाढदिवस आहे. तिचा मगाचपासून तीनदा फोन येऊन गेला. जरी उशीर झाला असला, तरी तिथे जा, चेहरा दाखव, 'हॅलो' म्हण आणि परत ये. तू दिवसभर काय नुसती फौंडेशनमध्येच राहणार आहेस का? तुला या समाजातच राहायचं आहे.''

मग मी आज्ञाधारकपणे शरयूच्या घरी गेले. सगळ्या बर्थडे पार्ट्या असतात, तशीच तीही पार्टी होती. त्यात खास वेगळं असं काहीच नव्हतं. पुरुष क्रिकेट आणि राजकारणावर गप्पा मारण्यात दंग होते. बायका पुढच्या पार्टीचे बेत आखण्यात गुंग होत्या. आजकाल बर्थडे पार्ट्यांचं आयोजन करण्यासाठी 'इव्हेंट मॅनेजर्स' असतात. त्यांनी मुलांना वेगवेगळ्या प्रकारच्या खेळांमध्ये गुंतवून ठेवलं होतं.

उन्हाळ्याचे दिवस होते. त्यामुळे आलेल्या पाहुण्यांना कोल्ड्रिंक्स पुरवण्यात येत होती. अचानक माझं लक्ष गेलं आणि नंदिता माझ्या नजरेस पडली. तिनं

साडी नेसली होती. ती खरोखर सुंदर दिसत होती. ती पाहुण्यांना कोल्ड्रिंक्स देत होती. ती नक्की नंदिताच आहे ना, ते पाहण्यासाठी मी तिच्याकडे जरा रोखून पाहताच तिनं माझी नजर चुकवली आणि ती तिथून निघून गेली.

मी थक्क झाले. हा काय प्रकार आहे ते माझ्या लक्षात येईना. पण मी पडले हाडाची शिक्षक. कोणत्याही प्रश्नाचं उत्तर शोधून काढल्याशिवाय मला चैन पडत नाही. मी शरयूकडे जाऊन तिला विचारलं, "ती जी मुलगी कोल्ड्रिंक्स सर्व्ह करते आहे ना, ती सुंदर मुलगी गं... ती कोण आहे?"

"ती ना? तिचं नाव नंदिता. फार हुशार आणि स्मार्ट आहे बरं का. माझ्या मिस्टरांच्या ऑफिसचं जे कँटीन आहे ना, ते तिचे वडील चालवतात. तिच्या शिक्षणाचा खर्च आमच्या ऑफिसनंच केलाय. तिनं आत्ताच इंजिनिअरिंगचं शिक्षण पूर्ण केलं आहे आणि आता नोकरीच्या शोधात आहे. ती फार चटकन शिकते आणि कोणत्याही परिस्थितीशी लवकर जमवून घेते. आम्हीच तिला बोलावलं आहे. तुला जर एखादी पार्टी ॲरेंज करायची असली, तर नंदिता आणि तिचे वडील फार चांगलं काम करतात."

त्यावर काय बोलावं ते मला कळेना.

इंटरव्ह्यू घेण्याचं काम पुढचा आठवडाभर चाललं होतं. शेवटच्या दिवशी शेवटचा उमेदवार इंटरव्ह्यूसाठी आत आला.

एक तरुण मुलगा होता. नुकती विशी उलटलेला. त्याचे कपडे साधे होते, चेहरा पोरसवदा. तो चेहऱ्यावरून शांत वाटत होता. इंटरव्ह्यूमध्ये त्याला आम्ही जे काही प्रश्न विचारले, त्यांपैकी प्रत्येक प्रश्नाचं त्यानं जास्त पाल्हाळ न लावता, मुद्देसूद उत्तर दिलं. पण त्याला सर्व प्रश्नांची उत्तरं आली. मला वाटलं, आपण त्याच्याशी अजून थोडं बोलावं, त्याच्याविषयी जाणून घ्यावं. इतक्या हुषार मुलाशी बोलणं हाही एक आनंद होता.

"तुम्ही कॉम्प्युटर सायन्समध्ये चांगले पारंगत दिसता. तुम्ही कधी शिकायला सुरुवात केली?"

तो जरासा लाजून म्हणाला, "खूप लहान वयात."

"नक्की कितव्या वर्षी?" माझ्यातील शिक्षक मला गप्प बसू देईना.

"मला वाटतं, आठव्या वर्षी."

"इतक्या लवकर कसं काय?"

"त्याचं कारण माझी आई शाळेत शिक्षिका आहे. त्यामुळे मी घरी दिवसभर एकटाच असायचो. माझ्याकडे लक्ष द्यायला घरी कुणी नव्हतं. त्यावर उपाय म्हणून मी क्लासला जाऊ लागलो."

पण एवढं काही एकच कारण त्यापाठीमागे नसणार. तो मुलगा लहानपणापासूनच

इतका हुशार असेल. इतक्या बुद्धिमान मुलाला वाढवणं हे काही आईच्या दृष्टीनं सोपं काम नसतं. त्याच्या अंगचा तो सळसळता उत्साह आणि त्याच्या बुद्धीला योग्य वळण लावण्याचा हा एक मार्ग होता.

मला मुलांच्या बाबतीत असा अनुभव असल्यामुळे एक गोष्ट माझ्या लक्षात आली, हा मुलगा स्वभावत:च बुजरा होता. बढाया मारणं त्याला पसंत नव्हतं. अशी माणसं मला नेहमीच आवडतात, त्यामुळे मी त्याला आणखी प्रश्न विचारायला सुरुवात केली.

पॅनेलमधील माझ्या इतर सहकाऱ्यांचंही त्याच्याबद्दल हेच मत झालं.

"तुमचे वडील काय करतात? कुठे कामाला आहेत ते?"

त्यावर तो मुलगा जरा बावरला, अस्वस्थ झाला. तो क्षणभर गंभीर झाला आणि मग म्हणाला, "ते कोण आहेत, काय करतात हे जाऊदे. मला वाटतं, तुम्ही केवळ माझी पात्रता पाहावी. मी जर या जागेसाठी योग्य आहे असं तुम्हाला वाटलं, तर तुम्ही माझी निवड करा. पण तसं नाही वाटलं, तरी मी वाईट वाटून घेणार नाही."

"तुमची पगाराविषयी काय अपेक्षा आहे?" कोणत्या ना कोणत्यातरी मुद्द्यावरून त्याला पकडावं असं मला वाटलं.

त्या मुलानं आपली अपेक्षा सांगितली. त्यानं सांगितलेला आकडा इंडस्ट्रीतील सध्या चालू असलेल्या रेटपेक्षा जास्त होता.

"तुम्हाला एवढा पगार का हवा, याची कारणं देऊ शकाल?"

"हो, नक्कीच. मी खूप मेहनत करीन. कामाची संपूर्ण जबाबदारी उचलेन. माझं काम उत्कृष्ट दर्जाचं असेल, याची मी खबरदारी घेईन."

"पण तुम्हाला इतके जास्त पैसे कशासाठी लागणार आहेत, हे तुम्ही सांगू शकाल का? अर्थात तुमची इच्छा असेल, तरच."

"माझ्या पगाराचा ऐंशी टक्के हिस्सा मी माझ्यापेक्षा हुषार परंतु परिस्थितीमुळे उत्तम शिक्षण घेऊ न शकणाऱ्या गरीब व गरजू विद्यार्थ्यांच्या शिक्षणासाठी खर्च करणार आहे."

त्याचं ते उत्तर ऐकून माझं मन हेलावलं. आता याहून जास्त काही विचारण्याची गरज नव्हती. आमचा इंटरव्ह्यू तिथेच संपला. याच मुलाची निवड करावी, असं आमचं एकमतानं ठरलं.

एवढ्यात कंपनीचा क्लार्क आत आला. उमेदवारांचा हॉटेलात राहण्याचा खर्च, प्रवासभत्ता वगैरेची व्यवस्था तो करे. तो म्हणाला, "मॅडम, तो आत्ताचा मुलगा होता ना, त्याच्या या फॉर्मवर जरा सही करता का? मॅडम, एक गमतीची गोष्ट सांगू? त्यानं हॉटेलचा खर्च घेतला नाही; कारण तो आपल्या आत्त्याकडे

उतरला होता. एवढंच नव्हे, तर त्यानं प्रवासखर्चसुद्धा घेतला नाही. तो म्हणाला, 'इंटरव्ह्यूखेरीज मला आणखी वैयक्तिक काम होतं. त्यामुळे प्रवासखर्च नको.''

आता मला फारच उत्सुकता वाटली म्हणून मी त्याची फाईल उघडून त्याचा कायमस्वरूपी राहण्याचा पत्ता तरी काय, ते पाहिलं. तो पत्ता वाचल्यावर तर मी त्या मुलाच्या अंगच्या साधेपणानं थक्कच झाले. तो एका अत्यंत यशस्वी आणि धनाढ्य डॉक्टरांचा मुलगा होता.

मात्र वडिलांचा पैसा आणि कीर्ती त्याच्या डोक्यात चढली नव्हती.

१९

शंभर टक्के मोफत

इन्फोसिस फौंडेशनची चेअरपर्सन या नात्याने माझ्याकडे मदत मागणारी अनेक पत्रं येतात. कधी शिक्षणासाठी मदत तर कधी घर बांधण्यासाठी, मुलीच्या लग्नासाठी, वैद्यकीय उपचारांसाठी इत्यादी. परंतु आमच्या विश्वस्त निधीच्या नियमानुसार जर कोणाला खरोखरच मदतीची गरज असेल, तर त्याविषयीचा योग्य पुरावा आमच्यासमोर सादर करण्यात आल्यावर आम्ही गरज असणाऱ्या रकमेच्या साठ ते ऐंशी टक्के रकमेएवढी मदत करतो.

असंच एकदा मला एका माणसाचं पत्र आलं. त्यानं लिहिलं होतं, "तुम्ही पाषाणहृदयी आहात. तुम्ही शंभर टक्के मदत कधीच देत नाही."

पण माझ्या अनुभवानंच मला हे असं शिकवलं आहे. कोणत्याही व्यक्तीला मदत करताना त्या व्यक्तीला जीवनात थोडा संघर्ष करण्यासाठी थोडी जागा दिली पाहिजे. म्हणजे त्या संघर्षातून त्या व्यक्तीला प्रेरणा मिळते.

आयुष्यात कोणालाही शंभर टक्के मदत करू नये. एखादी गोष्ट जर मोफत मिळाली असेल, तर माणसाला त्याची किंमत राहत नाही. त्याविषयी आदर वाटत नाही. मग हे आपल्या मुलांच्या बाबतीत असो, मित्रमंडळींच्या नाहीतर सहकाऱ्यांच्या.

काही वर्षांपूर्वी माझ्या ऑफिसच्या समोर ट्रॅफिक सिग्नलपाशी एक मुलगा उभा असायचा. त्याला मी रोज बघत असे. तो मुलगा साधारण चौदा वर्षांचा असावा. अंगानं काठीसारखा काटकोळा होता. तो गर्दीच्यावेळी कारला पॉलिश करण्याची कापडं विकायला उभा राहायचा. मला कधीही वेळ मिळाला, की मी खिडकीतून त्याचं निरीक्षण करत असे. त्याचवेळी तिथून रोज एक शाळेची बस जायची. बसमध्ये बसून लहान लहान मुलं नीटनेटका गणवेष घालून, पाटी-दप्तर घेऊन शाळेला जायची. ते पाहून या मुलाविषयी मला वाईट वाटायचं. एक दिवस मी त्याला माझ्या ऑफिसात बोलावून घेतलं. इतक्या मोठ्या ऑफिसात येताना सुरुवातीला तो घाबरला. आपल्याला इथे नक्की का बरं बोलावून घेतलं असावं, या विचारानंही तो भेदरलेला दिसत होता. पाण्यातून बाहेर काढलेल्या माशासारखी

त्याची अवस्था झाली होती. त्याची भीती कमी करण्यासाठी मी त्याला बसवून घेतला. त्याला कपभर कॉफी आणि बिस्किटं दिली. तो आधी खायला प्यायला तयारच नव्हता. मी फारच आग्रह केल्यावर त्यानं हळूहळू थोडं खाल्लं. आता तो माझ्याशी बोलण्याच्या मन:स्थितीत आला. मग त्याच्याकडून मी जमेल तेवढी माहिती काढून घेतली.

त्याचं नाव होतं रवी. त्याचे वडील मजूर होते, तर आई लोकांच्या घरी धुणं-भांड्याची कामं करी. तो जवळच्याच शाळेत जाई. सकाळच्या वेळात तो लोकांना कारचं पॉलिश करण्याचं कापड विकून स्वत:च्या शिक्षणाचा खर्च भागवायचा.

मला त्याच्याविषयी अनुकंपा वाटली. मी विचारलं, "तुला दरमहा किती पैसे मिळतात?"

तो म्हणाला, "साधारणपणे तीस-चाळीस रुपये मिळतात."

"मला तुझं प्रगतिपुस्तक आणून दाखवशील का?"

दुसऱ्या दिवशी तो मुलगा प्रगतिपुस्तक घेऊन आला. सर्व विषयांत त्याची प्रगती चांगली होती.

त्याच्या वयाच्या, बसमध्ये बसून शाळेत जाणाऱ्या मुलांचं चित्र माझ्या नजरेसमोर तरळलं. मी रवीला म्हणाले, "हे बघ, मी तुला दरमहा पन्नास रुपये देईन. महिना चाळीस रुपये मिळवण्यासाठी तुला हे कापड विकायची गरज नाही. त्या वेळात तू घरचा अभ्यास करू शकशील."

पण त्याला माझं बोलणं नीटसं कळलं नाही.

मी परत एकदा त्याला समजावून सांगण्याचा प्रयत्न केला, "तू असं समज, की तू सगळं कापड विकलंस आणि तुला चाळीस रुपये मिळाले. तू असं समज, की तुझं सगळं कापड मी विकत घेतलं आणि त्याबद्दल तुला थोडे जास्त पैसे दिले म्हणजे झाले पन्नास रुपये. तू आता नीट अभ्यास कर आणि दर तीन महिन्यांनी तुझं प्रगतिपुस्तक मला दाखवायला आण."

आता त्याला सगळं नीट समजलं आणि तो हरखला. तो अक्षरश: उड्या मारत निघून गेला.

त्यानंतर दर महिन्याला तो माझ्या ऑफिसात यायचा, माझ्या सेक्रेटरीला आपलं प्रगतिपुस्तक दाखवायचा आणि पन्नास रुपये घेऊन जायचा. दरवेळी काही त्याची आणि माझी भेट होत नसे, कारण मी बरेचदा कामात व्यस्त असे. असे महिने लोटले, ऋतू लोटले. आता रवी चांगला मोठा झाला होता. एक दिवस त्यानं माझ्या सेक्रेटरीपाशी मला भेटण्याची इच्छा व्यक्त केली. त्याला पाहून मला आनंद झाला. त्याच्या चेहऱ्यावर आत्मविश्वास दिसत होता. मी त्याच्या अभ्यासाची चौकशी केली. त्यानंतर जराही न बिचकता तो शांतपणे म्हणाला,

"मॅडम, आता तुम्ही माझ्या शिष्यवृत्तीत वाढ केली पाहिजे."

"असं का म्हणतोस बरं तू? काय कारण आहे?"

"मॅडम, दोन वर्षांपूर्वी कापडाच्या एका तुकड्याची किंमत दोन रुपये होती. त्याच कापडाची किंमत आता चार रुपये झाली आहे. तेव्हा आता तुम्ही मला दरमहा शंभर रुपये द्यावे, असं मला वाटतं."

मी थक्क होऊन त्याच्याकडे पाहत राहिले.

मला ॲटलास खूप आवडतो. मी जेव्हा लहान होते, तेव्हा आमच्या खेड्यात ॲटलास सहजासहजी पाहायला मिळत नसे. त्यामुळे मी पुढे मोठी झाल्यावर जवळपासच्या सर्व शाळांना मोफत ॲटलास द्यायला सुरुवात केली. कर्नाटक, भारत आणि सगळं जग ज्यात पाहू शकू, असे ॲटलास. त्यामुळे लहान मुलांची ज्ञानाची भूक भागू शकेल, हा त्यापाठीमागचा उद्देश होता. त्यानंतर अनेक शिक्षक माझ्या ऑफिसात येऊन ॲटलासची प्रत घेऊन जात, पूर्णपणे मोफत. कधीही शाळांमध्ये मोफत वाटण्यासाठी ॲटलास विकत घ्यायला जायची वेळ आली, की मला खूप आनंद होत असे.

एकदा अशीच मी ग्रामीण भागात प्रवासाला निघाले होते. संध्याकाळची वेळ होती. गुरं दिवसभर चरल्यानंतर घराकडे परतत होती. त्यांच्या पायाची धूळ आसमंतात भरली होती. खेड्यातल्या शाळेसमोर एक माणूस ताज्या, शेतातून तोडलेल्या भुईमुगाच्या शेंगा विकत बसला होता. ताज्या, ओल्या शेंगांचा छान वास पसरला होता. मी एक किलो शेंगा घ्यायचं ठरवलं.

खेड्यात असंच असतं. शेतकरी आपल्या शेतात स्वतः पिकवलेलं धान्य किंवा फळफळावळ घेऊन सरळ रस्त्यावर, एस.टी. स्टँडजवळ, शाळेपाशी विकायला बसतात. त्यासाठी मोठ्या दुकानात जावं लागत नाही.

त्या शेंगा विकणाऱ्या माणसानं एक किलो शेंगांचं वजन केलं आणि म्हणाला, "घ्या बाई, तुमच्या थैलीत ओतून आणि माझे पैसे द्या झटपट."

पण माझ्याकडे पिशवी नव्हती. मी त्याला म्हणाले, "तुम्ही तुमच्या शेंगा विकायला बसलायत ना? मग निदान कागदात गुंडाळून तरी द्या की."

त्या भागात प्लॅस्टिकच्या थैल्या नसणार याची मला कल्पना होती. तो माणूस क्षणभर घुटमळला मग शेजारी उभ्या असलेल्या पोऱ्याला म्हणाला, "जारे, शाळेत जा. वर्ग अजून उघडा असेल. तिथे ते जाडं लाल पुस्तक आहे ना, त्यातलं एक पान फाडून आण बघू."

तो मुलगा धावत गेला आणि क्षणभरात परतसुद्धा आला. मी मात्र अस्वस्थ झाले होते. त्या माणसानं त्या मुलाला शाळेत जाऊन कुठल्याशा पुस्तकाचं पान

फाडून आणायला सांगितलं होतं.

मुलानं पान फाडून आणलं. त्यात शेंगा बांधून विक्रेत्यानं माझ्या हातात तो पुडा ठेवला. मी उत्सुकतेनं त्या पानाकडे पाहिलं. ते ॲटलासमधील एक पान होतं. मला धक्का बसला. मी त्याला विचारलं, "तुम्ही ॲटलासमधलं पान का फाडून आणायला सांगितलं?"

"कोणीतरी एक बाई आहेत, त्या इथल्या शाळेला फुकट पुस्तकं वाटतात. त्या पुस्तकाचा कागद चांगला जाड, गुळगुळीत आहे. आम्हाला जेव्हा खरंच गरज असेल तेव्हाच आम्ही त्यातलं पान फाडून आणतो, उगीच नाही आणत."

त्या अंधुक प्रकाशात मी हातातल्या पुड्याकडे निरखून पाहिलं. त्यावर शिक्का मारलेला होता, 'सुधा मूर्ती यांच्याकडून भेट.'

■

२०

वात्सल्य

लीला माझ्या ऑफिसात बरीच वर्षे कामाला होती; पण मला तिच्याविषयी विशेष काही माहिती नव्हती. मला तिच्याविषयी एकच गोष्ट माहीत होती. त्या वर्गातील बऱ्याचशा स्त्रियांसारखीच तिची स्थिती होती. तिच्या नवऱ्यानं तिला टाकलं होतं आणि तो दुसऱ्या बाईच्या नादी लागला होता. लीलाला तीन मुली होत्या. लीला कष्टाळू आणि अत्यंत प्रामाणिक होती. ती अबोल होती. नेहमी वेळेवर हजर असायची. मी बरेच वेळा माझ्या कामात गर्क असल्यामुळे तिच्या खाजगी आयुष्याविषयी तिला कधी प्रश्न विचारले नाहीत.

एक दिवस अचानक लीला माझ्यासमोर येऊन उभी राहिली. मला फार नवल वाटलं. ती बराच वेळ घुटमळली. नंतर हलक्या स्वरात कुजबुजली, "मॅडम, मला तुमच्याकडून वीस हजार रुपये उसने मिळतील?" बोलता बोलता तिनं एक मळक्या फडक्याची पुरचुंडी काढून माझ्या पुढ्यात ठेवली. मला काही कळेना.

"लीला, तुला एवढे पैसे कशाला हवेत? काही खास कारण?"

तिच्या दोन मुलींची लग्नं झालेली होती आणि त्या आपापल्या संसारात रुळल्या होत्या, याची मला कल्पना होती.

"होय मॅडम, माझ्या मुलीला कॉलेजात शिकायचंय. त्यासाठी मला पैसे लागणार आहेत."

"त्या पुरचुंडीत काय आहे?" मी कुतूहलानं विचारलं.

त्यावर ती काही बोलली नाही. शेवटी मीच ती उघडली, तर आतून दोन जुन्या, झिजलेल्या सोन्याच्या बांगड्या निघाल्या.

"हे काय, लीला?"

"माझ्याकडे देण्यासारखी ही एवढीच ठेव आहे. माझी मुलगी खूप हुषार आहे. तिला कॉलेजमध्ये जाऊन खूप शिकायचंय. तिची इंजिनिअर होण्याची इच्छा आहे."

आपल्या मुलीविषयी बोलताना लीलाच्या आवाजात अभिमान होता. माझा आत्तापर्यंतचा अनुभव असा आहे, की प्रत्येक आईला आपलं मूल हे सुंदर आणि बुद्धिमान वाटतं. मी ठरवलं, आपण प्रत्यक्ष लीलाच्या मुलीशी बोलून काय तो निर्णय घ्यायचा.

"लीला, त्या बांगड्या आधी परत घे पाहू. मी काय सावकार आहे का? मी तुझ्या मुलीशी बोलेन आणि त्यानंतर जर माझी खात्री पटली, तर मी स्वत:च तिची फी भरीन. तिला मार्कलिस्ट घेऊन माझ्याकडे पाठव." लीला ते ऐकून एकदम गप्प झाली. तिनं आपल्या मुलीला माझ्याकडे पाठवून देण्याचं मान्य केलं.

दुसऱ्या दिवशी सकाळी मी ऑफिसात आले, तर एक साध्या कपड्यातली गोड, आकर्षक मुलगी माझी वाट पाहत बसली होती. एखाद्या मळक्या फडक्यात गुंडाळलेल्या हिरकणीसारखी ती मला भासली. तिचा चेहरा बुद्धिमत्तेच्या तेजानं उजळून निघाला होता. मी ऑफिसात शिरताच ती नम्रपणे उठून उभी राहिली. ती जेव्हा माझ्याशी बोलली तेव्हा तिचा आवाज खूप गोड आहे हे मला जाणवलं.

"मॅडम, मी लीलाम्माची मुलगी. माझ्या आईनंच मला इकडे पाठवलंय, तुम्हाला भेटायला. माझं नाव गिरिजा."

तिनं आपल्या हातातील मार्कलिस्ट माझ्या हातात ठेवली. मी त्यावर ओझरती नजर टाकली अणि थक्क झाले. तिचा गुणवत्ता यादीतील क्रमांक अगदी थोडक्या गुणांनी हुकला असावा. तिनं बरोबर एक्स्ट्राकरिक्युलर ॲक्टिव्हिटीजची इतकी प्रमाणपत्रं आणली होती, की कोणत्याही आईला ती पाहून अभिमान वाटला असता. या अशा गोड मुलीसाठी लीला आपल्या बांगड्या गहाण ठेवायला तयार झाली, तर त्यात नवल ते काय!

मी परत एकदा तिच्याकडे पाहिलं. ती पहाटेच्या ताज्या दवबिंदूसारखी टवटवीत होती, पांढऱ्याशुभ्र गुलाबाच्या फुलासारखी गोरीपान होती. वर्णानं सावळ्या आणि उंचीनं बेताच्या लीलाची ही एवढी सुंदर मुलगी? मला काही हे कोडं उलगडेना. त्या मुलीशी बोलताना एक गोष्ट माझ्या लक्षात आली, तिचं आपल्या आईवर निरतिशय प्रेम होतं; तसंच आपल्या बहिणींवरही. मी तिला घरी पाठवून दिलं आणि नंतर लीलाला बोलावून घेतलं.

"लीला, मी तुझ्या मोठ्या दोघी मुलींना पाहिलं आहे. पूर्वी कधीतरी त्या तुझा जेवणाचा डबा घेऊन ऑफिसात येत असत. पण ही तुझी मुलगी किती वेगळी दिसते नाही? ती फारच सुंदर आणि हुषार आहे. मी तिची फी भरायला तयार आहे. तिनं प्रत्येक वर्षी असेच चांगले गुण मिळवले, तर मी तिच्या संपूर्ण अभ्यासक्रमाचा खर्च करीन. ती जर पुढे नीट शिकली, तर तिचं नशीब उघडेल..." मी तिच्याशी बोलता बोलता एकीकडे माझ्या टेबलावरची कागदपत्रं आवरत होते. अचानक माझ्या लक्षात आलं, लीला नुसती अबोलपणे उभी होती. वातावरणातला ताण कमी करण्यासाठी मी हसून म्हणाले, "ती तुझी मुलगी आहे, हे खरं सुद्धा वाटत नाही."

मी माझी कागदपत्रं आवरतच राहिले. दोन मिनिटांनंतर लीला बोलली, "मॅडम, मी तुम्हाला खरं काय ते सांगणार आहे, कारण तुम्हाला प्रामाणिकपणा आवडतो.

गिरिजा ही माझी सख्खी मुलगी नाही. मी तिला दत्तक घेतलंय.''

''काय?'' मी आश्चर्यानं थक्क झाले होते. ''का?''

या लीलाची परिस्थिती इतकी बेताची... त्यात आधीच्या दोन मुली... असं असताना... ज्या आईवडिलांनी आपल्या मुलीला लीलाकडे सोपवलं असेल, त्यांच्याबद्दलही मी विचार करू लागले.

लीलानं एक नि:श्वास सोडला. ''ती एक मोठीच कहाणी आहे,'' ती म्हणाली, ''पण मी तुम्हाला जास्त काही सांगत बसत नाही. फक्त त्याचं सार तेवढं सांगते. खूप वर्षांपूर्वी मी एका तरुण मुलीकडे कामाला होते. ती कॉलेजात शेवटच्या वर्षाला होती. तिचे आईवडील अमेरिकेत होते. ती शिक्षण पूर्ण करून अमेरिकेला परत जाणार होती. मी तिच्या घरी स्वयंपाकाला होते. ती माझ्याशी चांगलं वागायची. तिचं नाव वृंदा. ती जरा खुशालचेंडू वृत्तीची होती. रूपानं सुरेख होती. तिला पुष्कळ मित्रमैत्रिणी होत्या. सर्वजण नियमितपणे घरी येत. सर्व मंडळी आयुष्याचा आनंद लुटणारी होती. घरात नेहमी दंगामस्ती, नाचगाणी, संगीत... असं चालायचं. पार्ट्या तर सारख्याच चालत.

एक दिवस सकाळपासून वृंदाचं काहीतरी बिनसलं होतं. मी जरा खोदून खोदून चौकशी केल्यावर तिनं मला सांगितलं, तिला दिवस गेले होते. तिच्या एका मित्राचंच ते काम होतं. पण त्याला ही गोष्ट कळताच तो सगळी जबाबदारी झटकून आपल्या आईवडिलांकडे परदेशी निघून गेला होता. आता वृंदा खरी संकटात सापडली होती. तिचं इथे भारतात कुणीच नव्हतं. आपल्या आईवडिलांना ही गोष्ट सांगण्याची तिची हिंमत होत नव्हती. तिनं हा गर्भ पाडून टाकण्यासाठी वाटेल तेवढी औषधं घेतली; पण काही उपयोग झाला नाही. वाढणारं पोट काही कोणासाठी थांबत नाही; मग त्या व्यक्तीची जात, पात, धर्म काही का असेना. दिवस झपाट्यानं जात होते. वृंदा चिंताग्रस्त होती. माणुसकीच्या भावनेतून मी तिची काळजी घेत होते. इतर कोणत्याही गर्भवती स्त्रीची घेतली असती तशीच. तिला चांगलंचुंगलं करून खाऊ घालत होते, तिचा व्यवस्थित सांभाळ करत होते. अखेर ती बाळंतीण झाली. तिला मुलगी झाली. तिनं त्या मुलीला माझ्याकडे सोपवलं आणि म्हणाली, ''हिला कुठल्यातरी अनाथाश्रमात नेऊन सोड.'' मग वृंदा शहर सोडून निघून गेली. ही कहाणी माझ्याशिवाय कोणालाच माहीत नव्हती. त्या बाळाला पदरात घेऊन मी एका अनाथाश्रमात गेले; पण तिला तिथे सोडून यायला माझं मन राजी होईना. त्यावेळी माझा नवरा मला सोडून गेला होता आणि माझ्या दोन मुलींची जबाबदारी माझ्यावर होती. पण जे काही चार घास अन्न मिळतंय, त्यातलंच या बाळाला घालायचं आणि आपल्याला तीन मुली आहेत असं समजायचं, असं मी मनाशी ठरवलं. तीच ही गिरिजा. म्हणूनच ती इतकी सुंदर आणि बुद्धिमान आहे.''

लीलानं एवढ्या गरीब परिस्थितीतही जे औदार्य दाखवलं होतं, ते पाहून मी थक्क झाले.

आम्ही सहसा एखाद्या रुग्ण व्यक्तीला आर्थिक मदत करत नाही. त्याऐवजी हॉस्पिटलला मदत द्यायची, असं आमचं धोरण आहे. त्यामुळे अनेक रुग्णांना त्यापासून लाभ होतो. पण अगदी अपवादात्मक परिस्थितीत, पुरेसा पुरावा असेल तर आम्ही रुग्ण व्यक्तीला मदत करतो. एक दिवस मला भेटायला एक माणूस आला होता. तो माझ्या सेक्रेटरीशी हुज्जत घालत होता. त्यानं आधी भेटीची वेळ घेतलेली नव्हती आणि तरीही तो मला भेटण्याचा आग्रह धरून बसला होता. मी माझ्या ऑफिसातील काचेच्या खिडकीतून त्या माणसाकडे पाहिलं. मला वाईट वाटलं. बिचारा आपल्याला भेटण्यासाठी लांबून आलेला दिसतो. मी सेक्रेटरीला म्हणाले, ''पाठव त्यांना आत.''

आलेल्या माणसाचं नाव होतं रामप्पा. तो पंचेचाळिशीच्या घरात असावा. त्याचे कपडे साधे होते. तो सांगू लागला, ''माझा मुलगा सोमनाथ कॅन्सरचा पेशंट आहे. मी तुमच्याकडे हा अर्ज घेऊन आलो आहे. सोबत प्रमाणपत्रसुद्धा जोडलं आहे. मी एका छोट्याशा खाजगी कंपनीत कारकून आहे. मला त्याच्या उपचारांचा खर्च झेपत नाही. त्याचं ऑपरेशन करायला हवं आहे. त्याचा खर्च दोन लाख आहे. तुम्ही मला काही मदत कराल?''

मी त्यानं आणलेली कागदपत्रं चाळली. त्यानं अर्ज लिहून आणला होता. त्याच्या मुलाला खरोखरच कॅन्सर झाला होता. डॉक्टरांचं लेखी निदान त्यानं सोबत जोडलं होतं. ''केवळ या दोन कागदांच्या आधारे मी तुम्हाला एवढी मोठी रक्कम कशी काय देणार?'' असा प्रश्न मी त्याला केला. मी त्याच्याकडे पुराव्यादाखल अजून बरीच माहिती मागितली. मुलाला खरोखर हॉस्पिटलमध्ये दाखल केलं असल्याचा पुरावा, त्याच्या ज्या काही वैद्यकीय तपासण्या करण्यात आल्या असतील त्यांचे अहवाल, त्याला ज्या हॉस्पिटलमध्ये भरती केलेलं आहे तेथील त्याचा नोंदणी क्रमांक इत्यादी. या सगळ्या गोष्टी त्यानं सादर केल्यानंतर एखाद्या डॉक्टरकडून त्यांची शहानिशा करून घ्यायची, असं मी ठरवलं.

रामप्पा क्षणभर गप्प झाला. नंतर म्हणाला, ''ठीक आहे. मी उद्या येतो.''

दुसऱ्या दिवशी रामप्पा एका लहान मुलाला कडेवर घेऊन आला. तो मुलगा अत्यंत अशक्त दिसत होता. त्याच्या चेहऱ्यावरून त्याला आत्यंतिक वेदना होत असाव्या, हे स्पष्टच दिसत होतं. त्याचं पोट फुगून त्याचा नगारा झाला होता. त्याला ॲनिमियाही होता. तो मुलगा फारच आजारी आहे, हे पाहताक्षणीच लक्षात येत होतं. त्याच्याकडे बघवत नव्हतं.

कधीकधी सत्याचा सामना करणंही फार कठीण जातं. रामप्पानं या अशा अवस्थेतील आपल्या मुलाला– सोमनाथला– इथे ऑफिसात आणावं, हे मला मुळीच पसंत पडलं नाही. मी त्याच्या अंगावर ओरडले, "इथे कशाला घेऊन आलात त्याला? त्याला आणखी त्रास व्हावा अशी इच्छा आहे का तुमची? तुमच्या मुलाला घेऊन या, असं मी तुम्हाला कधीच सांगितलं नव्हतं. मी फक्त कागदपत्रं बघायला मागितली होती."

"मॅडम, सगळे कागद जमा करायला दोन-तीन दिवस लागतील. त्यापेक्षा पुरावा म्हणून मी मुलालाच घेऊन आलो."

मला त्याची दया आली. मी त्याच्यासाठी पंचवीस हजार रुपयांचा चेक लिहिला. रामप्पा म्हणाला, "मॅडम, तुम्ही चेकच्या सोबत एखादं पत्रं दिलं तर बरं होईल. ते पत्र दाखवून मी इतर देणगीदारांकडून देणग्या मिळवण्याचा प्रयत्न करीन. एकूण खर्चाची रक्कम फार मोठी आहे ना? तुमच्या नावाला वजन आहे. मला कसंही करून दोन लाख रुपये जमा करायचे आहेत."

तसं पत्र देण्यात काहीच अडचण नव्हती. मी त्याची विनंती मान्य करून त्याला तसं पत्र दिलं.

रामप्पानं माझे मनापासून आभार मानले. "आता ताबडतोब मुलाला हॉस्पिटलमध्ये भरती करतो आणि ऑपरेशन झालं की तुम्हाला ताबडबोब फोन करून कळवतो." असं आश्वासन देऊन तो निघून गेला.

काही दिवस लोटले. मी रामप्पाविषयी सगळं विसरूनही गेले. त्यानंतर एक वर्षानं मला त्या रामप्पाच्या केसची आठवण झाली. त्यानं त्या दिवसानंतर फोनही केला नव्हता, काही कागदपत्रे वा अहवालही पाठवले नव्हते की देणगीच्या रकमेची पोचपावतीही दिली नव्हती.

त्यानं ज्या हॉस्पिटलचं नाव घेतलं होतं, त्या हॉस्पिटलला मी फोन केला. सुमारे वर्षभरापूर्वी सोमनाथ नावाच्या कॅन्सरच्या रुग्णावर काही उपचार, शस्त्रक्रिया झाली होती का, याची चौकशी केली.

हॉस्पिटलच्या लोकांनी जुन्या नोंदी तपासून पाहून असं सांगितलं, की अशा प्रकारचा कोणीही पेशंट भरती झालेलाच नव्हता. मला रामप्पाविषयी वाईट वाटलं. कदाचित दोन लाख रुपये जमा करणं त्याला जमलं नसेल. त्यापेक्षा आपणच त्याला ती रक्कम दिली असती, तर त्याला आपल्या मुलाचं ऑपरेशन करून घेता आलं असतं, असंही मला वाटलं.

मला नाहीतरी एकदा रामप्पाची भेट घ्यायचीच होती. त्यानं आपला पत्ताही दिला होता. तेव्हा मी थेट त्याच्या घरी गेले. मी न कळवता गेल्यामुळे घराला कुलूप होतं. घर चांगलं तीन मजली होतं. अत्याधुनिक पद्धतीनं बांधलेलं. बाहेर पोर्चलासुद्धा

ग्रॅनाईट बसवला होता. त्या भागातलं सर्वांत सुंदर घर होतं ते. नाहीतरी मी एवढ्या दूर गेलेच होते, निदान शेजाऱ्यापाजाऱ्यांशी बोलून सोमनाथविषयी काही माहिती मिळते का ते पाहावं, म्हणून मी पलीकडच्या घराचं दार ठोठावलं. शेजाऱ्यांना माझ्याविषयी खूप कुतूहल वाटलं. मी सोमनाथची चौकशी करत त्यांच्याकडे गेल्याबद्दल त्यांना फारच आश्चर्य वाटलं. ते बोलायला चांगले होते. त्या घरात एक म्हाताऱ्या आजी होत्या. त्या भरपूर बोलू लागल्या. माझ्याशी संबंध नसलेल्या गोष्टीसुद्धा सांगू लागल्या. मला पण त्यांच्याशी बोलताना खूप मोकळेपणा वाटला. मी त्यांना म्हणाले, ''सोमनाथ आणि रामप्पा कुठे आहेत?''

''अहो, सोमनाथला जाऊन सहा महिने झाले.'' ते ऐकून मला धक्काच बसला.

''सोमनाथचं ते दुखणं रामप्पाच्या चांगलंच पथ्यावर पडलं. अहो, कुणीतरी मोठ्या बाईंनी त्याला पंचवीस हजाराची देणगी तर दिलीच; पण सोबत एक पत्रही दिलं. त्या पत्राच्या आधारे रामप्पानं वाटेल तेवढे पैसे गोळा केले. सहा महिन्यांत त्यानं आठ लाख रुपये जमवले. त्यानं नवीन घर बांधलं आणि रिक्षाचा धंदा सुरू केला. आता तो चांगला श्रीमंत झालाय.''

''आणि सोमनाथचं काय? त्याचं ऑपरेशन झालं की नाही?''

''त्याचं ऑपरेशन करून घ्यायला रामप्पा काय वेडा होता का? त्याला सोमनाथची काहीच पर्वा नव्हती. शेवटच्या दिवसांत तर तो त्याला कडेवर घेऊन पैसे गोळा करायला जायचा. बिचारा सोमनाथ. त्याचे फार हाल झाले आणि अखेर तो घरातच गेला.''

त्या म्हाताऱ्या आजी एवढं खुलेपणानं बोलल्या म्हणून त्या घरची माणसं अस्वस्थ झाली. त्यांनी त्या आजींना गप्प बसवण्याचा प्रयत्न केला. पण त्या गप्प बसायला तयार नव्हत्या.

''मला काय कारण आहे ही गोष्ट लपवायचं? मी नाही कोणाला घाबरत. मी त्या बिचाऱ्या सोमनाथला त्याच्या जन्मापासून पाहिलं होतं. बिचारा. किती हाल झाले त्याचे मरतानासुद्धा... जाऊ दे. आता माझी वर्षं भरली आहेत. या वयात जर मी खोटं बोलले, तर देव मला कधी क्षमा करणार नाही.''

माझ्या भेटीचा उद्देश साध्य झाला होता. मला सोमनाथबद्दल माहिती कळली होती. सत्य कितीही कटू असलं, तरी त्याचा स्वीकार करणं भागच होतं. मी त्या आजींचे आभार मानून तेथून बाहेर पडले.

घराबाहेर पडल्यावर मात्र मला अश्रू आवरेनात; पण त्या आसवांमधूनही माझ्या दृष्टीसमोर ते मळकं फडकं आणि त्यात गुंडाळलेल्या त्या दोन झिजलेल्या सोन्याच्या बांगड्या दिसू लागल्या.

∎

२१

फाळणी

काही दिवसांपूर्वी एका शिष्टमंडळाबरोबर पाकिस्तानच्या भेटीला जाण्याचा योग आला. प्रवासात आम्ही सगळे गप्पा मारत बसलो होतो. पाकिस्तानात गेल्यावर कोणाला काय पाहण्याची इच्छा होती, याविषयी बोलणं चाललं होतं. इतिहासाचे प्रेमी असणाऱ्यांना तक्षशीला पाहायची होती, तर खरेदीचा आनंद लुटायला उत्सुक असणारे लाहोरला जायला उत्सुक होते. राजकारणात रस असणाऱ्यांना इस्लामाबादला जायचं होतं, तर कपड्यांच्या व्यावसायिकांना कराचीला... अशी आमची जोराजोरात चर्चा चालली होती.

अचानक आमच्या लक्षात आलं– मिसेस कपूर नावाची एक वयस्कर स्त्री पण आमच्याच बरोबर होती... वयानं सुमारे पंचाहत्तर वर्षांची असावी... ती चेन्नईची राहणारी होती. ती मात्र गप्पच होती. ती एकूण जरा शांतच होती. अशा गप्पांमध्ये नेहमीच शांत आणि बुजऱ्या लोकांना बोलण्याची कधी संधी मिळत नाही. तिच्या वयाचा मान राखून आणि तिचा स्वभाव लक्षात घेऊन मीच तिला बोलतं करण्यासाठी विचारलं : "तुम्हाला कुठे जायचंय?"

त्यावर जराही विचारात न पडता ती तात्काळ म्हणाली : "इतर कुठेही गेलं नाही तरी चालेल, पण मला पिंडीला मात्र जरूर जायचंय."

"पिंडीला? म्हणजे नक्की कुठे? अहो, आपण कोणत्याही खेडेगावच्या भेटीला जाणार नाही आहोत. आपल्याकडे तेवढा वेळच नाहीये." मी म्हणाले. पिंडी नावाचं गाव म्हणजे नक्की खेडेगाव असणार असं मी गृहीतच धरलं होतं.

माझ्या अज्ञानाला हसून ती म्हणाली, "पिंडी, म्हणजे रावळपिंडी. आम्ही त्याला पिंडी म्हणतो."

आता मात्र तिच्या बोलण्यात रस वाटू लागला.

"तुम्हाला हे कसं काय माहीत?"

"त्याचं कारण तिथेच माझा जन्म झाला आणि तिथेच मी लहानाची मोठी झाले..." त्यानंतर कराची ते इस्लामाबादच्या संपूर्ण प्रवासात ती आपल्या बाळपणाविषयी आणि रावळपिंडीत घालवलेल्या दिवसांविषयी बोलत होती.

ती मूळची रावळपिंडीचीच होती. एकोणिसाव्या वर्षी तिचं लग्न झालं. फाळणीनंतर ते लोक भारतात आले. ती चेन्नईला येऊन स्थायिक झाली होती. चेन्नई हेच तिचं आता घर बनलं होतं. तिला आता उत्तम तामीळ येत होतं आणि बहुधा कोणत्याही खानसाम्यापेक्षा जास्त चांगला पुलिओगरे (एक प्रकारचा भात) आणि रसम ती बनवत असणार, हे नक्की!

आम्ही सगळे इस्लामाबादला उतरलो. आमचं सर्वांचं स्वागत पुष्पगुच्छ देऊन करण्यात आलं. माझ्या हातात अत्यंत सुंदर गुलाबाच्या फुलांचा गुच्छ होता. मी तिच्याकडे पाहून म्हणाले, "अरे अरे... ही इतकी सुंदर फुलं... माझं घर इतकं दूर राहिलंय... आणि ही सुंदर फुलं हॉटेलात ठेवून यायला मन होत नाहीये माझं. इस्लामाबादमध्ये इतकी सुंदर गुलाबाची फुलं मिळतील असं वाटलंही नव्हतं मला."

पाकिस्तानविषयीची माझी कल्पना किती वेगळी होती. मुंबई आणि कराची एकसारखी शहरे आहेत असं माझं सकृत्‌दर्शनी मत झालं होतं. त्याच न्यायानं इस्लामाबाद हे हुबेहूब आपल्या दिल्लीसारखंच असणार, असा मी मनाशी ग्रह करून घेतला होता. दिल्ली जशी आपली राजधानी, तशी इस्लामाबाद त्यांची राजधानी... त्यामुळे माझा तसा समज झाला होता. पण मला खरी परिस्थिती पाहून आश्चर्याचा धक्का बसला. इस्लामाबाद एखाद्या थंड हवेच्या ठिकाणासारखं आल्हाददायक होतं. त्याच्या चहूबाजूंना डोंगर होते. त्याला पाहून उटी किंवा कोडाईकॅनालची आठवण येत होती. डोंगरमाथ्यावरील सपाट प्रदेशावर हे शहर वसलेलं होतं.

रूपा कपूरनं प्रेमानं माझ्याकडे पाहिलं आणि म्हणाली, "इस्लामाबाद हे नवीन शहर आहे. आमचं पिंडी मात्र सर्वांत जुनं आहे. ते इस्लामाबाद पासून फक्त १०-२० किलोमीटर लांब आहे; असं मी ऐकलंय. तिथे मोठमोठी सुंदर उद्यानं आहेत, उत्तम भाजीपाला आणि फळफळावळ मिळते, ताजं स्वच्छ पाणी असतं आणि खऱ्या मोसमात जर आपण आलो तर ते केवळ स्वर्गासारखं भासतं."

ती जे म्हणाली ते खरंच होतं. इस्लामाबाद आणि रावळपिंडी ही आज जुळी शहरं आहेत. इस्लामाबाद हे शहर फाळणीनंतर वसवण्यात आलं. तेथे मोठमोठी सरकारी ऑफिसं, प्रचंड रुंद रस्ते, शॉपिंग सेंटर्स आणि विस्तीर्ण गुलाबाच्या बागा आहेत. आम्ही शहरातून फेरफटका मारला. विविध प्रकारची व आकाराची गुलाबाची फुलं उमलली होती. रूपा खरं तर अत्यंत मितभाषी! तिचं बोलणंही एकदम मृदू होतं; पण आता मात्र ती सतत बोलत होती. आम्ही आधी असं ठरवलं होतं, की इस्लामाबादमध्ये जाऊन राहायचं आणि नंतर सावकाश पिंडीला

जायचं. पण काही झालं, तरी आधी पिंडीला जायचं, असा रूपाचा हट्ट होता.

मला पण तिच्याबरोबर जायचं होतं, म्हणून मी पण तिच्याबरोबर गाडीत बसले. तिची कळी खुलली. ती एकदम मोकळेपणानं बोलू लागली.

"मी सत्तावन्न वर्षांपूर्वी ते घर सोडून निघाले. आता परत मला त्या घराला भेट द्यायची आहे."

"फारच छान. हे बघा, नाहीतरी माझ्याकडे हा फुलांचा गुच्छ आहेच. किती सुरेख फुलं आहेत ही. तुमच्या घरात आता जे कोणी राहत असेल, त्यांनाच आपण ही फुलं भेट म्हणून नेऊया."

माझं ते बोलणं ऐकून तिला मनातून खूप बरं वाटलं.

इस्लामाबाद एअरपोर्ट पासून आमची कार निघाल्यावर तिनं वाटाड्याचं काम स्वत:हून अंगावर घेतलं.

पुढे आल्यावर एक गजबजलेला भाग लागला. तिथे डाव्या हाताची एक इमारत दाखवून ती म्हणाली, "हे बघ, हा इलेक्ट्रिकच्या वस्तू तयार करण्याचा कारखाना. त्याचे मालक केवलराम सहानी हे माझ्या वडिलांचे मित्र होते. आम्ही दिवाळीला लक्ष्मीपूजनाच्या दिवशी मैत्रिणींबरोबर इकडे यायचो. त्याकाळी हा कारखाना गावाबाहेर होता."

बोलता बोलता तिचं मन भूतकाळात गेलं... सत्तावन्न वर्षांपूर्वीच्या त्या काळात.. आणि ती किशोरी बनली.

मी मुद्दामच ड्रायव्हरला गाडी जरा सावकाश चालवायला सांगितली. तिच्या गतस्मृतींना उजाळा मिळावा, यासाठी. बघता बघता आमची कार सदर बझार वरून पुढे निघाली. एका जुन्यापुराण्या इमारतीत कितीतरी छोटे छोटे दुकानगाळे दाटीवाटीनं उभे होते. ती म्हणाली, "माझ्या वडिलांचे चुलत भाऊ रतन सेठी यांचं सोन्याच्या दागिन्यांचं दुकान इथेच होतं. त्यांचे जे भागीदार होते, त्यांचं नाव होतं मकबूल खान. काकांच्या त्या दुकानाचं नाव होतं, 'खान अँड सेठी.' माझ्या लग्नाचे दागिने इथेच घडवण्यात आले होते."

वाटेत किती तरी जुन्या इमारती लागल्या. प्रत्येक इमारतीशी तिची काही ना काही आठवण निगडित होती. पण त्यांपैकी अनेक इमारतींचा तोंडावळा आता मात्र पूर्णपणे बदलला होता. कितीतरी जुन्या इमारतींच्या जागी आता नवीन गगनचुंबी इमारती उभ्या होत्या. मधूनच रूपाला रस्ता चुकल्यासारखं, भ्रमल्यासारखं होई.

अचानक आमच्या गाडीचं चाक पंक्चर झालं. आता ते दुरुस्त करायला किमान अर्धा तास तरी लागेल, असं ड्रायव्हरचं म्हणणं होतं.

ते ऐकून रूपा अस्वस्थ झाली, "तू चाक दुरुस्त करून घे. तोपर्यंत आम्ही

इथेच जवळपास फिरून काही जुन्या ठिकाणांना भेटी देतो. त्यानंतर आम्ही थेट मुख्य रस्त्याला लागून तिथेच तुला भेटू. तू असं कर, गाडी दुरुस्त झाली, की तू इथून सरळ मुख्य रस्त्याला लाग, तिथून डावीकडे वळून परत लगेच उजवीकडे वळ आणि आमच्यासाठी थांब.''

तिच्या एकूण वागण्याकडे पाहून असं वाटत होतं, की तिला या भागाचा इंचन् इंच तोंडपाठ आहे. मी आपली मुकाट्यानं तिच्या मागोमाग चालले होते. जरा चालल्यावर आम्ही एका गल्लीत शिरलो. तिथे गेल्यावर जुन्या दिल्लीत शिरल्यासारखं मला वाटलं. ती सांगू लागली, ''मी आणि माझ्या दोघी मैत्रिणी, फातिमा आणि नूर कितीदा इथे यायचो. याला त्यावेळी शिंपी आळी म्हणायचे. आमचे शेजारी होते ना, मेहबूब खान... त्यांची बायको मेहरून्निसा भरतकामाचे अप्रतिम सुंदर नमुने बनवायची. आम्ही इथे तिचे भरतकामाचे नमुने घेऊन यायचो. पुढच्या गल्लीतून इकडे यायला एक शॉर्टकट् आहे. तिथेच माझे काका राहायचे.''

ती स्वत:शीच बोलत चालल्यासारखी चालली होती. इतकी निर्धास्तपणे, अगदी सराईतासारखी. मी तिच्याबरोबर चालत होते. ती म्हणाली त्याप्रमाणे खरोखरच पलीकडच्या रस्त्याला जोडणारी एक लहानशी गल्ली आम्हाला लागली. तिथे खूप जुन्यापुराण्या हवेल्या होत्या. त्यांपैकी पहिल्याच भव्य हवेलीच्या दिशेनं ती गेली आणि थांबून म्हणाली, ''माझे काका मोतिराम राय यांचं हे घर, आणि ते पलीकडे दिसतंय ना, ते घर अल्लाबक्ष यांचं होतं. ते दोघं फार जिवलग मित्र होते. त्यांचं जिवापाड प्रेम होतं एकमेकांवर. मला अजून आठवतं, अल्लाबक्ष स्वत:च्या बागेत जे कोणतं रोपटं आणून लावतील तसंच रोपटं आणून माझे काका स्वत:च्या बागेत लावायचे आणि हे जे आंब्याचं झाड आहे ना... हे मला चांगलं आठवतं. तो वसंत पंचमीचा दिवस होता. दोन्ही घरात नुसतं आनंदाचं वातावरण होतं. माझ्या आजीनं खीर बनवली होती आणि ती अल्लाबक्ष यांच्या घरी देऊन ये असं सांगून मला पाठवलं होतं. मी खिरीचं गरम भांडं हातात घेऊन निघाले आणि या इथेच वाटेत एका तरुणावर आपटले. सगळी खीर त्याच्या पायावर सांडली. मी इतकी ओशाळले, पण तो हसत सुटला.''

''आंटी, तो तुमच्या ओळखीचा होता का?''

''छे, गं. तेव्हा नव्हता. पण आता मात्र तो माझा पती आहे, बरं का.'' असं मला सांगताना या वयातही ती लाजली. तिनं मान वर करून त्या आंब्याच्या झाडाकडे निरखून पाहिलं आणि म्हणाली, ''हे सुद्धा बिचारं आता किती म्हातारं झालंय!''

त्या हवेलीच्या प्रचंड मोठ्या बागेत कोणीही नव्हतं. 'याचे मालक कोण

असतील आणि आम्हाला पाहून त्यांची काय प्रतिक्रिया होईल बरं?'– असे विचार माझ्या मनात येत होते. पण रूपाला मात्र तसं काहीही वाटलेलं दिसत नव्हतं. मी बंगल्याच्या समोरच्या बाजूला थांबले आणि ती सरळ मागच्या अंगणात गेली. थोड्यावेळात त्या बंगल्यातून एक पति-पत्नी बाहेर आले. एक अनोळखी स्त्री, तीही साडी नेसलेली आपल्या घरासमोर उभी आहे, हे पाहून त्यांना चांगलंच आश्चर्य वाटलेलं दिसत होतं. त्यांच्या घरावर जी पाटी होती त्यावरून ते दोघं कोण होते ते मला कळलं. पाटीवर लिहिलं होतं : 'डॉ. सलीम आणि डॉ. सलमा,' डेंटिस्ट.'

"सॉरी, आम्ही तुमची परवानगी न घेताच तुमच्या घराच्या आवारात शिरलो आहोत. माझी मैत्रीण रूपा ही अनेक वर्षांपूर्वी या घरात राहिलेली आहे. आम्ही भारतातून आलो आहोत. आम्ही जरा आजूबाजूला हिंडून पाहिलं, तर तुमची काही हरकत नाही ना?" माझं बोलणं एकून डॉ. सलीम यांना फार आनंद झाला.

रूपा कपूर बागेतील वेगवेगळ्या झाडांना निरखून पाहण्यात दंग होती. या ठिकाणी तिनं बाळपणात कितीतरी तास या झाडांच्या सावलीत काढले असतील. मी मात्र निर्विकारपणे तिथे थांबले होते.

"अरे... काहीच हरकत नाही. तुम्ही बसा ना... आमच्याबरोबर चहा तरी घ्या." त्यांनी घरातून खुर्च्या आणून बागेत मांडल्या. मी बसले. कोवळ्या उन्हानं ती बाग चमकत होती. ते दोघे पति-पत्नी माझ्याजवळ बसले आणि त्यांनी आतून चहा मागवला.

"अहो... चहा वगैरे राहू दे. आम्हाला खरंच वेळ नाही. आमचा पुढचा कार्यक्रम आहे, त्यासाठी आम्हाला इस्लामाबादला जायचं आहे. आम्ही तुम्हा दोघांचा सकाळी सकाळी वेळ घेतोय, त्याबद्दल सॉरी." मी दिलगिरीनं म्हणाले.

"अहो... असं काही मानू नका. उलट हा आमचा सन्मान आहे. माझे आजी-आजोबा गुजराथमधले होते, सुरत हे त्यांचं गाव. ते नंतर भारतातून कायमचे इकडे आले. माझा जन्म मात्र इथलाच. मी इथेच लहानाचा मोठा झालो. मी स्वत: सुरत पाहिलेलंच नाही. पण माझे आई-वडील मात्र अनेकदा जुन्या आठवणी काढतात. सुरती फरसाण... पारसी धानसाक आणि खाकरा... याविषयी बोलत असतात."

रूपा परत येईपर्यंत मी त्यांच्याशी गप्पा मारत बसले.

"हे घर बरंच जुनं दिसतंय. इतक्या मोठ्या बंगल्याची निगा राखणं, स्वच्छता ठेवणं किती कठीण जात असेल नाही? त्यापेक्षा या जागी जर नवं घर बांधलं तर? किती तरी मोठं घर बांधता येईल."

त्यावर डॉ. सलीम म्हणाले, "ही जुनी कोठी आम्ही पाडावी आणि त्या

जागी चांगली तीन मजली इमारत बांधावी, म्हणून कितीतरी लोक आमच्यावर दडपण आणत आहेत. पण मीच त्या गोष्टीला तयार नाही. माझ्या हयातीत मी हे घर पाडणार नाही, असं मी माझ्या आईवडिलांना वचन दिलंय. त्याचं कारण असं, की सुरतेत ते ज्या घरात राहत होते, ते घरही हुबेहूब असंच होतं. अल्लाची आमच्यावर मेहरबानी आहे. माझ्या आईवडिलांनी पुष्कळ पैसा मिळवला आहे आणि आम्ही दोघंही डॉक्टर आहोत, आमचंही चांगलं चाललंय. पैशासाठी हे असं काही करायची आम्हाला गरज नाही. आमचे शेजारी होते ना– अल्लाबक्ष... त्यांच्या मुलांनी मात्र त्यांचा बंगला विकून टाकला आणि त्या जागी आता दुकानगाळे आणि ऑफिसं झाली आहेत.''

एवढ्यात रूपा कपूर बागेतून परत आली. मी तिची आणि त्यांची ओळख करून दिली.

तिनं घर आतून पाहण्याची इच्छा व्यक्त केली. डॉ. सलीम यांनी त्यास आनंदानं मान्यता दिली.

''अवश्य. काहीच हरकत नाही. आम्ही हे घर दहा वर्षांपूर्वी विकत घेतलं. त्यात आम्ही कोणतेही बदल केलेले नाहीत. किती झालं तरी तुमचं बाळपण इथे गेलंय. तेव्हा तुम्ही अवश्य आत जा आणि बघा तरी... ओळख पटते का...'' मग रूपाबरोबर मीही आत गेले.

एका खोलीवरून आम्ही जात असताना रूपा म्हणाली, ''माझे आजोबा इथे याच खोलीत बसून संपूर्ण घरावर देखरेख करायचे.''

मग आम्ही दिवाणखान्यात गेलो. रूपानं मला त्याच्या दारावरची रंगीत काच दाखवली आणि म्हणाली, ''हे रंगकाम अल्लाबक्षच्या पत्नीनं केलं होतं.''

त्यानंतर एका खिडकीकडे बोट दाखवून गतस्मृतीत डोकावत ती प्रेमानं म्हणाली, ''इद आली की याच खिडकीतून अल्लाबक्ष चाची सुकामेवा पाठवायच्या.''

त्यानंतर आम्ही पहिल्या मजल्यावर गेलो, ''अरे... इथे मी माझ्या चुलतभावंडां-बरोबर खेळायची आणि पलीकडच्या बंगल्यातला मेहमूद आम्हाला पतंग करून द्यायचा.''

तिच्या बोलण्याला काही खंडच नव्हता. प्रत्येक वीट, लाकडाचा तुकडा, प्रत्येक झाड, प्रत्येक दगड... प्रत्येक गोष्टीचं वर्णन करताना तिला कोणत्या ना कोणत्या तरी प्रसंगाची आठवण व्हायचीच. मग मी हळूच आठवण करून दिली, ''अजून आपल्याला तुमचं घरही बघायचंय आणि मग परत जाऊन आपल्या लोकांबरोबर पुढचे कार्यक्रम ठरलेले आहेत.'' आम्ही जिना उतरून खाली आलो आणि त्या दोघा पति-पत्नींची रजा घेतली.

निघताना डॉ. सलमानं आमच्या हातात एक पिशवी दिली. ''आता इथे

थांबून खायला-प्यायला काही तुम्हाला वेळ नाही. पण तुम्ही वयानं मोठी माणसं आमच्या घरी आलात... तुम्हाला तसंच कसं परत पाठवू? देवाची इच्छा असेल तर जरूर परत या. इन्शाल्ला!''

आम्ही त्या घरातून बाहेर पडून मुख्य रस्त्याला लागलो. एव्हाना आमची गाडी दुरुस्त झाली होती आणि ड्रायव्हर आमची वाट पाहत थांबला होता. आता स्वत:चं घर पाहायला जायचं... या कल्पनेनं रूपाच्या आनंदाला सीमाच नव्हती.

तिनं ड्रायव्हरला सांगितलं, ''समोरच्या चौकातून उजवीकडे वळायचं... मी रस्ता सांगते.'' आम्ही निघालो. ''उजवीकडे पहिली इमारत लागेल ती अल्-अमीन मुलींची शाळा. त्याच्यापासून जरा पुढं गेलं, की जीझस मेरी कॉन्व्हेन्ट, तिथून जरा पुढे गेलं की मुलांची सरकारी शाळा. त्या शाळेला लागूनच इदगाह मैदान आहे. त्या मैदानाला लागून जी गल्ली जाते, त्या गल्लीत एकापाठोपाठ एक पाच बंगले आहेत. प्रत्येक प्लॉट एक-एक एकराचा आहे. पहिला बंगला केवलराम यांचा आहे. मग दुसरा आहे मेहबूबखान यांचा. तिसरा बंगला सरदार सुप्रीतसिंग याचा, तर चवथा लाला लजपतराय यांचा. त्यानंतरचा पाचवा बंगला आमचा...''

ती सतत बोलत होती. ती अतिशय उत्साहात होती. तिच्या बोलण्यातलं काय काय त्या ड्रायव्हरला समजलं, देव जाणे. पण तिनं ज्या खाणाखुणा सांगितल्या होत्या त्या जवळपास सगळ्या अगदी बरोबर होत्या. उजव्या हाताची लाल विटांची इमारत अल्-अमीन शाळेचीच होती. त्या दिवशीसुद्धा बऱ्याच मुली त्या शाळेतून बाहेर पडत होत्या. पुढे गेल्यावर पाहिलं तर जीझस मेरी कॉन्व्हेन्टचं आता लॉयला कॉलेज झालेलं होतं. मुलांच्या सरकारी शाळेच्या ऐवजी तिथे एक महाविद्यालय होतं. मात्र इदगाह मैदान कुठेही दिसत नव्हतं. त्या जागी एक शॉपिंग कॉम्प्लेक्स उभा होता. पण तिनं वर्णन केलेले ते पाच बंगले मात्र कुठेच दिसत नव्हते. त्याजागी कितीतरी दुकानं, हॉटेल्स, व्हिडिओ लायब्ऱ्या, शॉपिंग कॉम्प्लेक्स असं सगळं दाटीवाटीनं उभं होतं. त्यातून काही ओळखून काढणं शक्यच नव्हतं. रूपा ते पाहून फार अस्वस्थ झाली, घाबरली.

''मॅडम, नक्की हाच रस्ता का?'' ड्रायव्हरनं अदबीनं विचारलं.

त्यावर ती म्हणाली, ''हो. आमचं घर याच गल्लीत होतं. माझा जन्म इथे झाला. इथेच मी लहानाची मोठी झाले. वयाची १७ वर्षे इथे राहिले. हा रस्ता मला अगदी चांगला माहीत आहे. तू या शहरात नवीन आहेस. पण माझं स्वत:चं गाव कसं विसरेन मी?''

मग तिनं त्याला गाडी थांबवायला सांगितली आणि आम्ही चालत घराच्या शोधात निघालो. तिला वाटत होतं, इतक्या मोठमोठ्या इमारतींच्या मागे दडून

आपलं घर अजूनही उभं असेल. माझी वाटही न बघता ती झपाझप पुढे चालू लागली. एखादी आई आपल्या हरवलेल्या मुलाच्या शोधात जाईल तशी... आपल्या हातून एखादं अनमोल रत्न कुठे रस्त्यात पडावं आणि आपण ते शोधण्यासाठी अस्वस्थ व्हावं तशी... मी तिच्या मागोमाग चालू लागले. आम्ही प्रत्येक इमारतीच्या मागची प्रत्येक गल्ली चालत पालथी घातली.

रूपा सांगत होती. "माझं घर पिवळ्या रंगाचं आहे. घराच्या उजव्या हाताला मुख्य फाटक आहे. माझ्या घरातून इदगाह मैदान नीट दिसायचं. दोन वर्षांपूर्वी माझी एक मैत्रीण पिंडीला आली होती, तेव्हा ती माझं घर बघून गेली. तेव्हा ते इथेच होतं."

मग ती माझ्याकडे वळून म्हणाली, "एकदा काय झालं, मुख्य फाटकातून आत येण्याचा रस्ता नवा बांधणं चाललं होतं, सिमेंट ओलं होतं. मी चुकून त्यावरून चालत आले. माझ्या पावलांचे ठसे सिमेंटमध्ये उमटले. माझ्या वडिलांनी ते मुद्दाम तसेच राहू दिले. आपली मुलगी एक दिवस लग्न करून सासरी जाणार... म्हणून. माझं घर ओळखण्यात माझी कधीच चूक होणार नाही."

पण त्या भागात तसं कुठलंही घर नव्हतं... प्रवेशद्वाराजवळ पावलांच्या खुणा असलेलं. ते घर आता तिथे नाही, ही गोष्ट मला कळून चुकली होती. कदाचित रूपाच्या सुद्धा ते लक्षात आलं असेल, पण तिला तोंडानं तसं म्हणवेना. आमच्या पुढच्या कार्यक्रमाला उशीर होत चालला होता. मी तिला त्याची आठवण करून दिली.

ती परत निघाली. मी परत एकदा मागे वळून पाहिलं. रूपाला आपल्या घराची ती जागा आठवत होती, तिथे आता एक मोठं हॉटेल उभं होतं. दरवान हसतमुख चेहऱ्याचा होता.

मी त्याच्याजवळ जाऊन उत्सुकतेपोटी विचारलं.

"हे हॉटेल किती जुनं आहे?"

"फक्त एकच वर्ष झालं." तो उठून उभा राहत म्हणाला.

"तुम्ही किती दिवसांपासून इथे नोकरीला आहात?"

"जुनी इमारत पाडून ही नवी इमारत बांधायला सुरुवात झाली, तेव्हापासून आहे."

आता रूपा काहीच बोलत नव्हती.

"इथे एक दोन मजली पिवळ्या रंगाची इमारत होती... उजव्या बाजूला मुख्य प्रवेशद्वार होतं... दारातून आत सिमेंटवरती पावलं उमटलेली होती.. आठवतं का तुम्हाला?"

"होय. पिवळी इमारत होती. पण ती पावलं वगैरे काही आठवत नाहीत."

रूपाचंच ते घर... तेच पाडून तिथे हे हॉटेल झालं होतं, हे मला कळून चुकलं.

मी चौकीदाराला म्हणाले, "ते घर माझ्या या मैत्रिणीचं होतं."

"ओ, मग आत या ना. तुमचं घर आता नसलं म्हणून काय झालं? त्याच भूमीवर आता हे हॉटेल उभं आहे. आमच्या मालकांना नक्की आनंद होईल, तुम्हाला पाहून. आत या, चहा आणि सामोसा घ्या."

मी रूपाकडे पाहिलं; पण तिचं त्याच्या बोलण्याकडे लक्ष नव्हतं.

तिनं खाली वाकून रस्त्यावरची मूठभर माती उचलली आणि म्हणाली, "ही माझी भूमी. माझी माती. पिढ्यान् पिढ्या आम्ही या भूमीवर राहिलो. माझ्या पूर्वजांनी हे घर बांधलं आणि ते या मातीत मिसळून गेलं. इथेच जन्मलं आणि इथेच, या मातीत त्यांची राख मिसळली. ही भूमी, ही झाडं, हवा, पाणी हे सगळं आमच्या ओळखीचं होतं. इथली संस्कृती, रीतीरिवाज, अन्नपाणी हे सगळं आमच्यात भिनलं होतं. एक दिवस, कुण्या अनोळखी माणसानं एका निर्जीव नकाशावर एक रेषा आखली. रेषेच्या दुसऱ्या बाजूची संस्कृती, तिथली परंपरा, तिथल्या चालीरीती कशा होत्या... याची काही पर्वा न करता खुशाल दोन देश बनवून टाकले. अचानक आम्ही आमच्याच भूमीवर परके झालो. ही भूमी सोडून एका परक्या भूमीत जावं लागलं आम्हाला. तिथली भाषा, तिथलं अन्नपाणी, तिथली संस्कृती आम्हाला पूर्णपणे अनोळखी हेती. कधीतरी, कुणीतरी, काहीतरी निर्णय घेऊन टाकतं, आपल्या जीवनाविषयीचा निर्णय.... आणि आपला आयुष्यमार्ग बदलून जातो. दोन देशांची फाळणी करणारी एक रेषा मला माझ्याच भूमीत परकं करून गेली. जे लोक आपला देश सोडून परक्या देशात जाऊन स्थायिक होतात त्यांनाच फक्त माझी ही वेदना कळू शकेल. इतरांना कधीच कळू शकणार नाही."

त्यावर माझ्याकडे काही उत्तर नव्हतं. मी गाडीत येऊन बसले. रूपा मूकपणे रडत होती. मी तिच्या खांद्यावर हात ठेवला. माझं लक्ष गेलं– गुलाबांचा गुच्छ फिकट पडला होता... आणि सलमानं दिलेल्या पिशवीतील फळं हसत होती...

■

२२

निरागस

अचानक जोरदार पाऊस आला. मी वाण्याच्या दुकानात गेले होते, तिथेच अडकले. एवढ्यात लक्ष गेलं तर शेजारी कोमला उभी. माझ्या मनात द्वंद्व सुरू झालं. 'भर पावसात पळत निघून जावं का इथेच थांबावं?' इथे थांबलं, तर कोमलाच्या तावडीत सापडण्याची भीती. ते तर पावसात अडकण्यापेक्षा भयंकर. पण मी निघण्यासाठी पाऊल उचललं आणि कोमलानं मला गाठलंच.

कोमला जेव्हा कॉलेजात जात होती, तेव्हा ती खरोखरच एक बुद्धिमान मुलगी होती; पण का कोण जाणे, तिच्या सहवासात प्रत्येकाला अवघडल्यासारखं होई. त्यावेळी लोक म्हणत, "कोणत्याही नातेसंबंधाचं क्षणार्धात 'डिसेक्शन' करण्यात ही कोमला पटाईत आहे, तेव्हा जरा जपून!" काही लोक तर विनोदानं असंही म्हणत, "एखाद्या गोंदाच्या कंपनीची जाहिरात करायची असली तर असं म्हणायला हरकत नाही, 'कोमला सुद्धा तोडू शकणार नाही, असा जोड!' "

लग्नाआधी तिचं रोज तिच्या बहिणींशी आणि भावजयीशी भांडण होत असे आणि कॉलेजात मैत्रिणींशी. ती आपला शोधनिबंध पूर्ण करू शकली नाही, कारण तिचं तिच्या गाईडशी भांडण झालं. लग्नानंतर सासरच्या माणसांशी तिचे खटके उडू लागले. तिची ही सगळी पार्श्वभूमी मला माहीत असल्यामुळे मी तेथून काढता पाय घेण्याचं ठरवलं.

तिच्या लग्नानंतर तिला आपल्या घरी साध्या हळदीकुंकवासारख्या छोट्या समारंभाला सुद्धा बोलावताना लोक कचरत, न जाणो तिनं तेथे येऊन काही भांडण लावलं, कोणाला दुखावलं तर!

"अगं... मी आजपर्यंत किती वेळा तुझ्या ऑफिसात फोन केला... तुझ्याशी बोलायला. पण तुझ्या सेक्रेटरी अगदी कुचकामाच्या आहेत, बघ. कधीही फोन केला, की त्या तू ऑफिसात नाहीस किंवा दौऱ्यावर गेली आहेस, असं खोटं सांगतात."

"हे असं कसं म्हणतेस तू? बरेचदा मी खरोखरच गावाला गेलेली असते, ही वस्तुस्थिती आहे. नेमकं तू त्याच वेळी फोन केला असशील."

या कोमलानं आपल्याला फोन करण्यामागे नक्की काही खास कारण असणार,

याची मला खात्री होती. स्वतःचा काही फायदा असल्याशिवाय तिनं फोन केला नसता.

मी काही विचारण्यापूर्वीच कोमला म्हणाली, "मला तुझ्याशी बोलायचं होतं, कारण माझ्या ओळखीची एक बाई आहे. तिचा मुलगा आजारी असतो. ती बाई स्वयंपाकिणीची कामं करून त्या मुलाला सांभाळते. तू त्या मुलाला काही मदत करू शकशील का?"

यात नक्की काहीतरी गडबड आहे, असा अंदाज तर मला आलाच होता. मी विचारलं, "ही बाई कोण आहे? ती कुठे काम करते? ती ज्या ठिकाणी काम करते त्या मालकांशी मला बोलावं लागेल, मगच मी काय तो निर्णय घेईन."

ती जराही न बिचकता म्हणाली, "ती माझ्याच घरी स्वयंपाकाचं काम करते. तिची खात्री मी देते ना!"

"कोमला, तुझ्या यजमानांना चांगली भरपूर पगाराची नोकरी आहे. मग तू सुद्धा त्या मुलाला मदत करू शकशील की."

"अगं, पण नाहीतरी तू तुमच्या ट्रस्टच्या पैशातूनच त्याला मदत करू शकशील की. मी माझे स्वतःचे पैसे कशाला खर्च करू?"

"कोमला, एक गोष्ट लक्षात घे– मी केवळ एक ट्रस्टी आहे. विश्वस्त निधीमधील एक रुपयासुद्धा मी उगीचच्या उगीच खर्च करू शकत नाही. एखाद्याला मदत करण्यापूर्वी मदत करण्यापाठीमागचं कारणही तसंच महत्त्वाचं असलं पाहिजे. त्या व्यक्तीला जर दुसरीकडून मदत मिळण्याची शक्यता असेल तर त्याच्यासाठी आमचा ट्रस्ट पैसे खर्च करू शकत नाही."

आता कोमलानं विषय बदलला. "आता तू परत ओरिसाच्या दौऱ्यावर कधी जाणार आहेस? मला तुझ्याबरोबर यायचंय."

तिच्या या विनंतीमागचं खरं कारण काय होतं, ते मला कळेना; पण एक गोष्ट नक्की होती, आम्ही ज्या लोकांच्या मदतीसाठी काम करतो, त्या लोकांविषयी सहानुभूती किंवा अनुकंपा तर तिच्या मनात नक्कीच नव्हती. तरी पण मी तिच्याकडून खरं कारण काढून घेण्याचा प्रयत्न केला.

"ओरिसाला का? उत्तर कर्नाटकच्या दौऱ्यावर चल की."

त्यावर ती हसऱ्या चेहऱ्यानं उत्तरली, "मी विजापूरचा गोल घुमट पाहिलाय. पण मी कोणार्कचं मंदिर आणि जगन्नाथपुरी दोन्ही स्थळं पाहिलेली नाहीत. मी म्हटलं, तुझ्याबरोबर प्रवासाला गेलेलं बरं पडेल, कारण तू जिथे जाशील तिथे तुझी राहण्याची सोय होते, इतरही सोयीसुविधा तुला मिळतात."

यावर काय बोलावं, तेच मला कळेना.

या अशा लोकांशी संभाषण करणं हे मोठं कठीण काम असतं.

कोमला म्हणाली, "तू घरीच आहेस ना? मी तुला शुद्ध तुपात बनवलेली

मिठाई पाठवणार आहे. तुला नक्की आवडेल. मी ती खास तुझ्यासाठी बनवली आहे.''

''पण मी आज तुला या इथे भेटणार आहे, हे तुला आधीच माहीत होतं की काय आणि म्हणून तू माझ्यासाठी कालच मिठाई बनवून ठेवलीस? तुझ्या घरच्या लोकांना कोलेस्टोरॉलचा प्रॉब्लेम आहे वाटतं?''

''तुला कसं काय कळलं? आम्हाला दोघांना खरंच कोलेस्टेरॉलचा प्रॉब्लेम आहे. तुला डॉ. राजन बोलले वाटतं?''

कोमलाच्या घरच्या कोलेस्टेरॉलच्या प्रॉब्लेमविषयी मला डॉ. राजनकडून कळण्याची गरजच नव्हती. तिच्या वागण्यातूनच सगळं कळतं. तिला स्वत:ला जर एखादी गोष्ट नको असेल, तर ती त्याचं दान करते.

आता परत कोमलानं विषय बदलला. ''मी असं ऐकलंय, की कुठल्यातरी संस्थेमध्ये धारवाडी साड्यांवर भरतकाम करून मिळतं. मला तसल्या साड्या फार आवडतात.'' मी तिला तसली एक साडी आणून द्यावी, असं ती मला आडून आडून सुचवत होती. पण तसलं काही करण्याची माझी इच्छा नव्हती.

दरम्यान पाऊस थांबला, कोमलापाशी आणखी न थांबता मी निघाले. तिला म्हणाले, ''बरंय. असंच भेटू कधी तरी.''

कोमलासारख्या स्वार्थी व्यक्तींची एक जमात असते. कोमलाची प्रत्येक कृती ही फक्त स्वत:चा विचार करून केलेली असते. तिच्या शब्दकोशात काही ठराविक शब्दच आहेत; 'मी', 'माझं', 'माझ्यासाठी', 'माझ्याकरता' इत्यादी. तिला इतरांची, त्यांच्या भावभावनांची काहीच पर्वा नसते.

माझी मैत्रीण विभा ही एक अनाथाश्रम चालवते. आम्ही दोघी एकाच गावात लहानाच्या मोठ्या झालो. आम्ही एकमेकींच्या शेजारी राहायचो. विभाला एक तीन वर्षांची नात आहे, गौरी. विभा एका मध्यमवर्गीय कुटुंबातील आहे. तिला दिखाऊपणा, भपका इत्यादी गोष्टींची मुळीच आवड नाही. अशा उत्तम समाजोपयोगी काम करणाऱ्या व त्या गोष्टीचा जरासुद्धा बडेजाव न करणाऱ्या स्त्रिया फार थोड्या असतात. मला अशा स्त्रियांविषयी आदर वाटतो. मी अनेकदा विभाला भेटायला तिच्या घरी जाते. आम्हा दोघींना ज्या गोष्टींमध्ये रस आहे, त्या गोष्टींवर आम्ही आवडीनं गप्पा मारतो.

एकदा मी अशीच विभाला न कळवता अचानक दुपारच्या वेळी तिच्या घरी गेले. विभा बाहेर जायला निघाली होती. तिचा चेहरा चिंताग्रस्त दिसत होता; पण मला पाहून तिनं सुटकेचा नि:श्वास टाकला.

''बरं झालं. तू अगदी वेळेत आलीस. आत्ताच मला अनाथाश्रमातून तातडीनं बोलावणं आलंय आणि गौरीजवळ तर कुणीच नाहीये. तिचे आईवडील बाहेर गेले आहेत. तू जर तासभर थांबलीस, तर तेवढ्यात मी जाऊन येते. मी शेजारच्या

कविताला बोलावून घेतलंय, गौरीशी खेळायला. तू फक्त बसून त्यांच्यावर जरा लक्ष ठेव. चालेल ना?''

खऱ्या मैत्रीमध्ये अशा छोट्या छोट्या गोष्टी एकमेकांसाठी कराव्याच लागतात. मला अलीकडे लहान मुलांना सांभाळण्याची सवय राहिली नव्हती, पण तरी मी मान्य केलं. मी हातात एक मासिक घेऊन ते चाळत सोफ्यावर बसले. तेवढ्यात आठ वर्षांची कविता घरात आली. या कविताचं विभाच्या घरी रोजच जाणं-येणं असावं. ती आली, ती थेट खेळण्यांच्या खोलीत गेली आणि बरीच खेळणी बाहेरच्या दिवाणखान्यात घेऊन आली. दोघी मुली तिथेच खेळू लागल्या.

नकळत मला माझ्या लहानपणीची आठवण झाली. मी जेव्हा लहान होते, तेव्हा मी सुद्धा विभाकडे खेळायला जात असे आणि आईनं हाताला धरून ओढून घरी नेईपर्यंत मला घरी जायची इच्छा नसायची. आम्ही लपंडाव आणि इतर कितीतरी खेळ खेळायचो. मला ते सगळे खेळ अजूनही आठवतात. परंतु त्यांच्या घरी काय काय होतं, याचे तपशील मात्र आठवत नाहीत. मी अगदी रोज त्या घरी खेळायला जात होते, तरीसुद्धा. कधी कधी लपंडाव खेळताना मी त्यांच्या कोठीच्या खोलीत लपून बसत असे. तिथेच त्यांचं सगळं धान्यधून्य ठेवलेलं असायचं. पण त्या खोलीत जाऊन लपण्यामागचा माझा हेतू मात्र केवळ आपण लपंडावात कोणाच्या नजरेस पडू नये, एवढाच असे. त्या कोठीच्या खोलीत त्यांनी काय काय वस्तू, खाद्यपदार्थ ठेवले आहेत, हे उघडून बघण्याचा विचारही माझ्या मनाला कधी शिवला नव्हता. माझ्या इतर मैत्रिणीसुद्धा माझ्यासारख्याच होत्या. त्या कधीतरी आमच्या घरी खेळायला यायच्या. त्यावेळी आमचे आजोबा पलंगावर बसून नाणी मोजत असायचे. माझ्या मैत्रिणी त्याच पलंगाच्या खाली लपलेल्या असायच्या; पण आजोबा कसले पैसे मोजत आहेत, वगैरे गोष्टींचं सोयरसुतकही त्यांना नसे. आम्ही आमच्या स्वतःच्या विश्वात इतके रममाण होत असू.

अचानक कवितानं माझा पदर ओढला. ''आंटी, मला भूक लागली आहे. मला थोडी मारी बिस्किटं देता?''

मला काय करावं ते कळेना. ''विभाआंटी बिस्किटं कुठे ठेवते, ते मला माहीत नाही गं. ती परत येईपर्यंत थांबशील का?''

''पण मला माहीत आहे ना, ती बिस्किटं कुठे ठेवते ते!'' असं म्हणून तिनं माझा हात पकडून मला अक्षरशः ओढत स्वयंपाकघरात नेलं. आपल्या छोट्याशा बोटानं तिनं मला कपाटातली बिस्किटांची बरणी दाखवली.

मग मला ती बिस्किटं तिला देणं भाग पडलं. नंतर ती गौरीशी खेळू लागली. पण एकीकडे तिचं सर्वत्र लक्ष होतं. बारकाईनं सर्व निरीक्षण करणं चालू होतं.

''त्या दिवशी लाल साडी नेसून टी.व्ही.च्या कार्यक्रमात आलेल्या आंटी तुम्हीच ना?''

इतक्या लहान मुलीच्या ही गोष्ट कशी काय लक्षात आली... मला धक्काच बसला. मी त्या दिवशी कुठली साडी नेसले होते, लाल की गुलाबी, ते माझं मलाच आठवत नव्हतं. ती मुलगी पुढे म्हणाली, "आंटी, तुम्ही हिरव्या बांगड्या घातल्या होत्या आणि अगदी छोटं कुंकू लावलं होतं. माझी आई आणि तिच्या मैत्रिणी म्हणत होत्या– तुमच्या बांगड्या साडीला मॅचिंग नव्हत्या."

"तुझ्या आईला मी ओळखत नाही. तिचं नाव काय?"

"पण आई ओळखते ना तुम्हाला. त्यांच्या लेडीज क्लबमध्ये त्या तुमच्याविषयी बरेचदा बोलत असतात. मला कधी शाळा नसली, की मी आईबरोबर तिथे जाते. त्या सगळ्या नेहमी तुमच्याबद्दल बोलतात."

मला ते ऐकून जरा अवघडल्यासारखं झालं. तीन वर्षांच्या गौरीला यातलं काहीच समजत नव्हतं. ती हातात चेंडू घेऊन एकटीच खेळत बसली होती.

कविता परत माझ्यापाशी आली. "आंटी, माझा फ्रॉक ओला झालाय. मी गौरीचा जरीचा लेहंगा घालू?"

माझ्या उत्तराची वाटसुद्धा न बघता तिची बडबड चालूच होती. "नुकताच गौरीच्या आत्यानं तिला वाढदिवसाला जरीचा लेहंगा दिलाय. पण तो तिच्या मानानं फार मोठा आहे. तुम्हाला माहीत आहे, गौरीची आत्या खूप श्रीमंत आहे. एवढा भारी जरीचा लेहंगा म्हणजे तिच्या दृष्टीनं काही विशेष नाही. तो लेहंगा खरं तर माझ्याच मापाचा आहे. माझ्या आईनं सांगितलंय मला. तो तिकडे बेडरूममधल्या कपाटात आहे. मी तो घालू?"

आता मात्र हे जरा अतीच झालं. तिचा फ्रॉक मुळीच ओला झालेला नव्हता. पाणी पिता पिता चार थेंब पडले असतील, एवढंच. पण विभाच्या घरी नसतं स्वातंत्र्य घ्यायची माझी मुळीच इच्छा नव्हती; पण ही कविता तर मला चिकटूनच बसली होती.

ती म्हणाली, "ठीक आहे. मी जरा वेळ तशीच थांबते. तुम्हाला माहीत आहे, विभाआंटी म्हैसूरपाक खूप छान करते. गौरीला तो खूप आवडतो. मी तिला एक वडी भरवू?"

मी गौरीकडे पाहिलं. ती खेळण्यात दंग होती. आता मात्र मी 'मला काही माहीत नाही' असे शब्द तोंडातून काढले नाहीत. परत एकदा कविता मला ओढत स्वयंपाकघरात घेऊन गेली आणि तिनं मला डबा दाखवला. मी म्हैसूरपाकाच्या दोन वड्या काढून तिच्या हातात ठेवल्या. एक गौरीसाठी आणि एक तिच्यासाठी. कवितानं स्वतःच्या वाटणीची वडी लगेच खाल्ली आणि दुसरी वडी घेऊन ती गौरीपाशी गेली. एकीकडे ती मोठाल्या डोळ्यांनी माझ्याकडे बघत होती. मी मुद्दामच आपलं लक्ष नाही असं दाखवून मासिक वाचत राहिले.

पण कविता नक्की काय करते, ते मलाही बघायचंच होतं. कविता गौरीला आग्रह करत होती.

"गौरी, हा खाऊ खा. तुझ्या आजीनं केलाय. किती छान आहे, बघ. मी सुद्धा खाल्ला."

पण गौरीला खाऊ खाण्यात काहीच रस नव्हता. ती हातात कागद पेन घेऊन खेळण्यात दंग होती. कवितानं मागे वळून पाहिलं. मी मासिक वाचत आहे याची खात्री करून घेऊन हातातली वडी स्वतःच मटकावली.

मला ते पाहून धक्का बसला.

ही इतकी लहान मुलगी, या वयात इतकी चाणाक्ष, इतकी धूर्त कशी? आपलं बोलणं दुसऱ्याच्या गळी उतरवायचं, दुसऱ्याला आपल्या मनासारखं वागायला लावायचं... आपल्याला हवं ते पदरात पाडून घ्यायचं. खरं तर या वयातली मुलं अत्यंत निरागस असतात. ती आपल्या आईच्या वागण्याचं निरीक्षण करतात, मित्र-मैत्रिणींच्या वागण्याचं निरीक्षण करतात. इतर लोकांमधील गुणदोष टिपून ते आत्मसात करतात. बरोबरीच्या इतर मुलांचं दडपण आलं, तरीही त्यांचं वागणं बदलू शकतं. पण आत्ता या वयात जर ही मुलगी इतकी धूर्त असेल, तर मोठी झाल्यावर ती चांगलीच कावेबाज होणार, यात शंकाच नाही. पुढे आयुष्यात स्वतःला जे काही हवं ते पदरात पाडून घेण्यात ती चांगली यशस्वी होईल, हे खरं. पण आत्ता या बालवयात मात्र बालसुलभ निरागसता ही गमावून बसली आहे.

कविता ही एक बुद्धिमान, चौकस मुलगी आहे. तिच्या आईनं तिच्या डोळ्यांसमोर जे काही केलं असेल, ते तिच्या लक्षात आहे. तेच तिनं केलं. ही कविता काही गरीब घरातली मुलगी नाही. तिच्या घरी तिला खाण्यापिण्याची, कपड्यांची ददात नाही. लोकांना आपल्या मर्जीप्रमाणे वाकवण्याची ही कला आणि दुसऱ्यांविषयी त्यांच्या पाठीमागे खोटंनाटं बोलण्याची प्रवृत्ती तिच्या आईकडूनच तिनं उचलली असणार. या आईला आपल्या मुलीची थोडीजरी काळजी असती, तरी तिनं आपल्या मुलीची बुद्धी चांगल्या मार्गाला वळवली असती. तिला काही चांगल्या गोष्टी शिकवल्या असत्या. तिचा सळसळता उत्साह सत्कारणी लागला असता. तिचा भविष्यकाळ त्यामुळे चांगला घडला असता. तिचा बुद्ध्यांक इतका जास्त असेल, तर कदाचित ही मुलगी वैज्ञानिक होऊ शकेल. मात्र अशा कविताचं पुढे काय होणार, असा प्रश्न मला पडला.

कविताकडे पाहून तिची आई कशी असेल, याचा मला अंदाज आला आणि अचानक कोमलाचा चेहरा माझ्या नजरेपुढे तरळला.

■

२३

न्याय-अन्याय

आपल्या येथील सरकारी रुग्णालयात तसेच इतर काही धर्मादाय इस्पितळांत गोरगरिबांवर मोफत किंवा अगदी अल्प दरात उपचार करण्यात येतात. पण तसे ते जर करण्यात येत नसते, तर आर्थिकदृष्ट्या दुर्बल लोकांचे जे काही हाल झाले असते, त्याची कल्पनाही करणं शक्य नाही.

या अशा आर्थिकदृष्ट्या दुर्बल गटातील लोकांच्या मदतीसाठीच आम्ही एक हॉस्पिटल बांधलं होतं. तेथे गरीब रुग्णांवर मोफत शस्त्रक्रिया केल्या जात, तसंच त्यांना औषधंही पुरवली जात. आमच्या मदतीला समाजसेवेचं व्रत घेतलेले काही निष्णात डॉक्टरही होते. त्यामुळे आमचं हे हॉस्पिटल यशस्वीरीत्या चालत होतं.

फक्त कोणत्याही रुग्णाला मोफत उपचार मिळण्यासाठी एकच अट होती. त्याच्यापाशी स्वत:ची ओळख पटवण्यासाठी कोणतेतरी ओळखपत्र हवे आणि तो आर्थिकदृष्ट्या दुर्बल गटातील असला पाहिजे. सर्वच रुग्णांना रांगेत उभं राहावं लागे आणि प्रत्येकाला सारखंच महत्त्व मिळे. कोणत्याही परिस्थितीत दोन व्यक्तींमध्ये भेदभाव केला जात नसे. क्वचित कधीतरी आमच्यापैकी कोणीतरी अचानक न कळवता त्या हॉस्पिटलला भेट देत असे. तेथे सर्व कारभार नियमानुसार सुरळीत चालला आहे की नाही हे पाहणं, हा त्यामागचा उद्देश असे. अशीच एक दिवस मी तिथे गेले. मी जाताना बरोबर माझ्या सेक्रेटरीला घेऊन गेले होते. आमच्याकडे सेक्रेटरींनासुद्धा प्रोजेक्ट सर्व्हे कसा करावा, याचं पद्धतशीर प्रशिक्षण दिलेलं असतं, त्यामुळे मी तिला बरोबर नेलं होतं. आम्ही हॉस्पिटलची लॅबोरेटरी, मुदपाकखाना, स्वच्छतागृहे, वॉर्ड्स अशा सर्व ठिकाणांना भेटी दिल्या. त्यानंतर आम्ही कॉरिडॉरमधून चाललो असता माझं लक्ष एका स्त्रीकडे गेलं. ती रांगेत उभी होती, पण आम्हाला तिकडे चालत येताना पाहून ती अचानक अदृश्य झाली.

ही गोष्ट केवळ माझ्याच नव्हे, तर माझ्या सेक्रेटरीच्यासुद्धा लक्षात आली. 'ही बाई आपल्याला पाहून अशी पळून का बरं गेली असावी', असा मी मनात विचार करत होते, तेवढ्यात माझी सेक्रेटरी म्हणाली, ''मॅडम, मी तिला ओळखते. काही

महिन्यांपूर्वी आम्ही ज्या घरात भाड्यानं राहत होतो ना, त्या घराची ती मालकीण आहे. तिची आणखी काही घरं आहेत. ती तिनं भाड्यानं दिली आहेत. तिच्या मालकीच्या दोन गाड्यासुद्धा आहेत. त्यांची आर्थिक परिस्थिती उत्तम आहे.''

''पण तसं जर असेल, तर मग ती त्या मोफत औषधोपचारांच्या रांगेत कशी काय उभी होती?''

''मॅडम, तुम्हाला मी एकदा तिच्याविषयी सांगितलं होतं, आठवतं? आम्ही त्यांचं घर मुदतीच्या करारानं भाड्यानं घेतलं होतं. पण तिला आमच्याहून जास्त भाडं देणारं कोणीतरी गिऱ्हाईक भेटलं. त्यामुळे आम्ही मुदत भरण्याआधीच घर सोडून जावं, असा तिनं तगादा सुरू केला. तिनं आमचा त्यासाठी प्रचंड मानसिक छळ केला. तीच ही बाई.''

त्या दिवसांमध्ये माझ्या सेक्रेटरीला जो काही त्रास सहन करावा लागला होता, त्या आठवणीनं ती आत्तासुद्धा अस्वस्थ झाली होती. ''मॅडम, या हॉस्पिटलमध्ये उपचार आणि औषधपाणी, दोन्ही फुकट मिळतं याची तिला कल्पना असल्यामुळे ती मुद्दामच फाटके कपडे घालून आली आहे. तिनं रोजचे दागिनेही उतरवून ठेवले आहेत. मॅडम इथे गोरगरिबांना फुकट औषधोपचार मिळावे म्हणून पैसा उभा करणं तुम्हाला किती कठीण जातं, हे मला माहीत आहे. जेव्हा अशी श्रीमंत माणसं रांगेत येऊन उभी राहतात, तेव्हा गरिबांनी कुठे जायचं? तुम्ही या बाबतीत न्याय केला पाहिजे. मॅडम, मी जाऊन तिला धरून आणू का?''

मी तिला थांबवलं. ''हे बघ, असलं काही करू नको. आज तू तिला ओळखतेस आणि इथे तिला स्वत:च्या डोळ्यांनी पाहिलंस, म्हणून तू एवढी अस्वस्थ झालीस. पण त्या रांगेत अशी मोफत औषधोपचाराच्या व्यवस्थेचा गैरफायदा घेणारी आणखी काही माणसं सुद्धा असू शकतील. त्यांना तू पकडू शकणार आहेस का? न्याय कुठेच नसतो. जर श्रीमंत लोक फाटके कपडे घालून गरीब असल्याचा बहाणा करून आली, तर त्यांना थांबवण्याचा काहीही मार्ग आपल्याकडे नाही. मला तर अशा लोकांची कीव येते. खरं तर ही गोष्ट त्यांना स्वत:लाच समजली पाहिजे. त्यांना स्वत:ला दानधर्म करायचा नसेल, तर तो त्यांनी करू नये. पण जर दुसरा कोणी दानधर्म करत असेल तर त्याचा गैरफायदा तरी घेऊ नये.''

त्यानंतर मी डॉक्टरांना भेटले तेव्हा ही गोष्ट त्यांच्या कानावर घातली. ते म्हणाले, ''मॅडम, स्वत: गरीब आहोत असा बहाणा करून इथे उपचारासाठी येणारी अशी बरीच श्रीमंत माणसं आहेत. त्यांना कसं आवरायचं? हीच तर मोठी अडचण आहे. आजकाल डॉक्टरांची कन्सल्टेशन फी एवढी भरमसाठ असते म्हणून या श्रीमंतांना ती वाचवायची असते.''

सर्वसाधारपणे आम्ही हिवाळ्यात झोपडपट्टीत राहणाऱ्या लोकांना गरम रग्ज

वाटतो. ते वाटताना आम्ही अशी खबरदारी घेतो, की एकाच व्यक्तीला दोन वेळा रग मिळणार नाही. आम्ही आधी त्यांना कूपन्स देतो आणि प्रत्यक्ष वाटपाच्या वेळी ती कूपन्स गोळा करतो. एकदा हिवाळ्यात आम्ही रग्जचं वाटप करत असताना माझं एका वृद्ध स्त्रीकडे लक्ष गेलं. तिच्या अंगावर लाल साडी होती. तिनं आपल्या उजव्या हातावर स्वत:चं नाव गोंदवून घेतलं होते. ही गोष्टही माझ्या लक्षात राहिली. रग्जचं वाटप चालू असतानाच आमच्या ध्यानात आलं, की आमच्याकडे जास्तीचे दहा रग्ज उरले होते. माझ्या सेक्रेटरीने ते ऑफिसात परत नेण्यासाठी बांधले, तेवढ्यात पांढरी साडी नेसलेली एक स्त्री हातात कूपन घेऊन रग नेण्यासाठी आली. मला खात्री होती– हीच स्त्री अर्ध्या तासापूर्वी लाल साडी नेसून आली होती व तेव्हाही तिनं एक रग नेला होता. आत्ता तीच परत आली होती; पण तिच्यापाशी आत्ताही कूपन होतं. माझ्या सेक्रेटरीच्या लक्षात असंही आलं होतं, की आमच्या हिशेबात एक कूपन कमी भरत होतं. हा गोंधळ मगाशी लोकांकडून कूपन्स गोळा करत असताना आमच्या हातून झाला असावा. त्यामुळेच आता ही स्त्री परत एकदा साडी बदलून कूपन घेऊन रग नेण्यासाठी आली होती.

"हे पाहा, तुम्हाला परत रग मिळणार नाही. तुम्ही अगोदर एक रग घेऊन गेला आहात," माझी सेक्रेटरी तिच्याशी वाद घालू लागली.

मी तिला म्हटलं, "असू दे. दे त्यांना एक रग."

त्या स्त्रीनं रग घेतला; पण तिच्या चेहऱ्यावर वरमल्याचे भाव होते. ती निघून गेली.

माझी सेक्रेटरी म्हणाली, "मॅडम, हा अन्याय आहे. तुम्ही असं कसं केलंत?"

मी तिला म्हणाले, "अगं, नाहीतरी या जगात न्याय कुठे आहे? कितीतरी श्रीमंत लोकांची प्रामाणिकपणानं जगण्याची ऐपत असताना, ते खोटेपणा करतात. त्यांना आपण थांबवू शकतो का? त्यांच्या बाबतीत आपण असमर्थ असतो. मग त्यावेळी आपण नुसतं म्हणतो, 'जग हे असंच असतं, जीवन हे असंच असतं.' आणि गप्प बसतो. पण जी माणसं आपल्यापेक्षा गरीब असतात, आपण जे काही बोलू ते खालच्या मानेनं ऐकून घेतात, त्यांना आपण त्यांच्या हातून घडलेल्या चुकीबद्दल नेहमी चार शब्द सुनावतो. त्यावेळी आपण न्याय-अन्यायाचा विचार करतो. मगाचची ती म्हातारी बाई दुसऱ्यांदा रग नेण्यासाठी का आली? त्याचं कारण तिची गरिबी. पण मागे त्या हॉस्पिटलमध्ये ती श्रीमंत बाई मोफत औषधोपचार मिळवण्यासाठी रांगेत उभी राहिली होती, ते आठवतं ना? ती का आली होती? त्याला कारण तिच्या मनातील लोभ! आपण गरिबी हटवू शकतो, पण माणसाची वृत्तीच जर लोभी असेल, तर ती कशी काय घालवणार आपण?"

■

२४

अलंकार

शालिनी, मालिनी आणि रुद्राणी या माझ्या चांगल्या मैत्रिणी. त्यांपैकी रुद्राणी ही श्रीमंताघरची होती. आम्ही बाकी सर्वजणी मध्यमवर्गीय कुटुंबातील होतो. रुद्राणी ही स्वभावानं जराशी लाजाळू आणि शांत होती. शालिनी मात्र खूप बोलकी होती. तिचा स्वभाव मनमोकळा होता. मालिनी फार बोलकी नव्हती, तशीच अगदी शांतही नव्हती. तिचं लग्न एका खूप सधन कुटुंबात झालं होतं, पण त्यांच्या मालमत्तेच्या संदर्भात कोर्टात खटला चालू होता. पुढे त्या तंट्यात त्यांच्या मालकीची बरीच मालमत्ता गेली.

एकदंर आम्हा सर्वांच्या आर्थिक परिस्थितीत फरक पडत गेला. तरीही आम्ही एकमेकींच्या घरी अजूनही जमत असतो. फक्त माझे कामाचे तास इतके विचित्र असतात, की प्रत्येक वेळी मला जायला जमतंच असं नाही. पण त्याचा अर्थ, आमची मैत्री आता कमी झाली आहे, असा मात्र नाही. काळाच्या ओघात आपली अनेकांशी मैत्री होत असते, पण लहानपणची मैत्री नेहमीच चिरस्थायी स्वरूपाची असते. मात्र आपल्याला मैत्री जर टिकवायची असेल, तर आपण आयुष्यातील दोन तत्त्वं समजून घेतली पाहिजेत– एक पैशाच्या व्यवहारात नेहमी माणसानं चोख असलं पाहिजे. दुसरं, म्हणजे कोणत्याही नात्यामध्ये प्रामाणिकपणा आणि मनमोकळेपणा असला पाहिजे.

त्या दिवशी आम्ही मालिनीच्या घरी जेवायला जमणार होतो. मी जाता जाता वाटेत शालिनी आणि रुद्राणीला घेऊन जाणार होते.

पहिल्यांदा मी शालिनीच्या घरी गेले. तिचं घर पाहून मला खूप आनंद झाला. आता ती लहानशा भाड्याच्या घरात राहत नव्हती. सदाशिवनगरमध्ये तिचा भला मोठा बंगला होता. बाहेरच्या बाजूला एक मर्सिडीज बेंझ आणि आणखी दोन गाड्या उभ्या होत्या. तिच्या दोन्ही मुलांची लग्ने होऊन दोघं परदेशी स्थायिक झाली होती. आम्ही लहानपणापासूनच्या मैत्रिणी असल्यामुळे आम्ही एकमेकींच्या घरी मनमोकळेपणानं वावरत असू; कोणताही परकेपणा मनात न ठेवता. मी शालिनीच्या घरात शिरल्यावर तिला शोधत शोधत तिच्या ड्रेसिंग

रूममध्ये पोहोचले. ती अजून तयार नव्हती म्हणून मी तिला रागावले. पण तिला मात्र मला पाहून खूप आनंद झाला होता.

"ये ना, ये... माझं आवरलंच आहे."

तिच्या हातात दागिन्यांची पेटी होती. त्यातील एक साखळी गळ्यात घालत ती म्हणाली, "आपण कितीही दागिने विकत घेतले, तरी ते इतरांना दाखवल्याशिवाय कधीही राहू नये, नाहीतरी आपले दागिने घेऊन काही लोक पळून जाणार नसतात..."

शालिनीनं एक चंदनी पेटी काढून माझ्या समोर ठेवली. ती दागिन्यांची पेटी होती. तिनं ती उघडली. खिडकीतून झिरपणारी सूर्याची किरणं त्या दागिन्यांवर पडली आणि त्या लखलखाटानं माझे डोळे दीपून गेले. कितीतरी हिऱ्याच्या अंगठ्या, हिऱ्याच्या बांगड्या, रत्नजडित हार, सोन्याचे दागिने... जणू काही परस्परांशी सौंदर्याच्या आणि किमतीच्या बाबतीत स्पर्धा करत असलेले.

शालिनीनं हिऱ्याच्या बांगड्यांची जोडी उचलली आणि उत्साहानं म्हणाली, "सांग बघू, याची किंमत काय असेल ते."

"मला नाही हं त्यातलं काही कळत. मी कधी दागिन्यांच्या दुकानात नोकरी केलेली नाही," मी माझं अज्ञान उघडं करत म्हणाले.

तिनं माझी कीव केल्यासारखं माझ्याकडे पाहिलं आणि त्याच उत्साहात ती पुढे बोलत राहिली.

"आयुष्यात चांगल्या गोष्टींचा उपभोग घ्यायला शिकलं पाहिजे. या बांगड्या मी गंजम डायमंड शॉपमधून पाच लाखाला घेतल्या. याचं डिझाईन अरेबियन आहे." तिनं त्यानंतर आणखी एक बांगड्यांचा जोड बाहेर काढला. "या बांगड्या बघ. उत्तरेतील एका राजघराण्याकडून मी या खरेदी केल्या आहेत. हा एक ॲंटिक नमुना आहे. यासाठी मी किती पैसे मोजले असतील, जरा कल्पना तरी कर..."

पण माझं उत्तर काय असणार हे तिला समजलं असावं, म्हणून तिनं उत्तराची वाटही न बघता स्वत:च किंमत सांगून टाकली.

"दहा लाख. पण मला वाटतं, खरंतर मला त्या स्वस्तच मिळाल्या. हा रत्नजडित हार बघितलास? मुगल-ए-आझम सिनेमात मधुबालानं हुबेहूब असाच हार गळ्यात घातलाय, आठवतं? तो सिनेमा बघायला आपण कॉलेजातून तास बुडवून गेलो होतो!"

या दागिन्यांच्या प्रदर्शनातून माझं मन निघालं ते थेट कॉलेजच्या दिवसांकडे गेलं. तेव्हा आम्ही तास बुडवून कितीतरी सिनेमे बघितले होते. ते दिवस कधी संपणारच नाहीत, असं त्यावेळी मला आणि माझ्या मैत्रिणींना वाटायचं; पण वास्तवात मात्र ते संपून गेले.

"शालू, काही दिवसांपूर्वी नवा मुगल-ए-आझम रिलीज झाला. तो तू पाहिलास का गं?"

पण शालिनीचं माझ्या बोलण्याकडे लक्ष नव्हतं.

"ओ! तो जुना झाला सिनेमा. अलीकडे मला वेळच नसतो. पण काय गं, माझा दागिन्यांचा संग्रह तुला आवडला नाही?"

तिनं आपली एवढी संपत्ती माझ्यासमोर खुली करून ठेवली होती; पण मला त्यात काहीच रस नव्हता. ते पाहून तिचा थोडा विरस झाला.

"शालू, चल लवकर तयार हो बघू. तिकडे रुद्राणी वाट बघत असेल आणि आपल्याला मालूच्या घरी पोहोचायला वेळ होईल."

शालिनी उठून साड्यांच्या कपाटापाशी गेली. पण कुठली साडी नेसावी तेच तिला कळेना.

"आजच्या प्रसंगाला नेसण्यासाठी माझ्याकडे योग्य साडीच नाही. काही साड्या अतीच भपकेबाज आहेत, तर काही फारच साध्या आहेत. मी कोणती साडी नेसू? तुला काय वाटतं?"

त्यावर काय उत्तर द्यावं, ते मला कळेना. मी म्हणाले, "लाल साडी नेस." ते ऐकून ती माझ्यावर चिडली आणि रागानं लालबुंद झाली.

"कुठला लाल रंग? मिरचीसारखा लाल, टोमॅटोसारखा लाल, रक्तासारखा लाल की बीटरूटसारखा लाल?"

मी काहीतरी म्हणायचं म्हणून म्हटलं, "बीटरूटसारखा लाल."

माझं उत्तर ऐकून ती निराश झाली. "अगं, नेमका तोच रंग माझ्याकडे नाही. मी हरीशला कितीवेळा सांगितलं, माझ्यासाठी मुंबई नाहीतर दिल्लीहून बीटरूटच्या रंगाची साडी आण. पण तो कधी ऐकतंच नाही माझं. बायका मध्यम वयाच्या झाल्या ना, की पुरुष त्यांच्याकडे कधी लक्षच देत नाहीत."

तिनं आपलं उगीचच एक वाक्य टाकलं आणि माझी प्रतिक्रिया आजमावण्यासाठी माझ्याकडे पाहिलं. कारण नसताना बिचाऱ्या हरीशलाही दोष दिला. मी मात्र त्यावेळी घड्याळात बघत होते.

अखेर कसंबसं मी तिचं मन वळवलं आणि ती लाल मिरचीच्या रंगाची साडी व त्यावर मॅचिंग दागदागिने घालून एकदाची तयार झाली. माझ्या मनात आलं, आज जर एखाद्या चोरानं हिचे हात आणि डोकं कापून नेलं तर नक्की दहा लाखांची त्याला प्राप्ती होईल.

रुद्राणी आमची वाट पाहत पोर्चमध्ये उभी होती. तिनं सुती पांढरी साडी नेसली होती. तिच्या अंगावर एकही दागिना नव्हता. शालू माझ्या कानात कुजबुजली, "रुद्राणीच्या नवऱ्याचं ठीक चाललंय ना? जरा बघ तिच्याकडे. तिनं बहुधा पतीचं

कर्ज फेडण्यासाठी आपले सगळे दागिने विकलेले दिसतात. तिचे डोळे आणि चेहरासुद्धा उदास दिसतोय की नाही गं? कदाचित ती रडत बसली असेल.''

पण तिचं हे बोलणं मात्र मी साफ धुडकावून लावलं. ''काहीतरी बोलू नकोस. कालच तिच्या पतीनं माझ्याजवळ सुनामीग्रस्तांच्या मदतीसाठी दहा लाखांचा चेक दिला आहे. त्यांचं अतिशय छान चाललंय हे मला माहीत आहे.'' पण रुद्राणीचे डोळे आणि चेहरा उदास दिसत होता, हे मात्र मला मान्य करावंच लागलं.

रुद्राणी गाडीत बसली. मी तिला विचारलं, ''रुद्राणी तुझे डोळे लाल आहेत, चेहराही उतरलेला दिसतो. काय झालं गं?''

''काल रात्री मी बेल्लारीहून बंगलोरला आले. मला धुळीची ॲलर्जी आहे. झोपही नीट लागली नाही. औषध चालू आहे.''

आता माझं लक्ष गेलं, तर शालूचा चेहरा जरा पडला होता. तरीपण तिच्या मनातल्या सर्व शंका व्यवस्थित दूर कराव्या म्हणून मी मुद्दामच रुद्राणीला म्हणाले, ''रुद्राणी, तू आज काही सोन्याचे दागिने वगैरे नाही घातलेस?''

रुद्राणी हसली आणि म्हणाली, ''जसा प्रसंग असेल, तशी वेशभूषा असावी. आज आपण मैत्रिणी साध्यासुध्या जेवणासाठी भेटणार आहोत. शिवाय माणसाचं सौंदर्य त्याच्या चेहऱ्यावरील जे तेज असतं, त्यातच असतं. ते काही दागिन्यांमध्ये नसतं. आपलं वय जसजसं वाढत जाईल, तसे आपण जर जास्त दागिने घालू लागलो, तर आपण कुरूप दिसू लागतो. शिवाय मालिनीच्या पतीचा व्यवस्थित जम बसलेला नाही, त्यांची परिस्थिती एवढी चांगली नाही हे माहीत असूनसुद्धा जर मी फार जास्त दागिने घालून गेले, तर मी श्रीमंतीचा बडेजाव मिरवते आहे, असं मालिनीला नाही का वाटणार? त्याचं तिला जास्तच वाईट वाटेल. नेहमी आपल्या बरोबरीच्या लोकांमध्ये वावरत असताना आपल्याला जास्त मोकळेपणा वाटतो; पण आपल्यापैकी कोणीच आपल्या परिस्थितीची एकमेकांशी तुलना करू नये, अशी माझी इच्छा आहे. पैसा, संपत्ती या गोष्टी काळानुसार येतात... जातात; पण खरी घट्ट धरून ठेवायची असते, ती मात्र मैत्री.''

मी शालूकडे पाहिलं. तिचा चेहरा अंगावरील साडीच्या रंगाचा– मिरचीसारखा लाल झाला होता.

■

२५

गॉसिप

सावित्री ही माझी कॉलेजातील सहकारी प्राध्यापिका. ती अत्यंत बुद्धिमान होती. आर्थिकदृष्ट्या सधन होती; पण तिला लोकांच्या मागे त्यांच्याविषयी बोलायची, 'गॉसिप' करायची आवड होती. त्यामुळे तिच्या हातून कोणतीही भरीव कामगिरी कधी होत नसे. ती खरं तर इतकी बुद्धिमान होती, की वाचनाचा व्यासंग वाढवून आपल्या अध्यापनात सुधारणा घडवून आणणं तिला सहज शक्य होतं; पण आपली सर्वच्या सर्व शक्ती ती दुसऱ्यांविषयी बोलण्यात खर्च करे. तिची ही सवय सर्व सहकारी प्राध्यापकांना चांगलीच ठाऊक होती. त्यामुळेच लोकांनी तिचं नाव 'जी सावित्री' असं ठेवलं होतं. 'जी' याचा अर्थ गॉसिप. तिच्याशी कोणीही, कधीही, कुठल्याही विषयावर बोलायला सुरुवात करावी... काही क्षणातच सावित्री अगदी साध्या-साध्या गोष्टींमधून एक ताजी खमंग बातमी तयार करून दाखवे. राईचा पर्वत करून दाखवे. तिच्या या सवयीमुळे लोक तिच्याशी बोलताना कंटाळून जात. काही वेळानंतर तर त्यांना तिच्या बोलण्याची घृणा येई. हळूहळू लोकांनी तिला टाळायला सुरुवात केली.

खरं तर तिला काही सर्वच गोष्टींची माहिती असे, अशातला भाग नाही; पण ती आव तर असा आणायची, की जणू घडलेल्या गोष्टींना ती स्वतःच साक्षीदार होती. एक दिवस अचानक ती मला कॉलेजाच्या कँटीनमध्ये भेटली. माझी तिथून पळ काढायची इच्छा होती; पण तिनं माझा हात पकडला. इतका घट्ट, की सुपरमॅनला सुद्धा ती पकड सोडवता आली नसती. मला माझ्या विद्यार्थ्यांच्यासमोर त्याबद्दल काही करताही येईना. कारण मुलांच्या दृष्टीनं आम्ही अध्यापक हे आदर्श असतो. मग आम्ही दोघी एका टेबलापाशी कॉफी प्यायला जाऊन बसलो आणि कॉलेजची घंटा झाली.

मला काहीतरी करून तिच्या तावडीतून सुटका करून घ्यायची होती, म्हणून मी निमित्त काढलं.

"सावित्री, माझा आत्ता तास आहे. आपण नंतर भेटू." असं म्हणून मी उठले. पण सावित्री चलाख... ती कुठली ऐकायला? तिनं मला शब्दात पकडलं.

"तुझा कुठल्या वर्गावर तास आहे आणि कोणत्या क्लासरूममध्ये?"

मला खरं तर थाप मारणं मुळीच जमत नाही. एकदा थाप मारली, की मग आपण नक्की काय थाप मारली होती, हे लक्षात ठेवण्याची जबाबदारी येते.

"रूम नंबर २०७ मध्ये एम.सी.ए. पार्ट वनचा तास आहे."

त्यावर सावित्री विजयी मुद्रेनं हसून म्हणाली, "निदान खरं वाटेल असं तरी खोटं बोलायला शीक. आज एम.सी.ए. पार्ट वनचा वर्ग सहलीला गेलाय, त्यांच्या वर्गशिक्षकांबरोबर. आणि रूम नंबर २०१ ते २१० या सर्वच खोल्यांच्या रंगसफेदीचं काम कालपासून चालू आहे."

आता मात्र माझा काही इलाजच चालला नाही. मी बसले.

सावित्रीनं एकामागून एक प्रश्न विचारायला सुरुवात केली. जणू काही बऱ्याच दिवसांनंतर तिला तिचं बोलणं ऐकणारा कोणीतरी श्रोता मिळाला असावा.

"काय खबरबात?"

"सुनामीचा मोठा तडाखा बसलाय. बंगलोरमध्ये सर्वत्र ट्रॅफिक जॅम झाले आहे."

यावर सावित्री उपरोधानं म्हणाली, "मीही वर्तमानपत्र वाचते म्हटलं!"

तात्काळ तिनं विषय बदलला, "तू अनसूयाबद्दल ऐकलंस का? माझा तर विश्वासच बसेना ऐकल्यावर."

अनसूया ही आमची मैत्रीण. कोणाच्या अध्यात नाही मध्यात नाही अशी, चांगल्या भारदस्त व्यक्तिमत्त्वाची होती. सावित्री तिच्याविषयी कुजबुजत्या स्वरात बोलू लागली. तेव्हा मला जरा अस्वस्थ वाटलं.

"अन्सीला काय झालं?" मी अनसूयाला 'अन्सीच' म्हणत असे.

"त्या दोघा पतिपत्नींमध्ये काहीतरी वितुष्ट आलं होतं म्हणे. तुला माहीत आहे काही? अन्सी आणि गिरीश विभक्त झाले आहेत म्हणे."

"हे तुला कसं काय माहीत?"

"अगं, मी कधीही अन्सीला फोन केला, की ती आपला पती परदेशी गेला असल्याचं सांगते. आता मला सांग, हे जगावेगळंच नाही का?"

"मुळीच नाही. गिरीश कंपनीत बऱ्याच वरच्या हुद्द्यावर आहे. त्यामुळे त्याला बराच प्रवास करावा लागतो. त्यात गैर ते काय? नेमकं तू जेव्हा जेव्हा फोन केला असशील, त्याच वेळी तो प्रवासाला गेलेला असेल. मी तर गिरीशला कालच भेटले."

"त्याच्याबरोबर कोण होतं?" सावित्रीनं एखाद्या डिटेक्टिव्हच्या थाटात प्रश्न केला.

"तो मला ताज वेस्टएन्ड हॉटेलात भेटला. त्याच्याबरोबर त्याची सहकारी

होती.''

माझ्या तोंडचे ते शब्द ऐकताच सावित्रीच्या उत्साहाला उधाण आलं.

''केवढी होती ती वयानं?''

''मी काही तिचं बर्थ सर्टिफिकेट पाहिलं नाही.'' आता मी पुरेशी वैतागले होते.

''तू शांत हो. हे बघ ती पंचविशीची होती की पस्तिशीची?''

''एवढे तपशील काही मला ठाऊक नाहीत. गिरीशची बिझिनेस मीटिंग होती, त्यामुळे त्यांच्याभोवती बरेच लोक होते. त्यात मला काहीच गैर वाटत नाही. तू नाही का पुरुष सहकाऱ्यांबरोबर सेमिनार्सना जात? आपल्याविषयी जर कोणी असं बोललं, तर तुला कसं वाटेल? सावित्री, हे बघ.. आपण गॉसिप न केलेलीच बरी.''

पण सावित्रीनं माझ्या बोलण्याकडे जराही लक्ष दिलं नाही.

''आजकाल काय... मेकअपच्या साहाय्यानं पंचेचाळिशीची स्त्रीसुद्धा पंचविशीची दिसू शकते. त्यामुळे कदाचित ती काय वयाची होती हे तुला समजलं नसेल. पण मी जर तुझ्या जागी असते, तर काय प्रकरण आहे, ते माझ्या लगेच लक्षात आलं असतं. मी लगेच अन्सीला सावध केलं असतं आणि 'आपला पती सांभाळ' असा तिला सल्लाही दिला असता. लोकांना सावध करणं हे सुद्धा एक सामाजिक कार्य आहे. एनी वे, तुला हे सगळं नाही कळायचं.''

आता तिनं विषय बदलला. माझ्या उत्तराची वाटही तिनं पाहिली नाही.

''तू अलीकडे रोमाला भेटलीस का गं कधी?''

रोमा हीसुद्धा आमची मैत्रीण. आम्हा सर्वांपेक्षा तिची राहणी अत्याधुनिक होती. ती पुरोगामी विचारांची होती. पण रोमा मनानं अत्यंत चांगली होती.

सावित्रीची मल्लीनाथी चालूच होती. ''पैसा रोमाच्या डोक्यात शिरलाय. तिच्या नवऱ्याला इतक्या कमी कालावधीत इतका जास्त पैसा कसा काय मिळाला? काहीतरी बेकायदेशीर भानगडी असतील, कुठेतरी लागेबांधे असतील. कष्ट न करता एवढा पैसा जमा केला आहे त्यांनी. जरा रोमाकडे बघ. किती फॅशनेबल राहते ती! तिनं केस कापले आहेत, रंगवले सुद्धा आहेत. तिच्या साड्यासुद्धा किती उंची असतात. तिला स्वत:चा फिटनेस ट्रेनर आहे. ती स्वत:च्या गरीब नातेवाइकांना मात्र पैशाची मदत करत नाही. त्याऐवजी स्वत:वर पैसे उडवते.''

''पण हे सगळं तुला कसं काय माहीत?''

यावर विजयानं हसून ती म्हणाली, ''मी पुराव्याशिवाय बोलत नाही हं. गोविंदनंच आमच्या ड्रायव्हरला हे सांगितलं.''

''गोविंद कोण?''

"गोविंद हा माझ्या ड्रायव्हरचा मित्र आहे. तो रोमाच्या ड्रायव्हरचा चुलत भाऊ आहे.''

या गोविंदानं सावित्रीच्या ड्रायव्हरला नक्की काय सांगितलं, ते काही मला माहीत नाही. सावित्रीनं त्याच्या बोलण्याचा काय अर्थ लावला असेल, कोण जाणे. ती काय, स्वत:च्या मनाला पाहिजे तसा अर्थ लावू शकते. मी रोमाला चांगली ओळखते. सावित्री जे म्हणाली, ते अंशत: सत्य आहे. रोमाची राहणी आधुनिक आहे. ती श्रीमंतही आहे. पण त्याचा अर्थ ती इतरांना मदत करत नाही, असा मात्र नाही. अनेकदा रोमानं आमच्या ऑफिसात येऊन भल्या मोठ्या रकमेचा चेक देणगीदाखल दिलेला आहे व मी ही गोष्ट इतरांना सांगू नये अशी मला विनंती केली आहे. रोमाच्या सर्व नातेवाइकांनी तिच्या मदतीनं स्वत:ची घरं बांधली आहेत, गाड्या घेतल्या आहेत. पण रोमा कोणालाही जेव्हा मदत करते तेव्हा त्या गोष्टींची लोकांनी वाच्यता करू नये, हा तिचाच आग्रह असतो. कोणत्याही व्यक्तीच्या बाह्यरूपावरून ती व्यक्ती खरोखर कशी असेल, याचा अंदाज कधीच बांधू नये. पण सावित्रीशी बोलण्यात काहीच अर्थ नसतो. तिला गॉसिप करण्याची आणि विनाकारण दुसऱ्याची निंदानालस्ती करण्याची सवयच आहे. तपशिलात शिरण्याचे ती कष्टही घेत नाही.

मी आता मात्र वैतागले होते. मी निघून जाण्यासाठी उठून उभी राहिले, इतक्यात सावित्रीनं विषय बदलला.

"सुमती फार चांगली आहे आणि अगदी निरागस आहे. मला वाटतं निरागसपणा आणि अज्ञानीपणा हे दोन्ही एकच असतं. तुला काय वाटतं?''

खरं तर ही सुमती अत्यंत हिशेबी, धूर्त आणि कावेबाज आहे. तिच्यावर कोणी कधी भिस्त टाकू नये. आपल्या फायद्यासाठी कोणत्याही मर्यादेपर्यंत खोटं बोलण्याची तिची तयारी असते. सुमतीच्या धूर्तपणाच्या अनेक कथा तिच्या बहिणींच्या तोंडून मला ऐकायला मिळाल्या होत्या. ती कोणाचीही कोणतीही चूक कधी माफ करत नाही, परंतु स्वत: मात्र अत्यंत निष्पाप असल्याचा आव आणते, तत्त्वप्रिय असल्याचा देखावा करते. ती एका सरकारी ऑफिसात नोकरी करते. पूर्वी एकदा नोकरीमध्ये भ्रष्टाचार केल्याबद्दल तिला सस्पेंडही करण्यात आलं होतं.

घंटा झाली. तास संपला.

मी उठले आणि ठाम स्वरात म्हणाले, ''सावित्री, कोण कसं दिसतं याच्या आधारे किंवा लोकांनी पसरवलेल्या अफवांच्या आधारे कधीही कोणाविषयी मत बनवत जाऊ नकोस. बाह्यरूप हे फसवं असू शकतं. नेहमी सगळे श्रीमंत लोक वाईट असतील असंही नाही आणि वरकरणी निरागस दिसणाऱ्या व्यक्ती अंतर्यामी

तशा असतीलच असंही नाही. अज्ञानी असणं याचा अर्थ एखाद्या व्यक्तीच्या ठायी ज्ञानाचा अभावं असणं. म्हणूनच अज्ञानी असणं आणि निरागस असणं यात फरक आहे. निरागसपणा हा माणसाच्या ठायी असणारा विश्वास आणि श्रद्धा यामुळे आलेला असतो. लहान बाळ हे नेहमीच निरागस असतं, तर आपण मोठी माणसं अज्ञानी असलो तरी पण निरागस नसतो. सावित्री, मला तुला काही सांगायचंय. एखाद्या व्यक्तीच्या पाठीमागे तिच्याविषयी बोलणं, अफवा पसरवणं ही वाईट गोष्ट आहे. अशा अफवांमुळे किती तरी कुटुंबे उद्ध्वस्त झाली आहेत. लोकांच्या पाठीमागे त्यांच्याविषयी बोलण्यामुळे आजवर कधीच कोणाचं भलं झालेलं नाही. आपण जेव्हा दुसऱ्याच्या पाठीमागे त्याच्याविषयी बोलत असतो, तेव्हा आपल्या पाठीमागेही दुसरं कुणीतरी आपल्याविषयी बोलत असेलच ना? लोकांना दुसऱ्याबद्दलच्या अफवा ऐकायला नेहमीच आवडतात. पण त्याचबरोबर दुसऱ्याबद्दल अफवा पसरवणारी व्यक्ती मात्र त्यांना कधीच आवडत नाही. अशा व्यक्तीपासून लोक नेहमी चार हात लांब राहणंच पसंत करतात.''

एवढं बोलून सावित्रीच्या उत्तराची वाटही न बघता मी निघून गेले. सावित्री नेहमी एकटीच का असते, याचं कारण आता मला कळून चुकलं होतं.

■

२६

''तू शंभर मुलांची आई हो...''

संध्याकाळची वेळ होती. थोडा उशीरच झाला होता. मला रात्री नऊची ट्रेन पकडायची होती, त्यासाठी मी निघाले होते. आम्ही रेल्वे स्टेशनपासून अर्ध्या रस्त्यात असू किंवा जरा जास्त... रहदारी वाढत चालली होती. गाडी गर्दीतून पुढे काढण्यासाठी ड्रायव्हर प्रयत्नांची शर्थ करत होता. रस्ता खरं तर चांगला रुंद होता. तरीपण पुढे जायला थोडी सुद्धा जागा नव्हती. दुचाकीस्वार आणि पादचारी मात्र मिळेल तेवढ्या छोट्याशा जागेतून सुद्धा पुढे घुसत होते.

आठवड्यात सोमवार ते शुक्रवार या कामाच्या दिवसांत रस्त्यावर असा रहदारीचा तुंबा नेहमीच असतो. मला त्याची सवय आहे. पण आजची ही गर्दी मात्र असाधारण होती. याचं काय बरं कारण असावं? मी बुचकळ्यात पडले. तेवढ्यात माझ्या ड्रायव्हरनं खाली उतरून रस्त्यावरच्या कोणाकडे तरी चौकशी केली. ''मॅडम, कुठल्यातरी 'सौहार्द समावेशा'साठी रस्ते बंद आहेत,'' तो म्हणाला, ''रस्त्यात एक फिरती व्हॅन उभी आहे, छोटंस व्यासपीठ उभारलंय आणि काही धार्मिक नेत्यांची भाषणं चालू आहेत. म्हणे, याविषयी वर्तमानपत्रात छापून आलं होतं. आज तुमची ट्रेन नक्की चुकणार.'' त्यानं खांदे उडवून आपली असाहाय्यता व्यक्त केली आणि जवळच्या एका गल्लीत गाडी नेऊन पार्क करण्यासाठी तो निघाला; कारण आमच्या शेजारची गाडी थोडी थोडी पुढे सरकू लागली होती.

मी त्या दिवशी सकाळी वृत्तपत्रात या जातीय सलोखा निर्माण करण्यासाठी घेण्यात येणाऱ्या सभेविषयी वाचलं होतं; पण त्यानं रस्त्यात रहदारीचा एवढा खोळंबा होईल आणि माझ्या प्रवासाच्या कार्यक्रमात अडथळा येईल, असं मात्र मला मुळीच वाटलं नव्हतं. ही एक सार्वजनिक सभा होती, त्यामुळे रस्त्यावरची गर्दी क्षणाक्षणाला वाढतच चालली होती. आता या परिस्थितीत पुढे किंवा मागे जाण्याचा प्रयत्न करण्यात काही अर्थच नव्हता. आजचा प्रवास तर पुढे ढकलायला लागणारच होता. मग आता माझ्यापुढे दोनच पर्याय उरले होते– एकतर गाडीत बसून विश्रांती घेणं किंवा त्या गर्दीतून वाट काढत जाऊन त्या सभेतील भाषणं

ऐकणं. मी दुसरा पर्याय निवडला.

दूरवरून व्यासपीठ दिसत होतं. वेगवेगळे धार्मिक नेते विविधरंगी पोषाख घालून व्यासपीठावरील खुर्च्यांवर बसले होते.

माझ्या शेजारी एक वयस्कर गृहस्थ उभे होते. त्यांना कोणीही काही विचारलेलं नसताना स्वतःच मोठ्यांदा बडबडत होते : ''अहो, ही सगळी यांची नाटकं आहेत. भारतात निवडणुकांच्यावेळी या जातीपातीला फार महत्त्व येतं. निवडणुकीत पक्षाची तिकिटंसुद्धा जातीच्या आधारावरच देतात, तुमच्या गुणांच्या आधारावर नव्हे आणि जो सत्तेवर येतो, तो फक्त आपल्या जातीच्या लोकांचं भलं करतो. खऱ्या लोकशाहीला काही अर्थच राहिलेला नाही. या अशा प्रकारची भाषणं देणं सोपं असतं, पण तसं आचरण करणं फार कठीण असतं.'' एकंदर या विषयाबद्दल त्या गृहस्थांच्या मनात बरीच कटुता असावी.

त्यानंतर काही मिनिटं गेली आणि एका मध्यमवयीन स्त्रीनं माईक हातात घेतला. तिनं बोलण्यास सुरुवात केल्यानंतर काही क्षणांतच शांतता पसरली व तिचं बोलणं स्पष्ट ऐकू यायला लागलं. तिची वक्तृत्वाची हातोटी उत्तम होती. ती भाषणात जी काही उदाहरणे देत होती, ती सुद्धा चपखल होती. 'ही महाविद्यालयीन जीवनात नक्की उत्तम वक्ती असणार'– माझ्या मनात आलं.

''तुम्ही जेव्हा पान वाढून जेवायला बसता, तेव्हा केवळ नुसताच भात किंवा नुसती चपाती खाऊन जेवण होतं का? आपल्याला त्यासोबत भाजी लागते, आमटी लागते, दही लागतं. तेसुद्धा आपण स्वतंत्र वाट्यांमध्ये वाढून घेतो. जेवणातले दोन पदार्थ काही एकसारखे दिसत नाहीत किंवा चवीलाही एकसारखे लागत नाहीत. पण संपूर्ण, समतोल आहार घ्यायचा, तर त्यातला प्रत्येक पदार्थ महत्त्वाचा असतो, आवश्यक असतो. आपल्या भारताचं असंच आहे. आपण सर्वांनी एकत्र, एकोप्यानं, सलोख्यानं राहिलं पाहिजे. आपण सर्वजण भारतीय आहोत, ही आपली ओळख कायम ठेवली पाहिजे. तरच आपण आपला देश मजबूत बनवू शकू...''

''हे असं भाषण ऐकायला छान वाटतं. पण आपल्या खऱ्या आयुष्यात हे असलं, तर्कशास्त्र कोण पाळणार? जे आपण सहजगत्या प्राप्त करू शकतो, ते आपल्याला हवं असतंच, असं नाही आणि जे प्राप्त करण्याची आपल्याला आस लागलेली आहे, ते मिळवणं आपल्याला शक्य होत नाही.'' म्हातारबुवांची मल्लीनाथी चालूच होती.

''हे असं तुम्ही का म्हणताय?'' त्यांचं सगळं नकारात्मक बोलणं ऐकून मला गप्प राहवेना.

''तू शंभर मुलांची आई हो...'' । १२५

माझं बोलणं ऐकून त्यांचा चेहरा जरासा उजळला. त्यांनी अशा काही प्रतिक्रियेची अपेक्षा केली नसावी.

"याचं कारण माझ्या कुटुंबाला फार सोसावं लागलंय. माझ्या मुलाला नोकरी मिळताना आमची जात आडवी आली. माझ्या मुलीची बदली झाली, कारण तिच्या वरिष्ठांना त्यांच्या स्वतःच्या जातीतल्या कोणालातरी तिच्या जागी आणायचं होतं. तुम्ही जिथे जाल तिथे पहिला विषय निघतो तुमच्या जातीचा, तुमच्या गुणवत्तेचा नाही आणि समाजात जे लोक खरोखर गरीब असतील, त्यांना कधीच मदत मिळत नाही. खरं सांगायचं तर एकूण ह्या विषयावर बोलून नैराश्यच येतं."

माझ्या शेजारच्या गृहस्थांचं भाषण आणि व्यासपीठावरचं भाषण... अशी दोन्ही भाषणं एकाचवेळी चालू होती.

"आत्ता ज्या भाषण करतायत, त्यांचं नाव काय?" मी चौकशी केली.

"तिचं नाव अंबाभवानी. ती शेजारच्या राज्यातून आली आहे. फार चांगली वक्ती आहे."

ते नाव ऐकताच माझं मन एकदम भूतकाळात गेलं. मला सभोवतालची गर्दी, ते व्यासपीठ, ती भाषणं... भोवतीची माणसं... सगळ्याचा विसर पडला. मला माझ्या वडिलांची आई– अंबाबाई, हिची आठवण झाली. तिचं निधन होऊनही तीस वर्षं लोटली होती.

माझी आजी म्हणजे अंबाबाई. गावातले लोक तिला प्रेमानं अंबाक्का किंवा अंबाक्का आई म्हणत. तिचा जन्म खेड्यातला! तिथेच ती लहानाची मोठी झाली. जन्मभर ती खेड्यातच राहिली. उत्तर कर्नाटकातील विजापूर जिल्ह्यातील जमखंडी तालुक्यातल्या सवलगे गावात तिचा जन्म झाला. एकोणिसाव्या शतकात जन्म घेतलेल्या तिच्याचसारख्या अनेकांप्रमाणे तिनंही कधी शाळेत पाऊल ठेवलेलं नव्हतं. तिचं लग्न खूप लहान वयात झालं आणि त्या कोवळ्या वयातच एका मोठ्या कुटुंबाची जबाबदारी तिच्यावर येऊन पडली. तिला वैधव्य आल्यावर तिचं केशवपन करण्यात आलं. तिची काय इच्छा होती, ते तिला कोणीच विचारलं नाही. तिला लाल आलवण घालून सतत डोक्यावरून पदर घेऊन वावरावं लागे. त्या काळातल्या ब्राह्मण सनातन कुटुंबात तशी रूढीच होती. अशी ती वयाच्या एकोणनव्वद वर्षांपर्यंत जगली. आपली दहा मुलं, चाळीसहून जास्त नातवंडं, शेतजमीन, घर, गाई-गुरं आणि ते छोटंसं गाव, हेच तिचं जग होतं.

आमचं शेतकरी कुटुंब होतं. खूप मोठं मातीचं घर होतं. गाई, घोडे, बैल आणि म्हशी होत्या. जमिनीच्या पोटातील तळघरात धान्याचं कोठार होतं. अंगणात मोठं कडुनिंबाचं झाड होतं. कितीही उन्हाळा असला तरी त्याच्या सावलीत घर गार राहायचं. अंगणाभोवती निवडुंगांचं काटेरी कुंपण होतं, त्यामुळे डास घरात

येत नसत.

आम्ही प्रत्येक सुटीला आजीकडे जात असू. तरीपण मी वयानं जरा मोठी झाल्यावर, चौदा-पंधराव्या वर्षी एक गोष्ट माझ्या लक्षात आली– आमची आजी काळाच्या फार पुढे होती. तिचे विचार अत्यंत आधुनिक होते. इतक्या सनातन कुटुंबातील इतकी वयोवृद्ध स्त्री– पण स्त्रियांचं शिक्षण, कुटुंबनियोजन यांसारख्या आधुनिक कल्पनांचं तिला कौतुक होतं. समाजात विधवांवर ज्या जुनाट चालीरीती लादल्या जातात, त्यांना तिचा विरोध होता.

आजच्यासारखी तेव्हा काही प्रत्येक जिल्ह्यात वैद्यकीय महाविद्यालये नसत. प्रत्येक तालुक्याच्या गावी काही सरकारी इस्पितळ नसे आणि प्रत्येक लहानसहान गावात काही प्राथमिक आरोग्य-केंद्रही नसायचं. बरेचदा अडलेल्या स्त्रीचं बाळंतपण करण्याचं काम गावातील सुईणीला तरी करावं लागे, नाहीतर जिला स्वत:लाच पुष्कळ बाळंतपणांचा अनुभव आहे, अशा एखाद्या स्त्रीला. त्या काळच्या आरोग्यसुविधांचा अभाव लक्षात घेता माझ्या आजीची दहा बाळंतपणं झाली आणि तिची सगळीच्या सगळी मुलं जगली. एवढंच काय, ती तब्येतीनंही चांगली ठणठणीत होती, या गोष्टीचा तिला फार अभिमान होता.

माझ्या वडिलांच्या नोकरीमुळे आम्हाला गावोगावी जाऊन राहण्याचे प्रसंग येत. तरीपण प्रत्येक सुटीला मात्र आम्ही या आजीकडे येणार हे ठरलेलंच असे. आमच्या आयुष्यातले आनंदाचे दिवस असत ते.

अशीच एक सुटी होती. आम्ही सगळे आजीच्या घरी जमलो होतो. जवळच्या गावात एका नातेवाइकांकडे लग्न होतं, आजी मात्र कधीही अशा लग्नप्रसंगी जात नसे. ती घरीच राहणं पसंत करी. त्यावेळी मीपण आजीच्या सोबत घरीच थांबले. एवढ्या मोठ्या घरात त्या रात्री आम्ही फक्त तीनच माणसं होतो– आजी, मी आणि घरचा नोकर द्यामप्पा.

आमच्या आजीला इतर बायकांसारखी स्वयंपाकाची आवड मात्र मुळीच नव्हती. लोणची-मुरंबे करताना, स्वयंपाकघरात घाम गाळताना मी तिला कधीच पाहिलं नाही. आजी सकाळी लवकर उठून बराच वेळ मन लावून देवाची पूजा करायची आणि मग भाजी-भाकरीचा स्वयंपाक करायची. दही तर घरात असायचंच. झालं. दुपारचं जेवण तेवढ्यावरच व्हायचं. पण तिचे आणखी दोन छंद होते. तिला शेतीकामाची आवड होती आणि ती गावातील अडलेल्या बायकांच्या सुटकेलाही जायची.

ती दिवसाचा बराच वेळ शेतात घालवायची. सर्व शेतकऱ्यांविषयी तिला जिव्हाळा होता. त्यांच्या भल्यासाठी झटणं, हाही तिच्या शेतीकामाचाच एक भाग असायचा. "पुढल्या पिकासाठी बियाणं विकत आणलं?" "आपल्या विहिरीतल्या

पाण्याची पातळी योग्य तेवढी आहे ना? गाळ नाही ना जमलेला?'' ''नांगर दुरुस्त करून आणला की नाही?'' ''पार्वती गाय कशी आहे? काल आजारी होती ना?'' इत्यादी.

कधी एखादी बाळंतीण अडली आहे असं कळलं, की त्या बाईचं समाजातलं स्थान काय... वगैरे असे विचार आजीच्या मनाला शिवतसुद्धा नसत. ती तात्काळ मदतीसाठी धावून जायची.

एखाद्या गर्भारशी स्त्रीला ती सल्ला द्यायची, ''सावित्री, काळजी घे हं. तुला तिसरा महिना चालू आहे. जड वजन उचलू नको. व्यवस्थित जेवत जा. भरपूर दूध पी.''

''पीरांबी, तुझा दोन वेळा गर्भपात झालाय. आता या खेपेस नीट सांभाळून राहा हो. नुसता मांसाहार नको करू. त्याच्या जोडीला भाज्या, फळं, वगैरेही खात जा. सांभाळून राहायचं पण आळशीपणानं नुसतं बसून नाही राहायचं. गर्भारपण म्हणजे काही रोग नसतो. भरपूर हालचाल करत राहिलं पाहिजे. काहीतरी हलकंसलकं काम करत जा. तुझा तो नवरा... हुसेनसाब... त्याला माझ्याकडे पाठव. मी त्याच्या हाती सांबार मसाला पाठवते. माझी सून छान बनवते.''

पण काही लोकांना आजीचा हा उपदेश मुळीच आवडत नसे. अशीच एक स्त्री गावात होती– शकुंतला देसाई. ती शहरातून आलेली होती. जराशी शिकलेलीसुद्धा होती. ती म्हणायची, ''या अंबाक्काला आरोग्याविषयी काय कळतंय? ती काय डॉक्टर आहे का? तिनं एवढी कुठली पुस्तकं वाचली आहेत?'' इत्यादी.

पण लोकांचं हे असलं बोलणं आजी मनावर घेत नसे. उलट ती म्हणायची. ''या शकुंतलेला दिवस राहिले ना, की तिलासुद्धा देईन मी सल्ला आणि चाळीस वर्षांचा हा जो अनुभव आहे ना, तेच माझं पुस्तक आहे हो.''

ती डिसेंबरची रात्र होती. नेहमीपेक्षा जरा जास्तच कडाक्याची थंडी पडली होती. त्यात आमावस्या होती. त्याकाळी रस्त्यावरही नगरपालिकेचे दिवे नसत. आजी आणि मी एकाच खोलीत झोपलो होतो. द्यामप्पा बाहेरच्या ओसरीवर पथारी टाकून झोपला होता. मी प्रथमच आजीला डोक्यावरचा पदर खाली काढून टाकताना पाहिलं. तिच्या डोक्यावर अगदी बारीक बारीक पांढरे केस उगवले होते. ती डोकं पुसत पुसत स्वत:शीच पुटपुटत होती. तिच्या स्वरात दु:ख होतं. ''या असल्या वाईट चालीरीती आपल्या समाजात का आहेत, कोण जाणे. माझे केस इतके मोठे होते.. एवढी जाड वेणी यायची. माझे केस खूप आवडायचे मला. सगळे माझ्या केसांबद्दल माझा हेवा करायचे. मी तेव्हा एकटीच होते, रडत बसले होते. माझी बाजू घेऊन बोलायला पण कोणी नव्हतं. पण जेव्हा एखाद्या माणसाची बायको मरते, तेव्हा तो राहतो का असा जन्मभर डोक्याचा गोटा

करून? उलट पुन्हा बाशिंग बांधून बोहल्यावर उभा राहतो... वर म्हणून. काय हा मूर्खपणा!''

त्यावेळी, त्या वयात मला तिच्या दु:खाची तीव्रता नीटशी समजली नाही; पण आता जेव्हा तिचे ते शब्द मला आठवतात, तेव्हा तिला किती असाहाय्य वाटत असेल याची जाणीव होते.

थोड्या वेळानं तिनं विषय बदलला. ''आपली पीरांबी आहे ना, तिचे दिवस भरत आलेत. बहुतेक वेळा पॉर्णिमा आणि आमावास्येलाच बाळंतपणाची घटका येते. ही पीरांबी मनानं खूप चांगली आहे, देवभोळी आहे. पण ती जराशी अबोल, घुमी आहे. पोट जरी दुखायला लागलं, तरी पटकन बोलायची नाही. आपलं कुलदैवत आहे ना– कल्लोळी वेंकटेश– त्याचीच मी आता हात जोडून प्रार्थना करणार आहे आणि विजापूरच्या पीरसाब दर्ग्यालाही साकडं घालणार आहे तिच्यासाठी. सगळ्यांना मुलगेच हवे असतात; पण खरं तर त्यांना मुली सुद्धा व्हायला पाहिजेत. मुली जरी कुठेही असल्या, तरी त्यांना मनातून आपल्या आईवडिलांची चिंता असतेच. बाई पुरुषाची सगळी कामं करू शकते. पण पुरुष? तो नाही बाईचं काम करू शकत. आता तुझे आजोबा वारल्यानंतर मी नाही का सगळ्या कुटुंबाची देखभाल केली? अक्कव्वा, एक लक्षात ठेव... बायका पुरुषांपेक्षा जास्त धीराच्या आणि व्यवहारज्ञानी असतात; पण हे पुरुषांना नाही कळत...''

आमच्या आजीला इतकी नातवंडं होती की तिला आमची सगळ्यांची नावं कधीच आठवायची नाहीत. मग नात असेल तर ती तिला 'अक्कव्वा' म्हणे आणि नातू असेल तर त्याला 'बाला' म्हणून हाक मारे.

...इतक्यात मुख्य दरवाज्यावर थाप पडली. आजी झटक्यात उठली आणि द्यामप्पाला हाक मारून म्हणाली, ''बघ रे! हुसैनी आहे का?''

आणि खरंच, तो हुसैनीच होता.

आजीनं घाईघाईनं डोक्यावरून पदर घेतला. ती आपलं वैधव्याच्या जिण्याचं दु:ख विसरली, मला करत असलेला उपदेश विसरली आणि तिला तातडीनं काय केलं पाहिजे याची जाणीव झाली. ''हुसैनी, पीरांबीला कळा सुरू झाल्यात का रे?''

''होय, आज संध्याकाळपासून दुखायला लागलंय.''

''मग तू इतक्या उशिरा का आलास? तुला कळत कसं नाही? बाईला वेणा सुरू झाल्या की वेळ घालवायचा नसतो. प्रत्येक मिनिट महत्त्वाचं असतं. चल, आता आणखी वेळ नको घालवायला.''

मग तिनं हुसैनी आणि द्यामप्पा अशा दोघांना एकाच वेळी सूचना द्यायला

सुरुवात केली.

"हुसैनी, निवडुंग तोडून घे आणि कडुनिंबाच्या चार फांद्या पण घे. द्यामप्पा, दोन कंदील पेटव बघू..."

"अक्कव्वा, तू इथे घरीच थांब, द्यामप्पा तुझ्यासोबत थांबेल, मला आता जायला हवं."

ती आपल्या खोलीतून तिला लागणाऱ्या गोष्टी गोळा करून जवळच्या लाकडी पेटीत टाकू लागली.

इतक्यात तिथे द्यामप्पा आला. तो आकारानं चांगला मजबूत होता. त्यानं डोक्याला मुंडासं घातलं होते. त्याला भल्यामोठ्या मिशा होत्या. त्याच्या हातात दोन पेटलेले कंदील होते. मला त्याचा अवतार बघून जरा भीतीच वाटली. गेल्याच आठवड्यात मी 'रामायण' नाटक पाहिलं होतं, त्यातल्या रावणासारखा तो मला भासला.

मी मनातून घाबरले होते. मी आजीचं ऐकायला तयार नव्हते. मी तिच्याबरोबर जाण्याचा हट्ट धरून बसले.

"अक्कव्वा, हट्ट करू नको. तू अजून लहान आहेस. या असल्या वेळी तू तिथे यायचं नाहीस. इथे मी काय देवळात निघाले आहे का? का मोटारीच्या शर्यती बघायला जायचंय? बरं, ठीक आहे, तुझी मैत्रीण गिरिजा आहे ना, तिच्या घरी सोडते तुला."

मीही त्या वयातल्या सगळ्या मुलींसारखीच हट्टी होते. मीही माझा हट्ट काही सोडायला तयार नव्हते.

आजी त्यावर काही बोलली नाही. तिच्या मनात काहीतरी वेगळंच चाललं होतं. ती देवघरात गेली, लामणदिव्यात तेल घातलं आणि देवाला नमस्कार करून बाहेर आली.

तिनं घराला कुलूप लावलं आणि आम्ही चौघं त्या गडद अंधारात चालत निघालो. हुसेनसाब पुढे चालत होता... हातात कंदील घेऊन. मी आजीचा हात धरून त्याच्या मागोमाग आणि द्यामप्पा आमच्या दोघींच्या पाठोपाठ, दुसरा कंदील हातात धरून.

आम्ही कितीतरी गल्ल्या-बोळ पार केले. आजीच्या पायाखालची वाट होती. मी मात्र अडखळत चालले होते. मला तिच्या जोडीनं झपाझप चालणं जमत नव्हतं. आम्ही नक्की कुठल्या दिशेनं चाललो होतो, तेही मला त्या अंधारात धड समजत नव्हतं. मी आपली थंडीनं काकडत चालले होते. सर्व वेळ आजी हुसैनी आणि द्यामप्पाला सूचना देत होती. एकीकडे डोक्यावरून घसरणारा पदर हातानं सावरत होती.

"हुसैनी, बाहेरचे पाण्याचे ड्रम आहेत ना, त्यात पाणी भरून ठेव. द्यामप्पा मदत करेल तुला आणि थोडं पाणी उकळत ठेव. थोडे कोळसेही पेटत घाल बरं का. सगळ्या कोंबड्यांना आणि कोकरांना शेडमध्ये बंद कर. म्हणजे उगाच कलकल करत हिंडणार नाहीत...."

एव्हाना आम्ही हुसैनीच्या घराजवळ पोहोचलो, तेवढ्यात आतून पीरांबीचं विव्हळणं ऐकू आलं.

हुसैनी आणि पीरांबीच्या घरी मोठं माणूस नव्हतं. ते गरीब मजूर होते, रोजंदारीवर काम करायचे. ते मातीच्या झोपडीत राहायचे. पण फार प्रामाणिक होते. त्यांची शेजारीण मेहबूबबी तेवढी तिथे आली होती. ती म्हातारी होती. पीरांबीच्या जवळ थांबली होती. आजीला पाहून तिनं सुटकेचा निःश्वास टाकला. "आता काही काळजी करू नको. अंबाक्का आई आली, बघ." ती म्हणाली.

आजी हातपाय धुऊन, आपलं सामान घेऊन आतल्या खोलीत गेली आणि तिनं दारं-खिडक्या बंद करून घेतल्या.

बाहेरच्या बाकड्यावर हुसैनी आणि द्यामप्पा बसून होते...आजीच्या पुढच्या आज्ञेची वाट पाहत. आता पुढे काय होणार... याची मला उत्सुकता लागून राहिली होती.

आतून आजीचा प्रेमळ आवाज ऐकू येत होता. "पीरांबी, अगं, काळजी नको करू. बाळंतपण ही काही इतकी जगावेगळी अवघड गोष्ट नाही. मी दहा मुलांना जन्म दिलाय. तू फक्त साथ दे. देवाची प्रार्थना कर म्हणजे तो तुला शक्ती देईल. आणि धीर सोडू नको..." मध्येच ती खिडकीचं दार किंचित उघडून हुसैनीला म्हणायची "हुसैनी, अरे मला थोडी हळद हवी आहे. आता मी तुझ्या घरात कुठे शोधत बसू? जा शेजारून मेहबूबबीच्या घरून घेऊन ये थोडी. द्यामप्पा, मला एका मोठ्या भांड्यात आणखी थोडं गरम पाणी दे. हुसैनी एक वेताची नवी कोरी दुरडी घे, हळदीच्या पाण्यानं ती स्वच्छ कर आणि इकडे दे. द्यामप्पा, मला थोडे निखारे हवे आहेत रे..."

एरवीची शांत, मायाळू, गरीब स्वभावाची आजी आता सगळ्यांवर हुकमत गाजवत होती.

नंतरचे काही तास गोंधळातच गेले. पीरांबीचं विव्हळणं, आजीचं तिला समजावणं, मानसिक ताणाखाली असलेला हुसैनी, स्थितप्रज्ञासारखा बसलेला द्यामप्पा आणि एक घाबरलेली मुलगी.

...सगळे काय निकाल लागतो याची अस्वस्थपणे वाट बघणारे... रात्र काळीकभिन्न होत गेली... हळूहळू पहाट झाली. तांबडं फुटलं. कोंबड्याला शेडमध्ये बंद केलं होतं तरी तो आरवलाच. अखेर बाळाचं रडणं आतून ऐकू आलं.

आजीनं दार जरासं किलकिलं करून डोकं बाहेर काढलं आणि आनंदानं म्हणाली, ''हुसैनी, तुला मुलगा झाला. अगदी तुझ्या वडिलांसारखा दिसतोय. पीरांबीचं बाळंतपण अवघड होतं; पण सगळी देवाची कृपा. बाळ-बाळंतीण सुखरूप आहेत. दोघांची प्रकृती चांगली आहे.''

तिनं दार परत लावून घेतलं.

आता बाहेर बसलेल्यांच्या मनावरचा ताण एकदम हलका झाला होता. सगळ्यांनाच आनंद झाला.

हुसैनीनं गुडघे टेकले, पूर्वेकडे तोंड करून त्यानं जमिनीवर मस्तक टेकलं आणि डोळे मिटून देवाची प्रार्थना केली. ''या अल्ला परवरदिगार... तुझीच सगळी कृपा. माझ्या मुलाला आशीर्वाद दे.''

तो घाईनं उठून बाळ बघायला निघाला; पण आजी त्याला आत घेईना.

''तुझे कपडे मळले आहेत. तुझ्या बाळाला आणि बिबीला त्याचा त्रास होईल. तू आधी आंघोळ कर, स्वच्छ कपडे घाल आणि मगच आत ये.''

हुसैनी बाहेरच असलेल्या मोरीकडे धावला. विहिरीतून चार बादल्या पाणी शेंदून त्यानं आंघोळ केली.

नंतरचा अर्धा तास आतून फक्त आजीचा आवाज ऐकू येत होता. पीरांबीचा आवाजच नव्हता. ''पीरांबी, आता माझं काम झालं. मला निघायला हवं. आज माझ्या यजमानांचं श्राद्ध आहे. आमच्याकडे खूप मोठं असतं ना... मला आधी थंड पाण्यानं आंघोळ करून नंतर सगळी तयारी करायला लागेल. मी आमचं कुलदैवत कल्लोळी वेंकटेशाची करुणा भाकणार आहे. त्यानंच मला तुला मदत करायचं बळ दिलं. मी त्याचे आभार नाही मानले, तर तो कृतघ्नपणा होईल. मेहबूबबी, पीरांबीची खोली स्वच्छ कर. बाळाला नवे कोरे कपडे घालू नको. त्याला त्याचा त्रास होईल. त्याला जुन्या मऊ धोतरात गुंडाळा. बाळाचे उगाच पापे घेऊ नका कुणी आणि हो... उगीच ज्याला-त्याला बाळ दाखवत सुटू नका. सारखं हाताळू नका त्याला. पिण्याचं पाणी उकळत ठेवा. त्यात लोखंडाची पळी पण घालून ठेवा. पीरांबीला फक्त तेच पाणी प्यायला द्यायचं. मी अक्कव्वाच्या हाती घरचं तूप पाठवते. ताजा रसम-भातही पाठवते पीरांबीला खायला. आज भामप्पा बाग साफ करायला येणार आहे. मला जर जायला उशीर झाला, तर जाईल पळून...''

आता तिनं खिडकी सताड उघडली. मी उत्सुकतेनं आत डोकावून पाहिलं. पीरांबी थकलेली पण आनंदी दिसत होती. ती फाटकं कांबळं पांघरून झोपली होती. शेजारी वेताच्या दुरडीत गुटगुटीत महंमद साब पहुडला होता– आपल्या चिमण्या डोळ्यांनी नव्या जगाकडे बघत.

आढ्याला कडुनिंबाचा झुबका टांगला होता. कोपऱ्यात निवडुंग ठेवला होता.

खोलीत धुपाचा दरवळ पसरला होता. आजीसुद्धा थकलेली दिसत होती. तिच्या कपाळावरचे घामाचे थेंब चमकत होते. पण तिच्या चेहऱ्यावर समाधान पसरलं होतं. तिनं आपल्याबरोबर आणलेलं सामान गरम पाण्यानं स्वच्छ धुतलं आणि एकेक वस्तू पुसून आपल्या लाकडी पेटीत नीट ठेवली.

आम्ही घरी जायला निघालो, इतक्यात हुसैनीनं खाली वाकून आजीचे पाय पकडले आणि गहिवरल्या स्वरात तो म्हणाला, "अंबाक्का आई, आज रात्रभर तुम्ही आमच्यासाठी जे काही कष्ट उपसले, त्याबद्दल तुमचे आभार कसे मानावे, तेच मला कळत नाहीये. आम्ही इतके गरीब आहोत, की आम्ही तुमची परतफेड सुद्धा करू शकणार नाही. आम्ही फक्त अगदी मनापासून तुम्हाला धन्यवाद देऊ शकतो. तुम्ही शंभर मुलांची माता आहात. तुम्ही माझ्या मुलाला आशीर्वाद दिले आहेत आणि ते कधीही वाया नाही जाणार."

आजीनं आपल्या कृश, म्हाताऱ्या हातांनी हुसैनीचे खांदे पकडून त्याला उठवलं.

मला ते पाहून नवल वाटलं. ही इतकी सनातनी घरात वाढलेली आजी, कधी कुणाला शिवणार सुद्धा नाही... आणि हिनं चक्क त्या हुसैनीला खांद्याला धरून उठवलं...

तिच्या डोळ्यांतून घळघळा पाणी वाहत होतं. तिनं ते लगेच टिपलं आणि म्हणाली, "हुसैनी, प्रत्येक माणसानं दुसऱ्याच्या अडचणीत त्याला मदत केलीच पाहिजे, देवाची तशी इच्छा असते. मीही तेच केलंय. पीरांबी ही माझ्या अक्कव्वासारखीच तर आहे."

एव्हाना सूर्य चांगलाच वर आला होता. उजाडलं होतं. आजीचा हात न धरता चालणं मला जमत होतं. आजी माझ्यापुढे निघाली होती. मी तिच्या मागोमाग चालले होते.

आळशी द्यामप्पा आमच्या बराच मागे राहिला होता. मी इतका वेळ आजीचं सगळं बोलणं ऐकत होते. माझ्या मनात एक शंका होती व मला तिचं उत्तर हवं होतं. "आजी, तुला तर फक्त दहाच मुलं आहेत ना? मग तो हुसैनी मगाशी असं कसं म्हणाला, की तुम्ही शंभर मुलांची माता आहात?"

आजी हसली. ती तरातरा चालत होती. तिचा पदर डोक्यावरून सारखा घसरे. तो ती वारंवार सारखा करे. माझा प्रश्न ऐकून ती म्हणाली, "होय गं, मला दहा मुलं झाली हे खरंय. पण या दोन हातांनी या खेड्यातल्या शंभराच्या वर मुलांना जन्म दिला आहे. अक्कव्वा... तू तुझ्या आयुष्यात तुझ्या पोटच्या कितीही मुलांना जन्म दे... पण तरीही तू सुद्धा शंभर मुलांची आई हो!"

■

२७

पुण्यभूमी भारत

तिबेटची राजधानी ल्हासा हिला 'जगाचं छप्पर' असं म्हणतात. हे नाव अगदी सार्थ आहे, कारण हे शहर समुद्रसपाटीपासून १२००० फुटांवर वसलं आहे. ल्हासाचं वैशिष्ट्य म्हणजे तिथलं आभाळ निळ्या रंगाच्या विविध छटांनी आणि पांढऱ्याशुभ्र ढगांनी नटलेलं असतं. इथल्या हवामानाचा अंदाज वर्तवणं मात्र महाकर्मकठीण. एखाद्या कलाकृतीची निर्मिती करणाऱ्या कलावंताप्रमाणे इथल्या हवामानाचेही मूड्स असतात. त्यामुळेच ल्हासामधील कोणाकडे कधी हवापाण्याची चौकशी केली तर अगदी बिनचूक उत्तर कोणीच देऊ शकत नाही. साधारण परिस्थिती काय असू शकेल, याचा अंदाज तेवढा बांधता येतो. उन्हाळ्यातील तापमान सहा अंश ते चौदा अंश सेल्सिअसच्या मध्ये असतं आणि सर्वच्या सर्व चार मोसमांचा अनुभव एकट्या उन्हाळ्यातसुद्धा घ्यायला मिळतो. आधी जरा वेळ पाऊस पडेल तर लगेच तासाभरात सूर्याचं लखलखीत ऊन पडेल. थंडगार बोचरे वारे वाहतील तर मध्यरात्री कधीतरी हिमवृष्टीसुद्धा होईल.

बंगलोरसारख्या शहरात राहिलेल्या लोकांना सदासर्वकाळ छत्री, स्वेटर अशा गोष्टी जवळ बाळगण्याची मुळीच सवय नसते. अशा लोकांना इथल्या वातावरणाशी, हवेशी मिळतंजुळतं घेऊन राहणं फारच कठीण जातं.

तिबेट हे अत्यंत मोक्याच्या ठिकाणी आहे. त्यामुळेच तिबेटचा प्रश्न हा आंतरराष्ट्रीय प्रश्न होऊन बसला आहे. तिबेट हे राष्ट्र दोन महासत्तांच्या मध्ये आहे– भारत आणि चीन. नेपाळ, सिक्कीम हे शेजारी देश त्यामानानं लहान आहेत. तिबेटनं चीनचं मांडलिकत्व कधीच पत्करलं नाही, याला इतिहाससुद्धा साक्षी आहे. हे राष्ट्र कायम स्वतःचं सार्वभौमत्व टिकवून उभं आहे.

येथील संस्कृतीमध्ये चिनी व भारतीय अशा दोन्ही संस्कृतींचं मिश्रण आहे. परंतु येथील धर्माचा उगम मात्र भारतातूनच झाला आहे. येथील लोकांचा तोंडावळा मंगोलियन वंशाच्या लोकांसारखा असला, तरी त्यांची लिपी बंगाली लिपीशी मिळतीजुळती आहे. गौतम बुद्ध हे आपल्या देशाचे असल्याचा सार्थ अभिमान आपण बाळगण्यास हरकत नाही, परंतु बुद्धधर्म आपल्या देशात फार खोलवर

रुजू शकला नाही. जपान, कोरिया, श्रीलंका, ब्रह्मदेश, थायलंड यांसारख्या बऱ्याच बौद्ध देशांमध्ये हीनायान आणि महायान असे बौद्ध धर्माचे दोन पंथ आहेत. परंतु त्या धर्माचा तिसरा पंथ म्हणजे वज्रायन हा फक्त तिबेटमध्येच अस्तित्वात आहे.

बुद्ध धर्मातील मोठमोठ्या गुरूंनी सातव्या शतकानंतर भारताबाहेर स्थलांतर केलं आणि तिबेटमध्ये मोठमोठ्या मठांची स्थापना केली. बौद्ध धर्मविषयक संपूर्ण शिक्षण या ठिकाणी मिळतं. त्यांच्यामधील पद्मसंभव, असित असे मोठे मोठे विद्वान पंडित प्रसिद्ध आहेत.

अशी एक कथा सांगतात, की एकदा तिबेटच्या राजाला त्याच्या शत्रूनं पळवलं. त्याच्या सुटकेच्या मोबदल्यात त्याच्या स्वत:च्या वजनाएवढ्या सोन्याची खंडणी म्हणून मागणी करण्यात आली. राजानं बराच विचार केला आणि आपल्या मुलाला निरोप पाठवला, ''आयुष्य क्षणभंगुर असतं. गौतम बुद्धांनीच सांगितलं आहे, जे अस्तित्वात आहे, ते सर्व नष्ट होणार आहे. तेव्हा माझ्या आयुष्यावर सोनं वाया घालवू नकोस, त्याऐवजी ते सोनं खर्च करून भारतातून एखाद्या महान विद्वान पंडिताला आपल्याकडे घेऊन या, त्याच्या मदतीने आपल्या देशात शिक्षणसंस्था सुरू करा... त्याच्या ज्ञानाचा स्पर्श आपल्या लोकजीवनाला होऊ दे...''

तिबेटच्या त्या राजाच्या मनात भारताविषयी इतका आदरभाव होता.

पण आज मात्र तेथील परिस्थिती बदलली आहे. चीनचा असा दावा आहे, की तिबेट हा चीनच्या प्रजासत्ताकाचा एक भाग आहे. परंतु तिबेटमधील एक राज्य आणि दलाई लामांचा या गोष्टीस विरोध आहे. जगाचा इतिहास जर पाहिला तर एखाद्या धर्मगुरूकडे एखाद्या देशाची सत्ता असण्याची घटना फार दुर्मिळ आहे. धर्म आणि राजसत्ता या नेहमीच भिन्न भिन्न असतात. पण तिबेटमध्ये मात्र गेल्या पाचशे वर्षांपासून धर्मगुरूच राज्यशकट चालवत आले आहेत. दलाई लामा याचा अर्थ ज्ञानाचा सागर. तिबेटच्या साधूंना मंगोलियन सत्ताधीशांनी दिलेली ही उपाधी आहे. त्यांचं वास्तव्य पोटाला येथे असतं. याचा अर्थ राजवाडा. ल्हासा याचा अर्थही हाच.

१९४९ साली चीन प्रजासत्ताक बनला आणि त्या दिवसापासून चीन आणि दलाई लामा यांच्यात सतत संघर्ष चालूच असतो.

सध्याचे दलाई लामा हे चौदावे आहेत. वयाच्या पंचविसाव्या वर्षी, १९५९ साली त्यांनी ल्हासा शहर सोडलं. वेषांतर करून तिबेटी सैनिकाचा वेश धारण केला आणि आपल्या सहकाऱ्यांसह याक या प्राण्याच्या पाठीवरून चौदा दिवस सलग प्रवास करून ते भारतात आले. तेव्हापासून ते अज्ञातवासात आहेत.

भारत सरकारनं त्यांना ओळखलं आणि हरियाना राज्यातील धरमशाला या जागी त्यांच्या निवासाची व्यवस्था केली.

आज अजूनही तिबेटी जनतेला त्यांच्याविषयी आदरभाव आहे. दलाई लामांना भारतात अज्ञातवासात राहावं लागत आहे, या गोष्टीची तिबेटी जनतेला अतोनात खंत वाटते.

आता तिबेट हे चीन प्रजासत्ताकाचं अंग बनलं आहे. तिबेटचा संपूर्ण विकास करण्यासाठी चीनच्या सरकारनं तेथे मुबलक भांडवल घातलं आहे. ल्हासा हे आता छोटं गाव उरलेलं नाही. तिथे मोठे मोठे रुंद रस्ते आहेत. दळणवळणाच्या उत्कृष्ट सोयी आहेत, हवाई मार्ग आहेत. परंतु तेथील जनतेपैकी अर्ध्याहून अधिक लोक चिनी असून उरलेले मूळचे तिबेटी आहेत.

रस्त्यावरील सर्व पाट्या चिनी भाषेत आहेत. त्या पाटीवरील मजकुराचं तिबेटी लिपीत भाषांतर क्वचित ठिकाणी पाहायला मिळतं. जवळपास सर्वच प्राथमिक शाळांमध्ये शिक्षणाचं माध्यम चिनी आहे.

तिबेटी लोक हे मूळचे अत्यंत साधे. परंतु त्यांच्यावर निसर्गाची कायमच वक्रदृष्टी असते. आपल्या हिमालयाच्या पलीकडच्या बाजूच्या पर्वतरांगांनी तिबेटला वेढलेलं आहे. यांगत्सी, इरावती, मेकाँग आणि आपली ब्रह्मपुत्रा अशा कितीतरी नद्यांचा उगम तेथे होतो. त्याव्यतिरिक्त इतरही कितीतरी मोठ्या नद्यांचा उगम इथे होतो आणि त्या नद्या पुढे भारत, ब्रह्मदेश, कंबोडिया, चीन, व्हिएटनाम, थायलंड, लाओस अशा देशांत जाऊन पोहोचतात.

तिबेट हा प्रवाशांच्या दृष्टीनं अत्यंत रमणीय प्रदेश आहे; पण तेथील लोकांचं जीवन मात्र फार कष्टप्रद आहे. अतिशय विषम हवामान, नापीक जमीन या कारणांमुळे तिथे बटाटा आणि बार्लीशिवाय फारसं काही पिकतच नाही. त्यांचा मुख्य पाळीव प्राणी म्हणजे याक. ते त्याची पैदास करतात. या याकचे उपयोग पुष्कळ आहेत. त्याच्या लोकरीपासून ब्लँकेट्स बनवण्यात येतात, त्याचं मांस चवीला रुचकर असतं, याकचं दूध आणि त्यापासून बनवलेलं चीझ यांचाही आहारात वापर होतो. याकचा उपयोग मालवाहतुकीसाठी तसेच शेत नांगरण्यासाठीही करता येतो.

येथील लोकांचं मुख्य दैवत गौतमबुद्ध हेच आहे. फक्त त्यांना विविध नावे आहेत. गौतम बुद्धांना येथे अवलोकितेश्वरा, मैत्रेयी, शाक्यमुनी इत्यादी विविध नावांनी ओळखण्यात येते. याशिवाय काही हिंदू दैवतांचीही उपासना येथील लोक करतात. त्यांची नावे आपल्यापेक्षा जरा बदललेली दिसतात. महाकाल, तारा, श्रीदेवी असे इतर देवही त्यांच्याकडे आहेत.

आपण जसं आपल्या संत-महात्म्यांचं आणि गुरूंचं पूजन करतो, तसं ते लोकसुद्धा पद्मसंभव यांच्यासारख्या गुरूंची पूजा करतात. तेथील लोकांचा शारीरिक प्रायश्चित्त घेण्याच्या संकल्पनेवर विश्वास आहे. ल्हासा शहरात सकाळच्या वेळी जर

फेरफटका मारला तर अनेक लोक बुद्धदेवाच्या पुतळ्यासमोर साष्टांग दंडवत घालत आहेत किंवा पुतळ्याला प्रदक्षिणा घालत आहेत, असं दृश्य बघायला मिळतं. हे लोक इतके श्रद्धाळू आहेत, की कितीही प्रतिकूल हवामान असलं तरी त्यांचा नेम चुकणार नाही. कोणत्याही वयाचे लोक असले, तरी ते आपला रोजचा शिरस्ता मोडणार नाहीत. येथील लोक फार धार्मिक आहेत. मागचा जन्म, पुढचा जन्म या संकल्पनांवर त्यांचा विश्वास आहे.

मी ल्हासाला गेले असताना आमच्या गाईडनं आम्हाला स्पष्ट सूचना दिली होती– चौदाव्या दलाईलामांबद्दल चारचौघांमध्ये अजिबात बोलायचं नाही. मी त्यांना बंगलोरमध्ये प्रत्यक्ष भेटले आहे. ते अत्यंत कनवाळू अंत:करणाचे आहेत, हे मला माहीत आहे. अशा लोकांच्या सहवासात आल्यानं आपलं मन हलकं होऊन जातं, आपल्याला मोकळेपणा वाटतो. अशा व्यक्तींविषयी मला नेहमीच आदर वाटत आलेला आहे.

आपल्या शेजारच्या देशांमध्ये आपली भारतीय संस्कृती नेऊन पोहोचवण्याच्या कामी आपल्या भारतीय, विशेषत: हिंदी चित्रपटांचा फार मोठा वाटा आहे. मी साडी परिधान करून ल्हासा शहरात फिरत होते, तर लोकांनी मी भारतीय असल्याचं तात्काळ ओळखलं. त्यांनी मला काही लोकप्रिय हिंदी गाणी सुद्धा म्हणून दाखवली. फक्त त्यांचे उच्चार चिनी होते!

ल्हासामध्ये जोखांग हे एक प्रसिद्ध मंदिर आहे. ते शहराच्या मध्यभागी आहे. ते बोधीसत्त्वांचं मंदिर आहे. चीनची राणी व्हेन चँग हिच्यासाठी ते बांधण्यात आलं. राजकन्या व्हेन चँग हिचा तिबटेच्या राजाशी जेव्हा विवाह झाला तेव्हा ती स्वत:बरोबर बौद्धधर्म सुद्धा तिबेटमध्ये घेऊन आली. गेल्या १३०० वर्षांत या मंदिराच्या बांधकामात अनेकवेळा सुधारणा करण्यात आल्या.

या जोखांग मंदिरापाशी मी जात असताना वाटेत अनेक लहान मुलं, मोठी माणसं, स्त्रिया, पुरुष सर्वजण माझ्याकडे टक लावून पाहत होते. पायऱ्या चढत असताना दर शंभर पायऱ्यांनंतर हिरव्या गणवेषात एक पोलीस उभा असे. हे पोलीसही माझ्याकडे टक लावून पाहात होते. मला काही समजेना. आम्ही चालत मंदिराकडे निघालो होतो. मंदिरात पोहोचल्यावर बुद्धाच्या मूर्तीपाशी एक साधू महाराज (हे मठाधिकारी होते) तेथे उभे होते. मी बुद्धाच्या मूर्तीला वाकून नमस्कार केला व स्वाभाविकच त्यांनाही नमस्कार केला. त्यांनी आशीर्वादादाखल एक पांढऱ्या रंगाचा स्कार्फ माझ्या खांद्यावर घातला.

त्यांनी त्यानंतर माझ्याशी हस्तांदोलन केलं आणि विचारलं. "तुम्ही भारतातून आला आहात का?" मी होकार देताच ते केवळ एवढंच म्हणाले, "फार चांगला मित्र."

त्यांना खरं म्हणजे अजूनही बरंच बोलायचं असावं, पण ते बोलू शकले नाहीत. त्यांच्यावर सुद्धा नजर होती.

त्यांनी 'चांगला मित्र' असे शब्द का बरं उच्चारले असावेत? ते काही मला कळेना.

दुपारी आम्ही येरलाँग व्हॅलीकडे प्रयाण केलं. याला 'तिबेटी संस्कृतीचा पाळणा' असं म्हटलं, तरी ते वावगं ठरणार नाही. आसाममध्ये खळाळत वाहणारी ब्रह्मपुत्रा इथे मात्र अत्यंत शांत, धीरगंभीर भासते.

मी त्यानंतर एका लहानशा मठात गेले. तिथे एक वृद्ध स्त्री व एक तरुण मुलगा असे दोघे मला भेटले. ती वृद्धा ऐंशीच्या घरात असावी. तिचा चेहरा सुरकुतलेला होता. ती खूप सुकलेली, अशक्त दिसत होती; पण तिच्या अंगात दृढनिश्चय असावा असं वाटत होतं. ती देवालयाच्या प्रांगणात नमस्कार घालत होती. तिचा नातू लहानच होता. पंचविशीचा असावा. त्यानं जीन्स आणि टी शर्ट घातला होता. ती वृद्ध स्त्री पण काही वेळ माझ्याकडे निरखून बघत राहिली आणि नंतर त्या नातवापाशी काहीतरी कुजबुजली. ती त्याला एकच गोष्ट परत परत सांगत होती, असं वाटलं.

ते ठिकाण अगदी शांत होतं. तिथे फारसं कोणी येतही नसावं. तिथलं आयुष्य अत्यंत संथ होतं.

ती वृद्ध स्त्री एकच एक गोष्ट परत परत पुटपुटत पुढे आली आणि तिनं माझा हात हाती घेतला. तिनं माझा हात आधी आपल्या तोंडाला लावून त्याचं चुंबन घेतलं व तो आपल्या डोळ्यांना लावला. परत ती एकच गोष्ट वारंवार सांगू लागली. मग ती परत फिरली आणि निघून गेली.

तिची भाषा मला समजत नव्हती. पण तिचे डोळे ओले होते. माझ्या हाताच्या बोटांना तो ओलावा जाणवला होता.

आता मात्र तिचा नातू माझ्यापाशी येऊन हलक्या स्वरात कुजबुजला "मॅडम माझ्या आजीचं वागणं काही मनावर घेऊ नका. ती गावाकडची आहे, जुन्या पिढीतली आहे. तिच्या वागण्यामुळे तुम्हाला विचित्र वाटलं असेल, याची मला कल्पना आहे. मी तुमची क्षमा मागतो."

तो माझ्याशी इंग्रजीत बोलत होता, तेही आपण भारतीय जसं बोलतो, तशाच पद्धतीचं इंग्रजी. चिनी लोक बोलतात, तसं नाही! मग मी त्याला विचारलं, "तुम्ही अगदी आम्हा भारतीयांसारखं इंग्रजी कसं काय बोलता? तुमची आजी मला काय सांगत होती? आणि ती ते सांगताना रडत का होती?"

त्यावर तो मुलगा म्हणाला, "माझं नाव के त्सांग. मी पाच वर्षं भारतात होतो. मी चेन्नईच्या लॉयला कॉलेजात शिकायला होतो. आता मी इथे एक रेस्टॉरंट

चालवतो. मी आज इथे माझ्या आजीबरोबर यात्रेला आलो आहे. ती तुमचे आभार मानत होती.''

"माझे आभार? पण कशासाठी? मी तर त्यांच्यासाठी काहीच केलेलं नाही.''

"नाही मॅडम. तुम्हाला त्याची कल्पना नाही. तुमच्या देशानं आमच्या दलाई लामांना अत्यंत सन्मानपूर्वक आश्रय दिला आहे. त्यांना आमच्या इथे साक्षात परमेश्वर मानण्यात येतं. माझी आजी तर त्यांची निस्सीम भक्त आहे. ती तुम्हाला म्हणत होती– भारत पुण्यभूमी आहे.''

आता मला माझ्या हाताला स्पर्शून गेलेल्या ओलाव्याचा अर्थ समजला. ∎

२८

भाषणस्वातंत्र्य

अलकाची आणि माझी मैत्री शाळेपासून ते थेट कॉलेजपर्यंतची. अलकानं विद्यापीठाच्या अनेक वादविवाद स्पर्धा गाजवल्या. तिचा युक्तिवाद धाडसी असूनही सर्वांना पटणारा आणि धारदार असे. बरेच वेळा तिच्या भाषणाने विरोधी पक्षाची, म्हणजे तिच्या स्पर्धकांची भंबेरी उडून जाई. तिच्या मित्रमैत्रिणींनी 'वक्तृत्वसम्राज्ञी' असा किताब तिला बहाल केलेला होता.

कॉलेज संपून आम्ही आपापल्या संसारात, मुलाबाळांमध्ये रममाण झाल्यावर सुद्धा आमची एकमेकींकडे ये-जा चालूच राहिली. अलकाचं लग्न एका मेकॅनिकल इंजिनिअरशी झालं. वरळी सी-फेसवर एका सुंदरशा फ्लॅटमध्ये त्यांनी बिऱ्हाड थाटलं. तिच्या पतीनं स्वत:चा छोटासा व्यवसाय सुरू केला. त्यांची सांपत्तिक स्थिती उत्तम होती. अलकाला एकच मुलगी. तीही लग्न होऊन अमेरिकेत स्थायिक झाली होती. अलका आता एका कॉलेजात सोशॉलॉजी विभागाची विभागप्रमुख झाली होती. तिचं आयुष्य कसं 'परफेक्ट'– परिपूर्ण आहे, असं आपलं मला वाटायचं!

असंच एकदा काही कामाच्या निमित्तानं मला मुंबईला जावं लागलं. अलकानं मला तिच्या घरी उतरण्याचं आग्रहाचं निमंत्रण दिलं. तिथेच माझी आणि तुलसीची गाठ पडली. तुलसी अलकाकडे कामाला होती. मोठी तरतरीत होती. कामाचा उरक दांडगा होता तिचा. ही तुलसी महाराष्ट्र-कर्नाटक सीमेवर असलेल्या प्रदेशातील असल्याने ती माझी व अलकाची भाषा बोलायची. गरिबी आणि दुष्काळानं बेजार होऊन त्या भागातील बरीचशी कुटुंबं कामाच्या शोधात मोठ्या शहरात येऊन स्थायिक झाली होती. बऱ्याच माणसांना इमारतींच्या बांधकामाच्या ठिकाणी रोजंदारीवर मजूर म्हणून काम मिळालं होतं. पण तरीसुद्धा... एक ना एक दिवस... पुरेसा पैसा गाठीला जमा झाला, की आपण आपल्या गावी परत जायचं, अशी आशा त्यांच्यांतील बरेच जण उराशी बाळगून होते.

तुलसीसुद्धा अशीच कामाच्या शोधात मुंबईला येऊन राहिलेली होती. गेली कित्येक वर्षे ती अलकाकडे कामाला होती. ती इतकी कष्टाळू होती, इतकी

वक्तशीर होती आणि प्रामाणिकही तेवढीच, की त्या घराचं एक अविभाज्य अंगच बनून गेली होती ती.

मी अलकाकडे राहत असताना एक दिवस अचानक तुलसी कामावर आलीच नाही. ठरलेली वेळ उलटून गेली. घड्याळाचा काटा जसजसा पुढे धावत होता, तशी अलका अधिकाधिक अस्वस्थ होत चालली होती. आज तिला सोशॉलॉजीच्या आंतरराष्ट्रीय परिषदेला उपस्थित राहायचं होतं– इतकंच नव्हे, तर तिथे भाषणही द्यायचं होतं. तुलसीच्या घरात असण्याची इतकी सवय झाली होती अलकाला, की तिला घरातलं एक कामही स्वत: करायची सवय राहिली नव्हती. खरं तर पूर्वी एकेकाळी ती स्वत: चांगली सुगरण होती. घरात चांगली कामवाली आणि ऑफिसात उत्तम सेक्रेटरी मिळाली, की माणसाचं हे असंच होतं.

अलकाचं ते अस्वस्थ होणं मी दुरूनच बघत होते आणि मला हसू फुटत होतं. अलकाच्या ते लक्षात आल्यावर ती चांगलीच वैतागली. ती म्हणाली, "तुला हसायला काय होतंय? तिच्या अडचणीच्या वेळी मी तिला किती उपयोगी पडले आहे, याची तुला कल्पना नाही. आज नेमकं अशा घाईच्या वेळी हिनं हे असं वागावं? आज मला अतिशय महत्त्वाचं काम आहे, याची तिला पुरेपूर कल्पना आहे. या परिषदेत माझ्यावर केवढी मोठी जबाबदारी टाकण्यात आली आहे, याची तुला कल्पना नसेल. तू सगळ्या गोष्टी फारच आरामात घेतेस. म्हणूनच तू नुसती व्हिजिटिंग प्रोफेसर आहेस अजून."

अलकाच्या त्या बोलण्याचा मला राग नाही आला. आमची खूप वर्षांपासूनची मैत्री होती. आम्ही एकमेकींना मनमोकळेपणानं काहीही बोलत असू. शिवाय ती माझ्याबद्दल जे काही बोलली त्यात तथ्य नक्कीच होतं. फक्त फार थोड्या लोकांनी मला हे बोलून दाखवलं असतं.

शेवटी मी हसणं थांबवलं आणि तिला एक तोडगा सुचवला.

"अलका, त्यापेक्षा तू सरळ तुलसीच्या घरी का नाही जात? तिला का उशीर झालाय तेही कळेल. उगाच इथे चिडून स्वत:चा रक्तदाब कशाला वाढवून घेतेस?"

तुलसी अलकाच्या घरासमोरच्या झोपडपट्टीतच राहायची, हे मला माहीत होतं. मुंबईसारख्या शहरात सुंदर सुंदर फ्लॅटमध्ये जेवढे लोक राहतात त्याच्या जवळ अगदी खेटून त्याहून दुप्पट लोक झोपडपट्टीत राहतात. खरं सांगायचं तर या मोठमोठ्या फ्लॅटमध्ये राहणाऱ्या लोकांना ऐषारामी आयुष्य जगता यावं म्हणून या झोपडपट्ट्या अत्यावश्यकच आहेत. काहीशा नाखुशीनंच अलकानं माझं म्हणणं मान्य केलं आणि आम्ही दोघी रस्त्यापलीकडे असलेल्या तुलसीच्या घरी गेलो.

आम्ही जवळ जाताच आम्हाला तारस्वरात भांडण चालल्याचे आवाज ऐकू आले. काही लोकांची मोठमोठ्यांदा वादावादी चालली होती. आम्ही वळणावरून जरा पुढे जाताच रस्त्यात उभी राहून हातवारे करत शिव्याशाप देत असलेली तुलसी आमच्या नजरेस पडली. तिच्या शेजारी एक माणूस मुकाट्यानं उभा होता. "तो रामन आहे, तुलसीचा नवरा," अलका माझ्या कानात कुजबुजली. रामन बिचारा खाली मान घालून उभा होता आणि आपल्या बायकोची शिवीगाळ ऐकत होता. तुलसी त्याला शेलक्या शिव्यांची लाखोली वाहत होती. ती संतापानं भडकली होती आणि आपल्या मायबोलीत त्याचा उद्धार करत होती. ती खरोखर इतकी संतापलेली दिसत होती, की तिनं रागाच्या भरात जरी त्याला दोनचार तडाखे हाणले असते, तरी मला त्याचं नवल वाटलं नसतं. शेजारीपाजारी काही न बोलता आपापली कामं करत होते. मधूनच तिच्याकडे सहानुभूतिदर्शक कटाक्ष टाकत होते. अखेर तुलसीचं लक्ष आमच्याकडे गेलं आणि ती जरा शांत झाली.

"तुलसी, अगं, कसली घाणेरडी भाषा वापरतेस. शिव्याशाप न देता काही तोडगा नाही का काढता येणार? काय झालं? जरा शांत हो बघू आणि काय घडलं ते मला सांग!" मी तिला आमच्या भाषेत विचारलं.

एव्हाना तुलसीला स्वत:च्या भावनांवर काबू मिळवण्यात यश आलं होतं. तिनं जोराचा हुंदका दिला आणि म्हणाली, "अम्मा, मी इतके काबाडकष्ट करून पैसा साठवला आणि स्वत:साठी सोन्याच्या बांगड्या आणि साखळी केली. हा सगळा पैसा माझ्या घामाचा आहे आणि यानं काय केलं, माहीत आहे? त्याला पानाचा ठेला टाकायचाय, म्हणून त्यानं माझे दागिने गहाण ठेवले आहेत. तुम्हीच सांगा, हे बरोबर आहे का? मी शांत कशी राहू? मी जन्मभर कष्ट करून हा पैसा जमा केला होता. अलकाअम्मांचं आज महत्त्वाचं काम आहे, हे मला माहीत आहे. पण आज सकाळी जेव्हा हे त्यानं माझ्या कानावर घातलं, तेव्हा माझा भडकाच उडाला बघा."

मी तिथेच उभं राहून थोडावेळ तिची समजूत घातली. मला माझ्या रोजच्या कामाच्या निमित्तानं तिच्यासारख्या अनेकींशी बोलावं लागतं. या स्त्रियांना रोजच्या आयुष्यातील अगदी मूलभूत गोष्टींसाठी सुद्धा लढा द्यावा लागतो. जीवनातील जी चमकदमक आपल्यासारख्यांनी गृहीत धरलेली असते, तिच्याशी या गरीब स्त्रियांचा दूरान्वयानंही काही संबंध नसतो. अखेर मी पडले एक प्राध्यापिका. लोकांना उपदेशाचे धडे देणं तर माझ्या अंगवळणीच पडलेलं आहे; मग त्यांना तो उपदेश हवा असो नाहीतर नसो.

आम्ही थोड्या वेळानं घरी परतलो. अलका एकदम गप्प झाली होती. घरात एवढा मोठा कामाचा ढिगारा पडलेला होता आणि त्याचं तिच्या मनावर दडपण

आलं असावं, असं मला वाटलं. मी प्रेमानं तिला म्हणाले, "काळजी नको करू. मी आहे ना! घरकाम, स्वयंपाक... सगळं होईल. मी तुला मदत करते. शिवाय संध्याकाळपर्यंत तुलसी येईलच. ही माणसं चिडतात जशी चटकन् तशीच ती शांतही लगेच होतात. आज रात्रीपर्यंत तुलसीचं तिच्या नवऱ्याशी चांगलं मेतकूट जमलेलं असेल, हे मी तुला पैजेवर सांगते. वाटलं तर त्याच्याबरोबर सिनेमाला सुद्धा जाईल ती."

एव्हाना आम्ही अलकाच्या घरात शिरलो होतो. मी सरळ स्वयंपाकघराचा रस्ता धरला आणि भांडी घासायला पुढे झाले. मी स्वत: स्वयंपाक करण्यात फारशी वाकबगार नसले तरी भांडी घासण्यात चांगली तरबेज आहे. अलकानं एकीकडे आमच्या दोघींसाठी चहाचं आधण ठेवलं. थोड्या वेळानं माझ्या लक्षात आलं. अलका हुंदके देऊन रडत होती. तिच्या डोळ्यांतून घळाघळा पाणी वाहत होतं. ते आवरण्याचा ती प्रयत्न करत होती, पण ते आवरत नव्हतं.

मी तिच्याजळ जाऊन तिच्या खांद्यावर हात ठेवला. माझ्या हाताचा स्पर्श होताच अलकाचा बांध फुटला. आता ती ओक्साबोक्शी रडू लागली.

"अलका, स्वत:च्या जिवाला इतका त्रास नको गं करून घेऊ. तुलसीच्या बाबतीत जे काही झालं ते झालं..."

"मला तुलसीची चिंता नाही वाटत. पण मला आता एक गोष्ट कळून चुकली आहे– माझी स्थिती तर तिच्याहूनही वाईट आहे."

तिचे हे शब्द ऐकून मी थक्क झाले. ती पुढे म्हणाली, "हा फ्लॅट विकत घेण्यासाठी आम्ही दोघांनी अक्षरश: जिवाचं रान केलं. हा फ्लॅट किती महागडा आहे, याची तुला कल्पना आहेच. मी माझ्या पगाराचा प्रत्येक पैसा त्यात ओतला आहे. माझ्या आयुष्यभराची कमाई म्हणजे हा फ्लॅट आहे. पण माझ्या नवऱ्यानं काय केलं, माहीत आहे? एक दिवस तो घरी नसताना त्याच्या नावे बँकेचं एक रजिस्टर्ड पत्र आलं. ते मी उघडून पाहिलं, तर काय– त्यानं हा फ्लॅट बँकेकडे गहाण ठेवला होता. इन्कमटॅक्सच्या कारणासाठी आम्ही हा त्याच्या नावावर विकत घेतला होता. त्याचा धंदा नीट चालेनासा झाला आणि पैशाची चणचण भासू लागली, तेव्हा त्यानं मला एका शब्दानंही न विचारता हे सगळं केलं. मला खूप संताप आला. हा फ्लॅट जर आम्हाला गमवावा लागला, तर आम्ही कुठे जायचं? पण आम्ही 'सुसंस्कृत' समाजात राहतो ना! त्यामुळे मी आरडाओरडा, शिवीगाळ करू शकले नाही. माझा आवाज जरा जरी चढला तरी आमच्यात काहीतरी भांडण सुरू आहे, याची आमच्या शेजाऱ्यांना कल्पना येईल. हे सगळं मी इतके दिवस मनात दाबून ठेवलं आहे. तुलसीतरी माझ्यापेक्षा खूप बरी. तिला निदान आपल्या नवऱ्यावर ओरडण्याचं स्वातंत्र्य आहे. फारच राग आला तर

नवऱ्याला दोन थपडा मारून ती नंतर सगळं विसरूनही जाऊ शकते; पण मला मात्र हे दु:ख कायमचं उराशी बाळगून जगावं लागणार.''

यावर काय बोलावं, ते मला कळेना. तिच्या सुंदर बाल्कनीतून मी समोरच्या समुद्राकडे एकटक पाहत बसले, असाहाय्यपणे. शाळा आणि कॉलेजात असताना एक धीट, साहसी मुलगी अशी अलकाची जी प्रतिमा माझ्या डोळ्यांपुढे होती, ती आज अशी उद्ध्वस्त झाली होती. ती पण एक सर्वसामान्य, गरीब स्त्रीच होती. आपल्या नवऱ्यापुढे तिचं काही चालत नव्हतं. त्याला प्रतिकार करण्याची, आपल्या हक्कांसाठी झगडण्याची हिंमत तिच्यात नव्हती. विषय बदलावा, म्हणून मी तिला विचारलं, "आज परिषदेत कोणत्या विषयावर बोलणार आहेस गं तू?''

ती उत्तरली, "भाषणस्वातंत्र्य!''

■

२९

नेल्सन मंडेलांच्या देशात– १६/११/२००५

'**सा**ऊथ आफ्रिका' असं नुसतं म्हटलं की आपल्या मनात नानाविध प्रतिमा उभ्या राहतात. आफ्रिका खंडाचं टोक असलेलं केप ऑफ गुड होप, महात्मा गांधींच्या मनात अहिंसा या तत्त्वाची बीजं जिथे रुजली ते डरबन, जोहानेसबर्गच्या सोन्याच्या खाणी, किंबर्लीच्या हिऱ्याच्या खाणी, आफ्रिकन सफारी... एक ना दोन...

जगविख्यात ऱ्होड्स शिष्यवृत्तीचा निधी उभारण्यासाठी ज्यानं आपल्या आयुष्यभराची कमाई देणगी म्हणून दिली त्या सेसिल ऱ्होड्सची पण आपल्याला आठवण होते. ज्या भूमीचे पुत्र साडेतीनशे वर्षं गुलामगिरीच्या शृंखलेमध्ये जगले त्यांचंही आपल्याला स्मरण होतं. ज्यानं त्यांच्या उद्धारासाठी आयुष्यातील सत्तावीस वर्षं तुरुंगात व्यतीत केली आणि कैदेतून सुटल्यानंतर नवीन राष्ट्राच्या निर्माणासाठी जो झटला, त्या महापुरुषाचंही आपल्याला स्मरण होतं. तो महापुरुष म्हणजेच साऊथ आफ्रिकेचे राष्ट्रपिता, श्री. नेल्सन मंडेला!

थोडक्यात साऊथ आफ्रिकेकडे पाहण्याचे असे विविध पैलू आहेत; पण माझ्या दृष्टीनं सर्वांत महत्त्वपूर्ण आहेत, ते तिथले लोक. या देशाला केवळ चौदा वर्षांपूर्वी स्वातंत्र्यप्राप्ती झाली आहे. त्वचा हे केवळ माणसाच्या सांगाड्याला झाकणारं एक आच्छादन, एक आवरण असतं, असं मी मानते. मग त्या आवरणाचा रंग कोणताही का असेना. परंतु या इथे साऊथ आफ्रिकेच्या बाबतीत मात्र ते खरं नव्हतं. निदान या देशाला स्वातंत्र्य मिळण्यापूर्वी तरी. तुमच्या त्वचेचा वर्ण कोणता आहे, यावर तुमची सत्ता अवलंबून होती. सोळाव्या शतकात डच, त्यानंतर जर्मन, त्यानंतर ब्रिटिश असे सगळे या भूमीवर आले आणि ते सगळेच्या सगळे गोरे होते. ब्रिटिशांनी येथे आपली वसाहत स्थापन केली आणि इतर सर्वांपेक्षा अधिक काळ ते येथे वास्तव्य करून राहिले. या सर्व आक्रमणकर्त्यांची भाषा, त्यांच्या रूढी, त्यांच्या चालीरीती वेगवेगळ्या असल्या, तरी ते सर्वजण एकाच वंशाचे होते. आपण उच्च दर्जाचे किंबहुना सर्वश्रेष्ठ आहोत अशी त्यांची धारणा होती. त्यामुळे त्यांची वागणूकही तशीच होती. जणू काही आपण राज्यकर्ते

म्हणूनच जन्माला आलो आहोत अशी! त्यांनी संपूर्ण देशाला आपल्या मनाप्रमाणे हवं तसं वाकवलं आणि या भूमीच्या पुत्रांना आपलं दास बनवलं. त्यामुळे येथील कृष्णवर्णीय जनता आपला आत्मविश्वास गमावून बसली. आपली संस्कृती आणि आपला धर्म गमावून बसली. आज 'या स्वतंत्र राष्ट्रात विभिन्न वर्णाचे लोक राहतात. त्यातील जे गोरे आहेत, ते डच, जर्मन किंवा ब्रिटिश आहेत, त्याचप्रमाणे येथील मूळचे कृष्णवर्णीयही आहेतच, शिवाय अनेक वर्षांपूर्वी येथे स्थायिक झालेले भारतीय सुद्धा आहेत. हे तर जवळपास दीडशे वर्षांपासून येथे राहत आहेत. काही मिश्रवर्णीय लोकही येथे आढळतात. त्यांचा वर्ण तांबूस तपकिरी असतो. थोडक्यात साऊथ आफ्रिकेत खरोखरच विविध वर्णांचे लोक आढळून येतात. म्हणूनच की काय, या देशाला 'इंद्रधनुष्याचा देश' असं म्हणतात.

एकेकाळी या देशाच्या लोकसंख्येपैकी बारा टक्के लोक गोरे होते. परंतु देशाच्या सत्त्याहत्तर टक्के साधनसंपत्तीवर त्यांचा कब्जा होता. सत्तेची पदे पण त्यांच्याच ताब्यात होती. सरकार फक्त गोऱ्या लोकांचे बनलेले होते. कृष्णवर्णीय लोकांना मतदानाचाही अधिकार नव्हता आणि सत्तेचाही. इतकंच काय, पण गोऱ्या लोकांसोबत बसमधून प्रवास करण्याची त्यांना परवानगी नव्हती. ज्या भागात गोऱ्या लोकांची वसाहत असेल, तिथे कृष्णवर्णीय लोकांना घरे बांधण्याचा अधिकार नव्हता. त्यांची मुले गोऱ्या लोकांच्या मुलांबरोबर त्यांच्या शाळेत शिकू शकत नव्हती. कोणताही गोरा माणूस आपल्या घरात एखाद्या कृष्णवर्णीय व्यक्तीला भाडेकरू म्हणून ठेवून घ्यायला तयार होत नसे. काही ठिकाणी गोऱ्या मुलांना शिक्षण मोफत होतं, तर त्याच ठिकाणी कृष्णवर्णीय मुलांना मात्र फी भरावी लागे. हे सर्व नियम गोऱ्यांनीच बनवले होते. या अशा परिस्थितीत नेल्सन मंडेला, रेव्हरंड डेस्मंड टुटू यांच्यासारख्या नेत्यांनी या अन्यायाविरुद्ध आवाज उठवला. परंतु दुर्दैवाची गोष्ट अशी की देशासाठी लढत असताना एकीकडे आपल्या वैयक्तिक आयुष्यात या नेत्यांना त्याची फार मोठी किंमत मोजावी लागली. 'अ लाँग वॉक टू फ्रीडम' (स्वातंत्र्यापर्यंतची प्रदीर्घ वाटचाल) या आपल्या आत्मचरित्रात नेल्सन मंडेला यांनी आपल्या स्वातंत्र्यलढ्याचं तपशीलवार वर्णन केलं आहे. आज ते स्वत: जरी केवळ साऊथ आफ्रिकेचे असले तरी संपूर्ण जग त्यांच्याकडे 'जगभरातील सर्व दीनदु:खितांचा नेता' म्हणूनच पाहते.

या लढ्यामध्ये मंडेला यांनी ज्या तत्त्वांचा पुरस्कार केला, ती तत्त्वे तर आपल्या देशाच्या महात्मा गांधींनीच घालून दिलेली आहेत. त्यातील सर्वांत महत्त्वाचे तत्त्व म्हणजे आहिंसा! आपल्या मनावर गांधीजींच्या विचारसरणीचा फार सखोल परिणाम झाला असल्याचं मंडेला यांनी त्यांच्या आत्मचरित्रात लिहिलं आहे.

इ.स. १८९३ मध्ये गांधीजींना वकिलीचा व्यवसाय करत असताना डरबन येथे जाण्याचा योग आला. डरबन हे साऊथ आफ्रिकेच्या पूर्व किनाऱ्यावरील बंदर आहे. मुळात गांधीजी तिथे केवळ एक वर्षासाठी गेले होते, परंतु त्यांना तिथे तब्बल वीस वर्षं राहावे लागले. आजही जर आपण डरबनला गेलो तर तिथे आपल्याला गुजराती, तामीळ हिंदू धर्मीय भेटतात. तिथे मंदिरे आणि भारतीय रेस्टॉरंट्स आहेत. कधी कधी तर आपण भारतातच आहोत की काय, असं वाटतं. मी त्या दिवशी गेले असताना एक दिवस मला एक तरुण व्यावसायिक भेटला. त्याचं नाव होतं गुणशीलन. तो तमीळ होता. त्याच्याशी बोलत असताना त्याच्याकडून मला कळलं, की त्याचे पूर्वज मोलमजुरी करण्यासाठी साऊथ आफ्रिकेला स्थलांतरित होऊन आले होते, इ.स. १८६० मध्ये. आजही तो आणि त्याचे कुटुंबीय घरी तमीळ बोलतात. फक्त त्यांची भाषा भारतात बोलल्या जाणाऱ्या तमीळ भाषेपेक्षा खूपच निराळी आहे. केबल टी.व्ही.च्या माध्यमातून आज भाषा सर्वदूर पोहोचते आहे! त्याचमुळे आज तिथे राहत असलेल्या भारतीय वंशाच्या लोकांना तमीळ व हिंदी चित्रपटांचा आस्वाद घेता येतो. त्यानं आपली मातृभाषा अशी जितीजागती ठेवली आहे, याचं मला खूप आश्चर्य वाटलं आणि अर्थात अभिमानही वाटला. "तुम्ही स्वत:ला भारतीय मानता का?" मी त्याला उत्सुकतेनं विचारलं. त्यावर तो अभिमानानं म्हणाला, "नाही. मी साऊथ आफ्रिकनच आहे, पण भारतीय वंशाचा."

साऊथ आफ्रिकेत आणि झिंबाब्वेमध्ये मला असे त्याच्यासारखे अनेक भारतीय भेटलेले आहेत– मूळचे भारतीय वंशाचे, पण आता त्यांची मातृभूमी गेली कित्येक दशके साऊथ आफ्रिका हीच आहे.

आमच्या प्रवासाच्या दरम्यान आम्ही एकदा वाटेत माटासी नामक एका गावापाशी थांबलो होतो. ते झिंबाब्वेच्या एका कोपऱ्यात आहे. आम्ही ज्या लॉजमध्ये उतरलो होतो तेथील आचारी मि. जॉन याने मुद्दाम आमच्यासाठी भारतीय जेवण बनवलं होतं– भात, गुजराती कढी आणि सामोसे. त्याला त्याबद्दल विचारताच तो म्हणाला, "मला पुष्कळ भारतीय पाककृती येतात. युगांडा, केनिया, टांझानिया, झिंबाब्वे, झांबिया आणि साऊथ आफ्रिका येथे अनेक गुजराती लोक स्थायिक झाले आहेत. कित्येक पिढ्या गेली अनेक वर्षे येथे राहत असूनही हे लोक अजूनही शुद्ध शाकाहारी राहिले आहेत. ते व्हिक्टोरिया फॉल्स पाहण्यासाठी जेव्हा येतात, तेव्हा ते आमच्याच लॉजमध्ये उतरतात. त्यामुळेच मी भारतीय पद्धतीचा स्वयंपाक करण्यास शिकलो."

व्हिक्टोरिया फॉल्स पाहण्यासाठी आम्ही निघालो. आमच्या गाईडचं नाव होतं लिओ. "तुम्ही गुजराती आहात का?" त्यानं माझी साडी पाहून मला प्रश्न केला. "मला भारतीय डॉक्टरांविषयी खूप आदर वाटतो," तो म्हणाला, "ते अजिबात

भांडखोर नसतात. ते बुद्धिमान असतात. शिवाय नुसत्या पैशासाठी काम करण्याची त्यांची वृत्ती नसते. ते आपल्या बांधवांवर प्रेम करतात.''

त्याच्याशी बोलल्यानंतर मला समजलं, की पूर्वी गोरे डॉक्टर कृष्णवर्णीय रुग्णांवर कधीच उपचार करत नसत. त्याचमुळे या कृष्णवर्णीय लोकांना वैद्यकीय सेवा उपलब्ध नव्हती. प्राण्यांना बळी देणं, मंत्र-तंत्र असलेच उपचार त्यांच्यासाठी असत. डॉक्टरांच्या ऐवजी जादूटोणा करणाऱ्या मांत्रिकांकडे त्यांना जावं लागे.

या अशा परिस्थितीत जेव्हा भारतीय डॉक्टरांमुळे अत्याधुनिक वैद्यकीय सेवेचा लाभ या स्थानिक लोकांना होऊ लागला, तेव्हा स्वाभाविकच त्यांच्या मनात या भारतीय डॉक्टरांविषयी आदरभाव उत्पन्न झाला.

आफ्रिका खंडात येऊन स्थायिक होणं, ही अजिबात सोपी गोष्ट नाही. युरोप, अमेरिकेसारख्या ठिकाणी जाऊन स्थायिक होणं, आपल्यासारख्यांना विशेष जड जात नाही. आधुनिक कायदेकानू आणि आरामदायी सुखसोयींनी युक्त अशी जीवनपद्धती हे यामागचं कारण आहे. सर्व पाश्चात्त्य राष्ट्रांमध्ये समता हे एक जीवनातील महत्त्वाचं सूत्र आहे. त्याशिवाय तेथे साथीचे रोग अगदी विरळा, अतिउत्कृष्ट सुसज्ज इस्पितळे आणि उत्तम शिक्षणव्यवस्था या गोष्टीही आहेत. त्यामुळेच साऊथ आफ्रिकेत येऊन स्थायिक होणं आणि पाश्चात्त्य देशात स्थायिक होणं, या दोन गोष्टींत जमीन-अस्मानाचा फरक आहे.

या पार्श्वभूमीवर आता तर माझ्या मनातील गांधीजींविषयीचा आदरभाव अधिकच वाढीला लागला आहे. आपल्या स्वत:च्या देशात राहत असताना ब्रिटिशांविरुद्ध लढा देणं ही गोष्ट परक्या भूमीवर राहून त्यांच्याशी लढा देण्याच्या तुलनेत कितीतरी सोपी होती. त्यात त्यांच्यापाशी ना पैसा, ना सत्ता! पण तरीही आपल्या अहिंसेच्या तत्त्वाचा डरबन येथे त्यांनी पाठपुरावा करून ब्रिटिशांविरुद्ध आवाज उठवला. या अशा प्रकारचं व्रत अंगीकारण्यासाठी स्वत:च्या अंगी दुर्दम्य आत्मविश्वास आणि चिकाटी हवी.

मला बसमध्ये एक गोरा सहप्रवासी भेटला. त्याच्याशी गप्पा मारत असताना, तो म्हणाला– ''साऊथ आफ्रिकेनं जगाला तीन थोर महान नेते दिले. एक म्हणजे, महात्मा गांधी. विषमतेचा आणि अन्यायाचा प्रतिकार करण्याचा मार्ग त्यांनी जगाला सर्वांत प्रथम दाखवून दिला. त्यांच्याच पावलावर पाऊस ठेवून नेल्सन मंडेला यांनी दास्याच्या शृंखला तोडून टाकल्या, तर डेस्मंड टुटू यांचा असा प्रगाढ विश्वास होता, की ईश्वरासमोर सर्व मनुष्यप्राणी हे समानच आहेत.''

गांधीजी हे केवळ आपल्या भारताचेच नाहीत तर ते साऊथ आफ्रिकेचेसुद्धा आहेत, हे सत्य मला तेव्हा कळलं.

नेल्सन मंडेला यांचा आयुष्याचा प्रवास अत्यंत खडतर होता. त्यांचं आत्मचरित्र

वाचताना आपल्याला अश्रू अनावर होतात. एखादी व्यक्ती जेव्हा राष्ट्रबांधणीच्या कामात स्वत:ला झोकून देते, तेव्हा त्या व्यक्तीला वैयक्तिक आयुष्यात खूप काही भोगावं लागतं, त्या व्यक्तीला स्वत:चं असं काही कौटुंबिक जीवनच उरत नाही. ही फार मोठी किंमत अशा नेत्यांना मोजावी लागते. नेल्सन मंडेला यांचं आयुष्य हे या गोष्टीचं फार ज्वलंत उदाहरण आहे. आयुष्यातील उणीपुरी सत्तावीस वर्षं त्यांनी तुरुंगवास भोगला; परंतु त्यातून मुक्त झाल्यानंतर सुद्धा त्या कालखंडाविषयी त्यांच्या मनात अजिबात कटुता नव्हती. त्यांनी जनतेला सांगितलं. "तुमच्या पूर्वजांनी, वाडवडिलांनी या साऊथ आफ्रिकेच्या बांधणीसाठी खडतर मेहनत केलेली आहे. आपण त्याचीच आठवण मनात ठेवूया. आपल्यावर जो काही अन्याय झाला, त्याच्या आठवणी आपण विसरून जाऊया. आपल्या या देशाचा जर विकास व्हायला हवा असेल, तर आज आपल्याला सर्वांचीच गरज आहे. मग ती व्यक्ती गोरी असो, नाहीतर काळी वा तांबूस वर्णाची भारतीय... कोणीही असो. आपण एक लक्षात ठेवलंच पाहिजे, की हा देश आपणा सर्वांचा आहे. अखेर ही आपली मातृभूमी आहे, आणि इथून आपल्याला कुठेही निघून जायचं नाही आहे." त्यांच्या जागी दुसरी-तिसरी कोणी सामान्य व्यक्ती असती, तर तिच्या तोंडून असे उद्‍गार बाहेर पडले नसते, याचं कारण गोऱ्या लोकांनी इथल्या जनतेवर खरोखरच अनन्वित अत्याचार केले होते; पण नेल्सन मंडेला यांनी सर्वकाही पोटात घातलं. त्यांच्यासारखा नेता मिळणं खरोखरच फार कठीण आहे.

श्री. मंडेला यांना केप टाऊनपासून सात किलोमीटर लांब असलेल्या रॉबिन आयलंडमध्ये कैदेत ठेवण्यात आलं होतं. आज हे एक प्रेक्षणीय स्थळ बनलं आहे. व्हिक्टोरिया आणि अल्बर्ट वॉटर फ्रंटपासून तिकडे जाण्यासाठी बोटी सुटतात. येथील कारागृहाचा वापर आता तुरुंग म्हणून होत नाही. ते स्वातंत्र्यलढ्याचं एक महत्त्वपूर्ण स्मारक बनलेलं आहे. येथे गाईड म्हणून जे काम करतात ते एकेकाळी याच तुरुंगात सजा भोगून बाहेर पडलेले कैदी आहेत. त्यामुळेच ते जेव्हा स्वत:च्या तोंडानं या तुरुंगाचं वर्णन करतात, तेव्हा ते थेट हृदयाला जाऊन भिडतं. कधी कधी त्या शब्दांमधून कटुतासुद्धा बाहेर पडते. सर्वजण कसे नेल्सन मंडेलांसारखे क्षमाशील वृत्तीचे असू शकणार? आपल्या तुरुंगाच्या छोट्याशा खोलीतून नेल्सन मंडेला यांना केवळ एक दीपगृह दिसत असे आणि त्याच्या अवतीभवती नुसतं पाणीच पाणी. बाहेरच्या जगाशी त्यांचा काहीही संबंध येत नसे. कधीतरी क्वचित त्यांची पत्नी विनी हिला त्यांची गाठ घेण्याची परवानगी मिळत असे. पण ती भेट केवळ पंधरा मिनिटांपुरतीच मर्यादित असे, तीही रक्षकाच्या कडक नजरेखाली! दोघा पतिपत्नींच्या मधोमध एक पारदर्शक प्लॅस्टिकची

भिंत असे. आपल्या मनातील भावभावना उघडपणे व्यक्त करण्याचं काहीही स्वातंत्र्य उभयतांना मिळत नसे. त्याचमुळे नेल्सन मंडेला म्हणतात, ''तब्बल बावीस वर्षांनी जेव्हा मी माझ्या पत्नीचा हात हातात घेऊन तिच्याशी हस्तांदोलन केलं, तेव्हा ते स्वप्न होतं की सत्य, हेच मला समजेना.'' त्यांनी तडजोड करावी म्हणून त्यांच्यावर प्रचंड प्रमाणात दडपण आणण्यात आलं, परंतु ते आपल्या निश्चयापासून जरासुद्धा ढळले नाहीत. आपल्या व्यक्तिगत सुखाचा विचार करून त्यांनी आपल्या मूल्यांशी, आपल्या आदर्शांशी तडजोड कधीच केली नाही.

परंतु या गोष्टीची त्यांना आपल्या व्यक्तिगत आयुष्यात फार मोठी किंमत मोजावी लागली. आपली मुलगी झेंदाझी हिच्या विवाहप्रसंगी नेल्सन मंडेला यांनी जे छोटंसं भाषण केलं, त्यातून त्यांच्या मनात दडून राहिलेल्या या भावना पुरेपूर व्यक्त झाल्या. ते म्हणाले, ''दैवाचा विचित्र खेळ असा असतो, की महान नेत्यांचं व्यक्तिगत आयुष्य नेहमी दु:खद असतं. त्यांच्यासमोर दोनच पर्याय असतात– कुटुंब नाहीतर देश व या दोन्ही पर्यायांतून एकाची निवड करणं महाकर्मकठीण काम. आमची मुलं अनाथ असल्यासारखी वाढली. त्यांना कोणाचं मार्गदर्शन मिळालं नाही. मी तुरुंगातून बाहेर आलो, तेव्हा माझ्या मुलांना वाटलं, आपले वडील आता परत आले. पण एव्हाना मी साऱ्या राष्ट्राचाच पिता बनलो होतो. मुलांना खरं तर आपल्या स्वत:च्या पित्याची गरज असते, राष्ट्रपित्याची नव्हे. मी एका पित्याचं कर्तव्य काही पार पाडू शकलो नाही.''

नेल्सन मंडेला हे जोहानेसबर्गच्या सुओटो भागातील एका लहानशा घरात राहत. या भागात फक्त कृष्णवर्णीय लोकांची वस्ती होती. त्यांनी जेव्हा स्वतंत्र वकिली-व्यवसाय सुरू केला तेव्हा त्यांना जागा भाड्यानं देण्यास कोणी तयार होईना. फक्त भारतीय लोक तेवढे तयार झाले. ते स्वत: कॉलेजात असताना सुद्धा त्यांना भरपूर भारतीय मित्र होते. त्याबद्दलच्या गोड आठवणी त्यांच्या मनात अजून आहेत. ''एकदा मी असाच माझ्या भारतीय मित्रांबरोबर ट्रॅममध्ये बसून निघालो होतो. मध्यरात्रीची वेळ होती. भारतीयांना ट्रॅममधून प्रवास करण्याची परवानगी होती, पण मला नव्हती. त्यामुळे मला अटक झाली. पण माझ्या त्या मित्रांनी त्या गोष्टीला विरोध दर्शवला आणि मला सोडवून बाहेर काढलं.''

नेल्सन मंडेला केवळ कृष्णवर्णीय होते, म्हणून त्यांना कितीतरी अन्याय आणि अपमान सहन करावा लागला. एकदा रस्त्यावर अपघात होऊन त्यात एक गोरा मुलगा जखमी झाला होता. नेल्सन मंडेला मदतीसाठी पुढे सरसावले; पण एका काळ्या माणसानं एका गोऱ्या मुलाला मदत करावी हे इतर गोऱ्या माणसांना पटलं नाही व त्यांची मदत नाकारण्यात आली. एकदा ते आपली प्रेयसी विनी

हिला घेऊन रेस्टॉरंटमध्ये जेवणासाठी गेले, पण गोऱ्यांनी चालवलेल्या रेस्टॉरंटमध्ये त्यांना प्रवेश मिळाला नाही. अखेर त्यांनी तिला एका भारतीय रेस्टॉरंटमध्ये नेलं. पण तेथील सांबराची चव चाखल्यावर विनी तेथून बाहेर पडली व फक्त पाणी पिऊन राहणं तिनं पसंत केलं.

भारतीयांबरोबरची आपली ही मैत्री मंडेलांच्या मनात अजूनही ताजी आहे. त्यांना भारतीयांविषयी खूप आदर आहे. 'मी जर स्वातंत्र्यलढ्याच्या अगदी सुरुवातीच्या काळातच आमच्या भारतीय बांधवांकडून धडे घेऊन विषमतेविरुद्ध आवाज उठवला असता, तर आम्हाला स्वातंत्र्यप्राप्तीसाठी इतकी वर्षं लागली नसती' अशी त्यांची भावना आहे.

तुम्हाला कृष्णवर्णीयांचा इतिहास जर जाणून घ्यायचा असेल, तर तुम्ही या सुओटो भागाला जरूर भेट दिली पाहिजे. या दाटीवाटीनं उभ्या असलेल्या छोट्या छोट्या घरांचं त्या वेळच्या समाजात काय स्थान असेल, हे सहज लक्षात येतं.

जोहानेसबर्गचं नाव काढलं की सोन्याच्या खाणी ओघानं आल्याच. जोहानेसबर्गलाच जोबर्ग म्हणून ओळखण्यात येतं. परंतु ही साऊथ आफ्रिकेची राजधानी नव्हे. मात्र ते साऊथ आफ्रिकेचं आर्थिक केंद्र आहे. जोबर्गच्या जवळच मोठमोठ्या, अतिमहत्त्वाच्या सोन्याच्या खाणी आहेत. त्यामुळेच सोन्याच्या शोधात आलेल्या सर्व प्रवाशांनी इथे मुक्काम ठोकला आणि प्रचंड संपत्ती कमावली. जोबर्ग हे केपटाऊन किंवा पेट्रोशियापेक्षा आंतरराष्ट्रीय दळणवळणाच्या दृष्टीनं अधिक सोयीचं आहे. खरं तर केपटाऊन आणि पेट्रोशिया या साऊथ आफ्रिकेच्या राजधान्या आहेत. जोबर्गच्याही स्वत:च्या काही समस्या आहेत. जगातील सर्वोच्च गुन्हेगारीचं प्रमाण ज्या काही मोजक्या शहरांमध्ये आहे, त्यातील हे एक शहर. अनेक वर्षे येथे गोऱ्या लोकांचं आर्थिक सार्वभौमत्व होतं आणि कृष्णवर्णीय फक्त मोलमजुरी करत असत. त्यामुळेच 'जे दिसेल ते लुटायचं' अशीच मानसिकता येथील लोकांची आहे. आज या शहरात प्रवाशांना रस्त्यावरून चालणं किंवा टॅक्सीनं प्रवास करणं मुष्किल होऊन बसलंय. ते फार धोक्याचं झालं आहे. सुरामारी तर नित्याचीच. आपल्या माहितीच्या टॅक्सीनं फिरणं हेच श्रेयस्कर.

अगदी लहानसहान कारणावरून इथे खून पडतात. मी तिथे गेले असतानाचीच गोष्ट. एका आंतरराष्ट्रीय ख्यातीच्या बॉक्सिंग चँपियनचा रात्रीच्या वेळी रस्त्यात खून झाला. तो रात्री सहज फेरफटका मारायला गेलेला असताना, आणि तोही एका किरकोळ मोबाईल फोनसाठी! येथील प्रत्येकाला उत्तम शिक्षणाची व रोजगाराची संधी उपलब्ध झाली, तर कदाचित भविष्यकाळात अशा घटनांचं प्रमाण कमी होईल.

येथे कृष्णवर्णीय लोकांची फार मोठ्या प्रमाणात पिळवणूक झालेली आहे. किंबर्ली हिऱ्याच्या खाणी हे याचं चालतंबोलतं उदाहरण आहे. इ.स. १८६३ मध्ये एका ख्रिस्ती धर्मोपदेशकाचा मुलगा जॉन सेसिल ऱ्होड हा हवापालटासाठी साऊथ आफ्रिकेला आला होता. पण अगदी अल्प काळातच जगातील सर्वांत धनाढ्य व्यक्तींमध्ये त्याची गणना होऊ लागली. त्यानं किंबर्ली हिऱ्याच्या खाणी अगदी कवडीमोलानं खरेदी केल्या. असं म्हणतात, की जगातील हिऱ्यांपैकी ९० टक्के हिरे किंबर्ली खाणीतून येतात. याशिवाय त्यानं जोबर्गच्या जवळच्या विट वॉटर स्टँड येथील सोन्याच्या खाणीही खरेदी केल्या. इ.स. १८९१ मध्ये त्यानं 'डी बार डायमंड कंपनी' स्थापन केली. ती आजही सुप्रसिद्ध आहे. पण केवळ पैशाची नव्हे तर सत्तेची झिंग ऱ्होडलाही चढली. आजची झिंबाब्वे, झांबिया आणि बोटस्वाना ही राष्ट्रे त्यानं ब्रिटिश वसाहतींशी संलग्न केली. त्यानं कैरो ते केपटाऊन असा रेल्वेमार्ग बांधण्याचा प्रयत्न केला. ब्रिटिश वसाहतीची उद्योगधंद्यात भरभराट व्हावी हा त्यामागचा हेतू होता. या नवीन भूमीचं त्यानं ऱ्होडेशिया असं नामकरण केलं. स्वत:च्या ऱ्होड या नावावरूनच हे नाव त्याला सुचलं होतं. त्यानं केपटाऊन येथे स्वत:साठी एक मोठा प्रासाद बांधला आणि त्यानं स्वत:ला पंतप्रधान म्हणून घोषित केलं. त्याला कृष्णवर्णीय लोकांविषयी तिरस्कार वाटे. त्याच्या मृत्यूनंतर त्याच्या एवढ्या मोठ्या संपत्तीला कोणीही वारस नव्हता. त्याने आपल्या मृत्युपत्राद्वारे आपली सर्व संपत्ती ऑक्सफर्ड विद्यापीठात उच्चशिक्षण घेऊ इच्छिणाऱ्या गोऱ्या विद्यार्थ्यांना दिल्या जाणाऱ्या शिष्यवृत्तीसाठी दान केली होती. परंतु त्याने घातलेल्या या विशिष्ट अटीत विश्वस्तांनी फेरबदल केला आणि त्यानुसार ही शिष्यवृत्ती काळ्या, गोऱ्या अशा सर्व विद्यार्थ्यांसाठी उपलब्ध झाली. सेसिल ऱ्होड धूर्त, निर्दयी आणि सत्तालोलुप जरी असला तरी त्यानं केलेलं हे योगदान त्याच्या देशाच्या दृष्टीनं अत्यंत महत्त्वाचं ठरलं. नियतीचा खेळही इतका विचित्र, की केप टाऊन मधील त्याचा प्रासाद हा राष्ट्रपतीचे निवासस्थान म्हणून नियुक्त करण्यात आला आणि ज्या व्यक्तीनं सर्वप्रथम तेथे राहण्यास सुरुवात केली, ती व्यक्ती कृष्णवर्णीय होती. ती म्हणजे नेल्सन मंडेला.

केप ऑफ गुड होप हे आफ्रिका खंडाचं टोक आहे. केप टाऊनपासून ते १६५ किलोमीटर दूर आहे. येथे एका ठिकाणी हिंदी महासागर आणि अटलांटिक समुद्र एकमेकांना भेटतात. या ठिकाणी मला आपल्या भारतातील कन्याकुमारीची आठवण झाली. पूर्वीच्या काळी जेव्हा भारतीय भूखंडातून सोन्याचा धूर निघत होता, तेव्हा त्याच्या शोधात मोठमोठी जहाजे निघत. सागरी मार्गानं ती सर्व जहाजे या केप पॉईंटपाशी येत. या ठिकाणी बंदर वगैरे नव्हतं तर नुसता खडकाळ भाग होता. या खडकांवर आपटून बऱ्याच जहाजांना जलसमाधी मिळत

असे. त्यामुळे या मार्गावरून येण्यास खलाशी नाराज असत. त्या खलाशांची मनोभूमिका बदलण्यासाठी या ठिकाणाला पार्तुगालच्या राजानं 'केप ऑफ गुड होप' असं नाव दिलं. केप ऑफ गुड होपच्याजवळ गोडं पाणी उपलब्ध नाही. त्यामुळे पूर्वी येथे वसाहती करण्यासाठी आलेल्या लोकांनी उत्तम बंदराचा जारीनं शोध घेण्यास सुरुवात केली. त्यांनीच पोर्ट एलिझाबेथ आणि केपटाऊन ही दोन बंदरं बनवली.

माझ्या या सफरीत मला बरेच आफ्रिकन लोक सुद्धा भेटले आणि त्यांच्याकडून बरंच काही शिकायला मिळालं. आफ्रिकेत केवळ एकच जमात नसून येथे अनेक जमाती आहेत. त्यांच्यापैकी प्रत्येक जमातीची भाषा वेगळी, रीतीरिवाज वेगळे. तुम्हाला जर कधी आफ्रिकेचं रियांड हे चलन बघायला मिळालं, तर त्या नोटेवर अकरा वेगवगेळ्या भाषा छापलेल्या दिसतात. पण त्यांची लिपी मात्र इंग्रजीच आहे. इंग्रजी भाषा सर्वत्र बोलण्यात येते. प्रत्येक जमातीमध्ये एकाहून अधिक पत्नी असण्याचा अधिकार पुरुषाला आहे; पण दुसऱ्या किंवा तिसऱ्या पत्नीची निवड करण्याचा अधिकार मात्र पहिल्या पत्नीचा. जेव्हा घरातील कामकाजाचा पसारा फार वाढतो व तिला एकटीला ते सर्व करणं जमत नाही, तेव्हा ती आपल्या पतीसाठी नवीन पत्नीचा शोध सुरू करते. परंतु प्रत्येक पत्नीने स्वतंत्र घरात राहायचे, अशी प्रथा आहे. स्त्रिया पुरुषांपेक्षा कितीतरी जास्त काम करतात. विवाहाच्या वेळी वराला वधूच्या वडिलांपाशी आधी हुंडा जमा करावा लागतो. पूर्वीच्या प्रथेप्रमाणे १२ बैल किंवा गायी असे या हुंड्याचे स्वरूप होते; पण आता काळाप्रमाणे ही स्थिती बदलली आहे. आता हा हुंडा त्या उपवर मुलाच्या कामाचे स्वरूप काय आहे, याच्यावर ठरतो. मी ज्या तरुणाशी बोलत होते, तो फॉरेस्ट रेंजर होता. त्याने आपल्या पत्नीच्या वडिलांना ५०,००० रियांड दिले होते; पण त्याच्याकडे हुंडा देण्यासाठी पुरेसे पैसे नसल्यामुळे त्यानं त्यासाठी बँकेकडून कर्ज काढलं होतं. प्रत्येक कुटुंबात ज्या कोणी अविवाहित मुली असतील, त्या सर्व एकत्र एका वेगळ्या घरात राहतात. तशीच अविवाहित मुले सुद्धा वेगळी राहतात. तरुण मुलांना अठरा वर्षांनंतर वडिलांच्या घरी राहता येत नाही. कदाचित ही पद्धत या लोकांनी जंगलातील प्राणिजीवनाकडून उचलली असावी. वन्य पशूंमधील कोणताही नर वयात आल्यानंतर आपल्या आईवडिलांबरोबर राहत नाही, पण मादी मात्र राहू शकते. या जमातींमधील लोकांची वेशभूषा साधीच असते. त्यांना संगीत, नृत्य आणि मण्यांचे विणकाम या गोष्टींची उपजत आवड असते. इतक्या मोठ्या गुलामगिरीत, हालअपेष्टा सहन करूनही ह्या जमाती अजून टिकून आहेत, याचं मुख्य कारण त्यांच्या जीवनातील संगीत व नृत्य हेच असावं! कदाचित आपल्या जीवनातील दु:खाला ते संगीत, नृत्याच्या द्वारे वाट करून देत असतील.

आज साऊथ आफ्रिका हे नवे राष्ट्र आहे. या देशाची नवी स्वप्ने आहेत, नव्या महत्त्वाकांक्षा आहेत. येथील शहरे चांगली विकसित आहेत. 'समता' हे त्यांचं घोषवाक्य आहे. त्यांना अजून स्थिरस्थावर होण्यासाठी काही काळ जावा लागणार आहे. त्यांना स्वातंत्र्यप्राप्तीसाठी फार मोठा लढा द्यावा लागला. सर्वांत महत्त्वाचं म्हणजे त्यांना मताधिकार मिळवण्यासाठी फार झगडावं लागलं.

नेल्सन मंडेला यांनी जेव्हा सर्वप्रथम आपला मतदानाचा हक्क बजावला तेव्हा ते खूप भावनावश होऊन म्हणाले, "आजचा दिवस उजाडावा म्हणून गेली किती शतके कितीतरी व्यक्तींनी आपलं आयुष्य समर्पित केलं. आपण या गोष्टींचं सतत स्मरण ठेवून आपल्या नव्या राष्ट्राच्या उभारणीसाठी, शांती आणि प्रेमाचा संदेश पसरवण्यासाठी उभं राहिलं पाहिजे. कोणत्याही व्यक्तीची पिळवणूक होता कामा नये, कोणत्याही व्यक्तीवर अन्याय होता कामा नये. मग त्या व्यक्तीचा वर्ण कोणताही असो, गोरा किंवा काळा!"

३०

विस्मयकारी ब्लॅक फॉरेस्ट

आमच्या लहानपणी पंचतंत्रातील गोष्टींचं महत्त्व आमच्या मनावर ठसवण्यात आलं होतं. आम्ही काही ठाम कल्पना मनाशी धरूनच लहानाचे मोठे झालो. त्या कल्पना म्हणजे कोल्हा धूर्त असतो, साप खुनशी... सिंहाचं हृदय विशाल असतं, हरीण निर्व्याज असतं, मुंगी कष्टाळू असते, ससा बुद्धिमान असतो, गाढव बुद्धू असते... इत्यादी. आपण नेहमीच्या जीवनातसुद्धा या उपमांचा वापर करतो. एखादी व्यक्ती धूर्त, लबाड असेल, तर तिची तुलना आपण कोल्ह्याशी करतो. एखाद्या मूर्ख माणसाला आपण गाढव म्हणतो. आपल्या मते सापाच्या अंगी इतकी तीव्र सूडभावना असते, की तो बारा वर्षांनंतर सुद्धा माग काढत, डूख धरून येतो. आपल्या बॉलीवुडमध्ये नागाविषयी अनेक चित्रपट निघाले आहेत. या चित्रपटांतील नाग हा मस्तकावर रत्न धारण केलेला असतो. त्याला 'नागमणी' असं म्हणतात. हा नाग जमिनीत गाडण्यात आलेल्या गुप्तधनाचा रक्षणकर्ता असतो. आपली अशीही समजूत असते, की सिंहाचं पोट भरलेलं असेल तर तो शिकार करत नाही... मग त्याचं सावज त्याच्या अगदी निकट उभं असलं, तरी!

मी पण याच सर्व कल्पना मनात धरून लहानाची मोठी झाले. पण जेव्हा आफ्रिकन सफारीच्या निमित्तानं सगळं वन्यजीवन मला प्रत्यक्ष जवळून पाहायला मिळालं, तेव्हा मात्र मला फार मोठा आश्चर्याचा धक्का बसला. त्या प्राण्यांच्या जगतातील तर्कशास्त्र आपल्या तर्कशास्त्रापेक्षा फारच निराळं होतं. जगातील सर्वांत मोठी जंगलं आणि फार मोठं प्राणिजीवन आफ्रिका खंडात पाहायला मिळतं. विशेषत: केनिया, टांझानिया, युगांडा, बोस्निया, साऊथ आफ्रिका, झिंबाब्वे या देशांत. या आफ्रिका खंडाला जर आपण 'काळा खंड' म्हणून संबोधणार असू, तर मग या जंगलाला 'ब्लॅक फॉरेस्ट' म्हणणं योग्यच आहे. पण त्याचा अर्थ ते जंगल खरोखरचं काळं आहे असा मात्र नव्हे...

मी भारतीय असल्यामुळे मला वाटत होतं, जंगल म्हटलं की इथे घनदाट झाडी असेल, सूर्यप्रकाश अजिबात येत नसेल; पण आफ्रिकेतील जंगल निराळंच

होतं. प्रचंड मोठी जमीन, भरपूर छोटी झुडपं आणि स्वच्छ सूर्यप्रकाश. मी तिथे गेले तो हिवाळ्याचा मोसम होता. झाडं निष्पर्ण होती.. गवत सुकून पिवळं पडलं होतं...

आफ्रिकन सफारी पाहण्यासाठी साऱ्या जगभरातून प्रवासी इथे येतात. येथील सरकारला त्याची पूर्ण कल्पना आहे. त्यामुळे खाजगी कंपन्यांच्या मदतीने सरकारने येथे अतिशय सुंदर सोयी-सवलती उपलब्ध करून दिल्या आहेत. त्यामुळे प्रवाशांचा मुक्काम सुखाचा, आरामदायी होतो. त्यामुळे आफ्रिकन देशांमधील पर्यटनाचं प्रमुख आकर्षण म्हणजे या आफ्रिकन सफारी आहेत.

येथील सफारी पार्क्समध्ये अनुभवी फॉरेस्ट रेंजर्स आणि त्यांचे मदतनीस आहेत. त्यांना ट्रेनिंग कॉलेजमधून उत्कृष्ट प्रशिक्षण देण्यात आलं आहे. या प्रदेशातील वन्यजीवन, या प्रदेशाची स्वाभाविक रचना, पक्षी आणि या भागातील काही अतिमहत्त्वपूर्ण ठिकाणे या सर्वांचं त्यांना उत्तम ज्ञान असतं. सर्वसाधारणपणे जे मदतनीस असतात, ते आदिवासी असतात. त्यांना त्या प्रदेशातील झाडाझुडपांची चांगली पारख असते. सर्वच्या सर्व सफारी पार्क्स या मोठमोठ्या जंगलांचे अविभाज्य भाग असतात. सकाळी सहा ते नऊ आणि सायंकाळी चार ते सात या वेळात येथे प्रवाशांची भरपूर वर्दळ असते. पर्यटकांना उघड्या जीपमधून या सफारीसाठी नेण्यात येतं. ही जीप कोणत्याही वन्य पशूच्या अगदी जवळ नेऊन थांबवण्यात येते. अर्थात प्रवाशांनी एका गोष्टीचं भान सतत राखावं अशी अपेक्षा असते, ते म्हणजे हे प्राणिसंग्रहालय नव्हे हे एक खुलं जंगल आहे. कोणत्याही प्रवाशाला कधीही जीपमधून खाली उतरण्याची परवानगी नसते. सफारीच्या दरम्यान कोणीही थोडासुद्धा आवाज करायचा नसतो. केवळ निरीक्षण करायचं आणि फोटो घ्यायचे असतात. एवढी एकच अनैसर्गिक गोष्ट इथे असते. सकाळी बऱ्याच पक्ष्यांची किलबिल ऐकू येते. पक्ष्यांची व प्राण्यांची गजबजही चालू असते. सायंकाळी जंगली श्वापदं शिकारीला जाण्यासाठी सज्ज होत असताना बघायला मिळतात. सावधगिरी म्हणून रेंजरच्या जवळ कायम एक भरलेली बंदूक तयारच असते. पर्यटकांना सफारीला सुरुवात करण्यापूर्वी एक फॉर्म भरावा लागतो. कोणतीही आणीबाणीची परिस्थिती ओढवली तरी सुद्धा आपल्या हातून कोणतेही हानिकारक कृत्य घडणार नाही, असे हमीपत्र त्यांना लिहून द्यावे लागते. रोज बऱ्याच जीप्स ये-जा करत असतात. जंगली श्वापदांना त्या आवाजाची सवय झालेली असल्यामुळे त्यांना त्याचा त्रास होत नाही. ''या सफारीसाठी येणाऱ्या पर्यटकांच्या सुरक्षिततेचं काय?'' असा प्रश्न मी एकदा रेंजरला विचारला. त्यावर तो म्हणाला, ''सर्वसाधारपणे प्राण्यांना स्वत:पेक्षा आकारानं मोठ्या असणाऱ्या प्राण्यांची नेहमी भीती वाटते. आपल्या जीपला तीन पायऱ्या असून जीपमध्ये

एकंदर नऊ माणसं बसू शकतात. त्यामुळे ही जीप म्हणजे आपल्यापेक्षा आकाराने मोठा असलेला एक प्राणीच आहे, असं त्या जंगली जनावरांना वाटतं. शिवाय हा भलामोठा प्राणी आपली कधीही शिकार करत नाही, आपल्याला कोणतीही इजा पोहोचवत नाही. नुसता वारंवार आपल्या भेटीला येत असतो, अशी त्यांची समजूत होते. त्यामुळे ती जनावरं आपल्या जीपकडे दुर्लक्ष करतात व नेहमीप्रमाणे जंगलात संचार करत राहतात.''

या माणसाला प्राण्यांचं मानसशास्त्र नीट समजलंय, असं मला वाटलं.

जीपमध्ये बसून जंगलात अशा प्रकारे फेरफटका मारायला जाण्याला इथे 'गेम ड्राईव्ह' असं म्हणतात. साऊथ आफ्रिकेतील मुक्कामात मी अशा तेवीस 'गेम ड्राईव्हज' बरोबर गेले. पहिल्या ड्राईव्हच्या वेळी मी मनातून फार घाबरले होते. ''आजपर्यंत एखाद्या पर्यटकावर प्राण्यांनी हल्ला केल्याची घटना घडली आहे का?'' असं मी रेंजरला विचारलं. त्यावर तो उत्तरला, ''गेल्या पंचवीस वर्षांत असं एकदाही घडलेलं नाही. तुम्ही जर नियमांचं काटेकोर पालन केलंत, तर काहीही होणार नाही. पण जर तुम्ही अतिउत्साहाच्या भरात उठून उभे राहिलात, तोंडानं काही आवाज केलात, शरीराची काही हालचाल केलीत तरच या जंगली श्वापदांचं लक्ष तुमच्याकडे वेधलं जाईल. मग त्यांना वाटेल, ही जीप काही तरी वेगळीच आहे. त्यांना आपणही वेगळे वाटू. हे प्राणी फार धूर्त असतात. माणसाच्या अंगात ताकद असून असणार किती? त्यांना त्या गोष्टीचा अंदाज लगेच येतो. मग मात्र ते हल्ला केल्यावाचून राहणार नाहीत. त्याच कारणाने आम्ही पर्यटकांना सूचना देतो. ती म्हणजे– प्रत्येकाने मंद रंगाचे कपडे घालावे, गडद रंगाचे घालू नयेत. तसेच कपडे चमकणारेही नसावेत. म्हणजे मग ते कपडे गवताच्या, पानांच्या, झाडांच्या रंगात बेमालूम मिसळून जातात.''

सर्वसाधारणपणे ही जंगले त्यांच्या अगदी मूळच्या नैसर्गिक स्वरूपात राखण्याचा सरकार आटोकाट प्रयत्न करत असतं. इथे झाडे तोडण्यास अथवा नवी झाडे लावण्यास मनाई आहे. एखाद्या मृत श्वापदाला हात लावायलाही कोणाला परवानगी नाही किंवा त्याची चामडी काढून घ्यायलाही नाही. अगदी आपल्यासमोर एखादं असहाय हरीण मरणासन्न अवस्थेत पडलं असलं, तरी त्याला आपण वाचवायचं नसतं, आपली भूमिका फक्त बघ्याची असते, निरीक्षकाची असते. त्यांच्या हालचालीत सहभागी होण्याचा अधिकार आपल्याला नाही. सरकारनं येथे फक्त एकच बदल केलेला आहे. तो म्हणजे जनावरांच्या पाणी पिण्याची सोय म्हणून येथे एक कृत्रिम तळे बनवण्यात आले आहे. गेल्या काही वर्षांत येथे दुष्काळ पडतो, त्यामुळे नदी किंवा जलशयाच्या आसपास इथले प्राणी राहतात. त्या सर्वांची गर्दी तिथेच होते. त्यासाठी सरकारने येथे काही भागात बोअरवेल खणून

त्या पाण्याने कृत्रिम तलाव, जलाशय बनवले आहेत. काही ठिकाणी पावसाच्या पाण्याचा साठा करण्यासाठी पाट बांधण्यात आले आहेत, त्यामुळे साळिंदर, ससे, माकडे अशा ज्या छोट्या छोट्या प्राण्यांना दूरवरच्या जलाशयाकडे जाता येत नाही, त्यांना जवळच्या जवळ पाणी उपलब्ध होते. हा एवढा अपवाद वगळता येथील जंगलात इतरत्र कुठेही मानवाने हस्तक्षेप केल्याचे दिसून येत नाही.

बरेचदा मला असं वाटायचं– आपण उगीच या गेम ड्राईव्हला आलो! सिंहाला हरणाची शिकार करताना पाहून माझा जीव गलबलतो. पण मग भुकेनं व्याकूळ झालेले सिंहाचे बच्चे दृष्टीस पडले... भक्ष्य घेऊन येणाऱ्या आईची आतुरतेनं वाट पाहणारे... की वाटतं, 'अरे! हे तर योग्यच आहे!' अशा प्रसंगी बरोबर काय, चूक काय... असा गोंधळ मनात अनेकदा उडत असे.

या जंगलच्या राज्यात कुणी कुणाचा शत्रू असतो, तर कुणी कुणाचा मित्र! काही प्राण्यांना केवळ त्यांच्या बालपणीच शत्रू असतात. पण एकदा त्यांनी शैशवाचा उंबरठा ओलांडून तारुण्यात पदार्पण केलं, की मग त्यांना कोणी शत्रू उरत नाही. याचं उत्तम उदाहरण म्हणजे हिप्पोपोटॅमस हा प्राणी. या प्राण्याच्या पिल्लांना मगरीचं फार भय वाटतं. पण एकदा ती पिल्लं मोठी झाली, की मग ती कोणालाच घाबरत नाहीत. सिंहाच्या बाबतीतही असंच. सिंहाचे बछडे जेव्हा छोटे असतात, तेव्हा त्यांना मारून खायला बरेच प्राणी टपलेले असतात; पण हेच बछडे मोठे झाले की मात्र त्यांचं जंगलावर अधिराज्य चालतं.

एक चमत्कारिक गोष्ट अशी की चांगले महाकाय, बलशाली प्राणी भुकेपोटी मृत्युमुखी पडतात. उदाहरणच द्यायचं झालं, तर एकदा एखादा सिंह म्हातारा झाला, शिकार करण्यास असमर्थ झाला की हैना, कोल्हा असे प्राणीसुद्धा त्याच्यावर हल्ला चढवतात. म्हाताऱ्या सिंहाला दुसरा कोणताही प्राणी शिकार करून अन्न आणून देत नाही. मी झिंबाब्वेच्या मुक्कामात मेटात्सी गेम ड्राईव्हवर गेले होते, त्याचप्रमाणे टिंबावाटी येथील मोत्सवरी आणि साऊथ आफ्रिकेतील इन्याती व माला माला या गेम ड्राईव्ह्जवर सुद्धा गेले होते.

या सर्व गेम ड्राईव्हज क्रूगर नॅशनल पार्कच्या जवळ आहेत. या नॅशनल पार्कचा परिसर १९,००० चौरस कि.मी. एवढा अवाढव्य आहे. येथे सँड, सॅबीसँड, टिंबावाटी अशा अनेक नद्या आहेत.

साऊथ आफ्रिकेच्या जंगलांमध्ये 'बिग फाईव्ह' असा ज्यांचा उल्लेख केला जातो, ते पाच प्राणी म्हणजे सिंह, चित्ता, गवा, हत्ती आणि गेंडा.

गेंडा हा एक अवाढव्य प्राणी आहे. सर्वसामान्यपणे एका गेंड्याचे वजन २१०० किलोच्या आसपास भरते. ही जात नष्ट होत चालली आहे. त्यांच्या दोन जाती असतात. त्यांपैकी काळा गेंडा हा फारसा कुठे आढळत नाही; पण तो फार

धोकादायक असतो. याची दृष्टी तशी अधूच असते; पण एकदा का याची ठोकर बसली, तर आख्खी रेल्वेगाडीसुद्धा रुळावरून उलटू शकते.

जगात नैसर्गिकरीत्या हत्तींची पैदास फक्त दोनच ठिकाणी होते– आशिया खंड आणि आफ्रिका खंड. पण आशियात आढळणारे हत्ती आणि आफ्रिकेत आढळणारे हत्ती यांच्यांत खूपच भिन्नता असते. आफ्रिकेतील हत्ती हे जास्त उंच, गडद रंगाचे, अवाढव्य शरीराचे असतात व त्यांचे कानही अधिक पसरट आणि मोठे असतात. त्यांचं आणखी एक वैशिष्ट्य म्हणजे तेथील हत्तीणींनाही मोठे दात असतात. आफ्रिकेतील हत्तींच्या कानाचा आकार आफ्रिका खंडाच्या नकाशासारखा असतो.

हे हत्ती नेहमी पंधरा-वीस हत्तींचा कळप करूनच हिंडतात. या कळपात फक्त माद्या असतात. नर स्वतंत्रपणे राहतात. हत्तींच्या प्रजननाच्या काळात हे नर कळपातील माद्यांच्या भेटीसाठी येतात. हत्तींची गर्भावस्था चोवीस महिन्यांची असते. हत्तीण जेव्हा आपल्या पिलाला जन्म देते त्यावेळी कळपातील इतर सर्व हत्तिणी तिच्या भोवती एक वर्तुळ करून उभ्या राहून आडोसा धरतात. त्यामुळे हत्तीण प्रसूत होत असताना बाहेरून ते कोणाला दिसू शकत नाही. या कळपाचे नेतृत्व करणारी हत्तीण प्रसूतीच्या वेळी आयाप्रमाणे मदतसुद्धा करते आणि नवजात पिलाच्या आजीची भूमिका धारण करून त्याची देखभाल करते. एकंदरीतच हत्तीणी आपल्या पिलांचे डोळ्यांत तेल घालून रक्षण करतात.

सर्व प्राण्यांमध्ये हत्ती हा प्राणी भावनिकदृष्ट्या मानवाच्या अगदी जवळचा आहे. कळपातील एक हत्ती मरण पावला तर बाकीचे हत्ती त्याबद्दल शोक करतात आणि त्यानंतर जवळजवळ वर्षभर अधूनमधून त्याच्या मृतदेहाच्या अथवा अवशेषांच्या भेटीसाठी जातात.

असाच एक हत्ती माझ्या नजरेस पडला. त्याचा एक पाय दुखावला असल्याने तो लंगडत होता. पण कळपातील इतर हत्तींनी त्याला घेरले असल्याने बाहेरून कोणतेही श्वापद त्याच्यावर हल्ला करू शकले नाही. हत्तींची भूक प्रचंड असते. त्यामुळेच हत्तींचे कळप कधीकधी रान उद्ध्वस्त करून टाकतात. उन्हाळ्याचा ताप फार वाढला की हे कळप मोठाले वृक्ष मुळापासून उखडतात आणि मुळांशी असलेलं पाणी पितात.

हास्तिदंताच्या खरेदी-विक्री व्यवहारासंबंधी दक्षिण आफ्रिकेत फार कडक नियम आहेत. हस्तिदंताचा वापर कोणत्याही व्यावसायिक उद्देशाने करण्यास मनाई आहे. त्यामुळे हत्तींचं संरक्षण करणं सोपं झालं आहे.

झेब्राला पायजमा घातलेलं गाढव म्हणतात. हे प्राणी स्वभावत: बुजरे असतात आणि हे मुख्यत्वे करून सिंहांचं भक्ष्य आहे. आपल्याला जरी सगळे

झेब्रे सारखेच दिसत असले तरी प्रत्येक झेब्र्यांच्या अंगावरील पट्ट्यांचा पॅटर्न वेगळा असतो. आपल्यापैकी प्रत्येकाच्या हस्तरेषा भिन्न असतात ना, तसंच! या पॅटर्नवरून झेब्र्याचं पिल्लू दुरूनही आपल्या आईला ओळखू शकतं. यांच्यातही नर झेब्रा हा कुटुंबप्रमुख असतो आणि तो माद्यांवर अधिकार गाजवतो. प्रजननाच्या काळात तो इतर नरांशी लढाई करतो आणि मगच आपल्या पिलांमधील माद्यांना कळपाबाहेर सोडतो.

जिराफ हा शब्द अरबी भाषेतून आला असून त्याचा अर्थ 'जोरात पळणारा' असा आहे. जिराफाच्या पिलाच्या अंगावर हलक्या तांबूस तपकिरी रंगाचे गोलसर डाग असतात. जिराफ जसा मोठा होईल तसे हे डाग गडद तपकिरी होत जातात.

जिराफाची मान उंच असल्याने तो कितीही उंचीवर असलेली पानं खाऊ शकतो. एखाद्या काटेरी झाडाच्या शेंड्यावर कोवळी पालवी फुटली असेल तरी ती सुद्धा जिराफ खाऊ शकतो. जिराफांनी अशा प्रकारे कोवळी पालवी ओरबाडून खाऊ नये यासाठी निसर्गानं एक व्यवस्था केलेली आहे. काही झाडांच्या मुळांमधून त्यांच्या शेंड्याकडे एक संदेश पाठवण्यात येतो व या झाडांच्या शेंड्यावरील कोवळी पालवी तेवढी विषारी बनते. त्यामुळे या झाडांचे संरक्षण होते.

वन्य पशूंना सुद्धा त्यांच्या शारीरिक स्वास्थ्यासाठी मीठ आवश्यक असते. जंगलातील नक्की कोणत्या भागातील जमिनीमध्ये हे मीठ उपलब्ध आहे, हे प्राण्यांना समजते. ते त्या भागात जाऊन तेथील जमिनीतील मीठ चाटून खातात.

सिंह हा जंगलाचा राजा. हा जंगलात फिरत असताना जागोजागी मूत्रविसर्जन करून त्या प्रदेशावर आपला हक्क प्रस्थापित करतो. सिंहांमध्येसुद्धा कुटुंबप्रमुख नरच असतो. मादीवर तो वर्चस्व गाजवतो. परंतु शिकार करण्याचं काम मात्र नराचं नसून मादीचंच असतं. मादीची जेव्हा गर्भधारणा होते, त्यानंतर मात्र तिला कोणीही मदत करत नाही. सिंहाच्या कळपात जर चुकून एखाद-दुसरा नर शिरलाच तर त्या कळपाचं नेतृत्व करणारा नर त्याच्याशी मरेपर्यंत झुंज देतो. जर यदाकदाचित नवीन नराची त्यात सरशी झालीच तर तो कळपात असलेल्या सर्व बछड्यांना मारून टाकतो.

मी जेव्हा जंगलात गेले होते तेव्हा मला चार सिंहिणी त्यांच्या सोळा बछड्यांसह दिसल्या होत्या. दुर्दैवाने त्यांच्या कळपातील नर मरण पावला होता. त्याची जागा नव्या नरानं घेतली होती व त्यानं जुन्या नराच्या बछड्यांपैकी आठ बछड्यांची क्रूरपणे हत्या केली होती. सर्व सिंहिणी त्याच्याशी झुंजत होत्या. मी आमच्या रेंजरला विचारलं, "तुम्ही निदान उरलेल्या बछड्यांचा जीव वाचवून त्यांना प्राणी संग्रहालयात दाखल का नाही करत?"

त्यावर तो निर्विकारपणे म्हणाला, "ते आमचं काम नाही."

आपली अशी समजूत असते, की जर प्राणी भुकेले नसतील, तर ते विनाकारण कोणावर हल्ला करत नाहीत. परंतु ते खरं नाही. सिंहाच्या अधिपत्याखाली असलेल्या प्रदेशात कुणीही अनाहूतपणे प्रवेश केला तर तो त्याला ठार मारतो. त्याला जर भूक असेल तर तो शिकारीचा फडशा पाडतो, नाहीतर ती मारून तशीच टाकतो. मग उरल्यासुरल्या मांसावर कोल्हे, तरस असे प्राणी ताव मारतात.

भारतात काही विशिष्ट प्रकारची हरणेच आपण पाहतो. साऊथ आफ्रिकेत मात्र हरणांच्या विविध प्रकारच्या जाती बघायला मिळतात. त्यांची नावे सुद्धा वेगवेगळी आहेत– इंफाला, कुडू, नत्याला, रेडबक्, बुशबक् इत्यादी. त्यांची प्रजोत्पादन क्षमता भरपूर असते. परंतु असंख्य वन्य पशूंचे ते भक्ष्य सुद्धा आहे.

येथील पक्षिजगतात सुद्धा मला विविध प्रकारचे पक्षी बघायला मिळाले. एक छोटासा चिमणीसारखा दिसणारा पक्षी असतो. तो झाडाच्या शेंड्यावर बसून असतो. जवळपास जर एखादे धोकादायक श्वापद आलेच तर हा पक्षी जोरात विशिष्ट प्रकारची शीळ घालून इतर प्राण्यांना व पक्ष्यांना सावध करतो. त्याची शिट्टी ऐकताना जणू काही तो 'गो अवे', 'गो अवे' असंच म्हणतोय, असं वाटतं.

अजून एक पक्षी प्रजोत्पादनाच्या काळात सुरेख घरटं बांधतो व मादीला ते घरटं दाखवायला घेऊन येतो. पण तिला ते घरटं जर पसंत नाही पडलं तर तो तिला खूष करायला नवीन घरटं बांधतो. अशा रीतीनं तिची मर्जी संपादन करण्यासाठी एखाद्या तरुणानं धडपड करावी, तशातलीच गत.

मी दुपारच्या जेवणासाठी एक सफरचंद बरोबर घेतलं होतं. आम्ही ज्या लॉजमध्ये उतरलो होतो त्याच्याबाहेर मी ते ठेवून दिलं. एखादं माकड येऊन ते घेईल व खाईल, या विचारानं. परंतु आमच्या रेंजरनं सांगितलं, "पुन्हा कधीही असं करू नका. सफरचंद साऊथ आफ्रिकेत पिकत नाही. एकदा जर एखाद्या माकडानं सफरचंदाची चव घेतली, तर माकडं वारंवार इथे येऊ लागतील. त्यांच्या मागोमाग त्यांचे शत्रूपण येतील. त्यामुळे येथील वातावरणाचा समतोल ढळेल. येथील हॉटेलात उरलेलं शिळंपाकं आम्ही कधीही बाहेर टाकत नाही. आम्ही एक खड्डा करून त्यात ते पुरतो व त्यापासून खतनिर्मिती करतो. हे खतसुद्धा आम्ही आमच्या खाजगी बगीचासाठीच फक्त वापरतो. जंगलामध्ये त्याचा वापर करत नाही. आम्ही जंगलात प्लॅस्टिकच्या पिशव्या किंवा पत्र्याची डबडी कधीही फेकत नाही."

आम्ही गेम ड्राईव्हवर गेलो असता नदीकाठी काही प्लॅस्टिकची झाकणं पडलेली मला दिसली. पावसाळ्यात नदीला पूर आला की अशा काही मानवनिर्मित

गोष्टी काठावर येऊन पडतात. आमचे रेंजर्स मात्र अशा वस्तू ताबडतोब गोळा करून लॉजवर आणून टाकत. निसर्ग जसा आहे तसा तो राखण्याची त्यांची सतत धडपड चालू असते.

गेम ड्राईव्हमध्ये नेहमी एक 'बुश वॉक' असतो. यासाठी प्रवाशांबरोबर एक वाटाड्या असतो. चालता चालता वाटेत जनावरांच्या पाऊलखुणा व विष्ठा आढळते. त्यावरून त्या प्राण्याची सर्व माहिती हा वाटाड्या पर्यटकांना देतो. या ठिकाणी अनेक प्रकारची झुडुपे असतात. स्थानिक लोक त्यापासून साबण, कागद, औषधे, मेणबत्त्या इत्यादी बनवतात. याची माहितीसुद्धा पर्यटकांना देण्यात येते.

पशूंचं हे जग, त्यांचं क्रौर्य, त्यांची स्वार्थी वृत्ती हे सर्व मी जेव्हा प्रत्यक्ष डोळ्यांनी पाहिलं तेव्हा आजवरचं माझं पशूंबद्दलचं ज्ञान किती तुटपुंजं होतं, हे माझ्या लक्षात आलं. प्राणी ज्या प्रकारच्या नैसर्गिक परिस्थितीत वावरतात, तेथील निसर्गाच्या रंगांशी मिळतेजुळते रंग त्या प्राण्यांचे असतात. म्हणूनच ते प्राणी तेथील वातावरणात बेमालूम मिसळून जाऊ शकतात व त्यांचं संरक्षण होतं. दोन पायांवर चालणं, बोलणं आणि दुसऱ्यांविषयी अनुकंपा दाखवणं हे फक्त मनुष्यप्राण्यालाच जमतं. मला माणसाच्या जन्माला घातल्याबद्दल मी देवाचे खरोखर आभार मानते!

■

३१

सलाम-नमस्ते!

शेख महंमदचं एक छोटंसं दुकान होतं. तो वह्यांची किरकोळीनं विक्री करायचा. दरवर्षी जून महिन्यात मी त्याच्याकडून मोठ्या संख्येनं वह्या विकत घेत असे. आम्ही त्या झोपडपट्टीतील शाळकरी मुलांमध्ये वाटत असू. त्याचं दुकान आमच्या ऑफिसच्या जवळच होतं. दुकानाची जागा भाड्याची होती. शेख महंमद फार संकोची स्वभावाचा होता.

तो सामान आणून आमच्याकडे पोहोचवायचा. आमचा चेक तयार झाला, की आम्ही त्याला तसं कळवायचो. मग तो येऊन चेक घेऊन जायचा. एकदा असाच तो आमच्या ऑफिसात आला होता. त्यावेळी आम्ही सर्वजण मिठाई खात होतो. मी शेखच्या हातावर मिठाई ठेवली. पण त्यानं ती खाल्ली नाही.

"का रे, शेख? तुला मधुमेहाचं दुखणं वगैरे आहे का?"

"नाही, मॅडम. मी खाऊ घरी न्यावा म्हटलं. घरात लहान मुलं आहेत. माझ्यापेक्षा त्यांनाच याची गोडी जास्त."

"तुला किती मुलं आहेत?" ती तेवढीशी मिठाई घरी जाऊन पुरली तरी असती की नाही, कोणास ठाऊक!

"मॅडम, मला एक मुलगी आहे. शिवाय माझी भाची पण माझ्याकडेच असते."

"का बरं? तुझी भाची तुझ्याकडे का असते?"

"माझी बहीण झुबेदा विधवा आहे आणि ती आमच्याकडेच राहते."

मला ते ऐकून शेखबद्दल वाईट वाटलं. तो एक छोटा दुकानदार होता. तो काही खूप कमवत नव्हता. त्यामुळे त्याच्या कुटुंबाविषयी आणखी माहिती काढावीशी मला वाटली.

"झुबेदा काय करते?"

"ती उत्तम शिवणकाम करते. ती आणि माझी बायको– अशा दोघीजणी मिळून घरी शिवणाचा व्यवसाय करतात. अल्लाची मेहेरबानी आहे. आमचं छोटंसं भाड्याचं घर आहे. आम्ही समाधानी आहोत."

त्याचं ते उत्तर माझ्या हृदयाला स्पर्श करून गेलं.

आजकालच्या जगात 'समाधान' हा शब्द तसा दुर्मिळच झाला आहे.

असेच काही महिने लोटले आणि एक दिवस शेखचा मला फोन आला, "मॅडम, या खेपेला मला तुम्ही चेक ॲडव्हान्समध्ये देऊ शकाल का?"

"का बरं शेख? काही खास कारण?"

"होय मॅडम. झुबेदाला कॅन्सर झालाय. उद्या तिचं ऑपरेशन आहे."

मी ताबडतोब ऑफिसात निरोप ठेवून चेक त्याच्या घरी लगेच पाठवून दिला. पण त्याच्याबद्दल मनात विचार येऊन मन उदास झालं. त्या ऑपरेशनचा खर्च भरपूर येणार होता, ती रक्कम जमा करण्यासाठी शेखची नक्कीच खूप धावपळ चालू असणार; पण तरीही त्यानं माझ्याकडे पैसे मागितले नव्हते.

अनुभवानं मला बरंच काही शिकवलंय.

आपल्या स्वत:च्या हिऱ्याच्या कुड्या पर्समध्ये लपवून गोरगरिबांसाठी निधी गोळा करायला आलेल्या बायका मी पाहिल्या आहेत. चांगल्या सधन कुटुंबांतल्या आई-वडिलांना, आपल्या मुलांना शिष्यवृत्ती मिळावी म्हणून ती मुलं अनाथ असल्याचं सांगताना मी ऐकलंय. कितीतरी माणसं फाउंडेशनकडून मदत पदरात पाडून घेण्यासाठी आपल्या आईला निराधार ठरवून मोकळी होतात, हेही मी पाहिलंय. जर एखाद्या व्यक्तीला मदत मिळाली नाही, तर ती व्यक्ती आयुष्यातून उठेल असं आम्हाला ज्या कुणाबद्दल वाटेल, त्यालाच फाउंडेशन मदत करेल, असा माझा नेहमी आग्रह असतो.

मी शेखला फोन केला. "शेख, मला एक सांग, या ऑपरेशनच्या पैशाची काय व्यवस्था केली आहेस तू?"

"मॅडम, मी झुबेदाचे आणि माझ्या बायकोचे सगळे दागिने विकले आहेत. शिवाय बँकेकडूनही थोडं कर्ज घेतलं आहे."

"शेख, तू आम्हाला का नाही मदतीसाठी विचारलंस?"

"मॅडम, मला निदान एवढं तरी परवडतंय; पण आणखी कित्येक लोक आमच्याहूनही गरीब असतात. माझ्यापेक्षा त्यांना तुमच्या मदतीची जास्त गरज आहे."

त्याचं ते उत्तर ऐकून मन हेलावलं. जास्त काही न बोलता मी त्याला दुसऱ्या दिवशी हॉस्पिटलचे सर्व कागदपत्रं घेऊन येण्यास सांगितलं. मी त्याला पुढे काही बोलायची संधीच दिली नाही.

दुसऱ्या दिवशी सकाळी सगळी कागदपत्रं घेऊन तो ऑफिसात आला. मी त्याला थोडावेळ थांबायला सांगितलं, सगळी कागदपत्रं नीट तपासून पाहिली आणि नंतर त्याला पन्नास हजारांचा चेक लिहून दिला.

त्याच्या चेहऱ्यावर आश्चर्य होतं. "मॅडम, तुमच्याकडून एवढे पैसे मिळतील असं मला वाटलंच नव्हतं. तुम्ही माझ्या संकटात देवासारख्या मदतीला धावून आला आहात."

हे असलं बोलणं मी सहसा फारसं मनावर घेत नाही. जेव्हा कधी मी गरजूंना मदत करते तेव्हा ते मला असं 'देवासारख्या धावून आलात...' वगैरे म्हणतातच. पण एकदा त्यांची गरज भागली, संकटातून मुक्तता झाली, की ते बोलण्याचेही कष्ट घेत नाहीत.

असेच काही दिवस लोटले. ऑपरेशन व्यवस्थित पार पडल्याचा निरोप शेखनं आमच्या ऑफिसात ठेवला होता.

त्यानंतर बरेच दिवस त्याच्याकडून काहीच बातमी कळली नाही. आमचंही त्याच्याकडे काही काम निघालं नव्हतं.

एक दिवस सकाळच्या वेळी मी ऑफिसात पाऊल टाकलं आणि रिसेप्शन काउंटरपाशी शेख थांबलेला मला दिसला. त्याच्याबरोबर चार वर्षांची छोटी मुलगीपण होती. तिच्या अंगात साधाच सुती फ्रॉक होता; पण झालरी, बटणं वगैरे लावून सुरेख शिवलेला होता. तिच्या केसांना भरपूर तेल लावून चापूनचोपून एक पोनीटेल बांधली होती.

शेखचा चेहरा दु:खी दिसत होता.

"काय शेख? कसा आहेस तू? तुला भेटीची वेळ वगैरे दिली होती की काय?"

"सॉरी मॅडम, दोन आठवड्यांपूर्वीच झुबेदा गेली. तुम्ही तिला इतकी मदत केली; पण तिचं नशीबच खोटं. खरं तर तुम्हाला येऊन भेटायची, तुम्हाला सलाम करायची इच्छा होती हो तिची; पण अल्लानं तिला नेलं. मी तिच्या मुलीला घेऊन आलोय. ही तबस्सुम."

मी तबस्सुमकडे पाहिलं. हे एवढं मोठं ऑफिस... ही भोवताली एवढी सगळी अनोळखी माणसं... बिचारी बावरली होती. मी तिला बिस्किटं दिली; पण ती तिच्या घशाखाली उतरेनात.

त्या अनाथ मुलीकडे पाहून मला वाईट वाटलं. आपल्या नशिबात काय वाढून ठेवलंय, याची तिला कल्पनाही नव्हती. तिच्या मामानं तिला सांगितलं, "बेटी, मॅडमको सलाम करो!" त्याबरोबर त्या पोरीनं आपले इवलेसे हात उचलून मला सलाम केला.

माझ्या तोंडून शब्द फुटेना.

शेखनं डाव्या हाताच्या बोटांनी डोळे पुसले आणि खिशातून एक पाकीट काढलं. "मॅडम, हे तुमच्यासाठी आहे. झुबेदानं पाठवलंय. मला यायला उशीर

झाला त्याबद्दल सॉरी हं.''

मी तो लिफाफा उघडला. आत तीनहजार रुपये होते. मी गोंधळून शेखकडे पाहिलं. "मॅडम, तुम्ही पन्नासहजार दिले होते; पण झुबेदाचं ऑपरेशन आणि औषधपाण्यासाठी फक्त सत्तेचाळीसहजारच खर्च आला. आपण आता यातून काही वाचत नाही हे जेव्हा झुबेदाला समजलं, तेव्हा ती म्हणाली, 'आपण उरलेले पैसे मॅडमना परत करू. निदान दुसऱ्या कुणाच्यातरी उपयोगाला येतील. एखादा नशीबवान असेल, त्याचा जीव तरी वाचेल. आता हे पैसे माझ्यावर खर्च करून वाया घालवायला नकोत आपण!' ''

माझ्या नकळत माझ्या डोळ्यांतलं पाणी गालावरून वाहू लागलं. मी झुबेदाला कधीच भेटले नाही; पण दुसऱ्यांविषयीची तिच्या मनातली ही कळकळ पाहून मी थक्क झाले.

इतक्या गरिबीत आणि यातना सहन करतानासुद्धा तिनं दुसऱ्या गरजू रुग्णांचा विचार करावा, ही गोष्ट विस्मयचकित करून सोडणारी होती. आपण स्वत: संकटाशी झुंज देत असताना दुसऱ्याचा विचार करणारी माणसं या जगात विरळाच! इथे तुमचं शिक्षण, भाषा, जातपात, धर्म या कशाकशाचा संबंध नसतो. त्यासाठी हृदयात अपार करुणा असावी लागते. मी तो लिफाफा तसाच शेखला परत देऊन म्हणाले,

"हे पैसे तबस्सुमसाठी आहेत. अल्लाची तिच्यावर मेहेरबानी असू दे. तिला नीट शिकू दे. तुला जर काही मदत लागली, तर प्लीज मला सांग. इतरांविषयी करुणेची भावना बाळगण्याच्या बाबतीत ती आपल्या आईच्याही चार पावलं पुढे जाऊ दे. आपली ही जी भूमी आहे ना, ती श्रीमंत का आहे, माहीत आहे? सोन्याच्या किंवा हिऱ्याच्या खाणी तिच्या पोटात आहेत, म्हणून नव्हे. या झुबेदासारख्या लोकांमुळेच तिचं ऐश्वर्य वाढणार आहे.''

तबस्सुम नुसती तिथे बसली होती. तिला काहीच कळत नव्हतं. माझे शब्द पचनी पडणं शेखलाही कठीण जात होतं.

सुधा मूर्ती यांची साहित्यसंपदा

वाइज अँड अदरवाइज

त्रिशंकू

थैलीभर गोष्टी

सुकेशिनी

पितृऋण

गोष्टी माणसांच्या

महाश्वेता

सुधा मूर्तींच्या बालकथा

कल्पवृक्षाची कन्या

आजीच्या पोतडीतल्या गोष्टी

बकुळा

अस्तित्व

सामान्यांतले असामान्य

गोपीची डायरी

पुण्यभूमी भारत

आजी-आजोबांच्या पोतडीतल्या गोष्टी

परीघ

स्वर्गाच्या वाटेवर काहीतरी घडलं...

तीन हजार टाके

डॉलर बहू

हरवलेल्या मंदिराचे रहस्य

दोन शिंगे असलेला ऋषी

गरुडजन्माची कथा

आयुष्याचे धडे गिरवताना

सर्पाचा सूड

हरवलेल्या गोष्टीचे रहस्य

संपूर्ण ग्रंथसूचि पाहण्यासाठी
शेजारी दिलेला
QR कोड स्कॅन करा.